मालनगाथा

इंदिरा संत

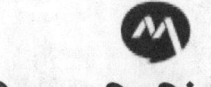

मेहता पब्लिशिंग हाऊस

All rights reserved along with E-books & layout. No part of this publication may be reproduced, stored in a retrieval system or transmitted, in any form or by any means, without the prior written consent of the Publisher and the licence holder. Please contact us at **Mehta Publishing House,** Pune.
Email   : production@mehtapublishinghouse.com
                   author@mehtapublishinghouse.com
Website : www.mehtapublishinghouse.com

- या पुस्तकातील मते, घटना, वर्णने ही त्या लेखकाची असून त्याच्याशी प्रकाशक सहमत असतीलच, असे नाही.

MALANGATHA by INDIRA SANT

मालनगाथा : इंदिरा संत / ललित गद्य/पद्य

© सौ. वीणा संत

प्रकाशक   : सुनील अनिल मेहता, मेहता पब्लिशिंग हाऊस,
                       १९४१, सदाशिव पेठ, पुणे – ३०.

प्रकाशनकाल : जानेवारी, १९९६ / पुनर्मुद्रण : जून, २०१६
मुखपृष्ठ   : चंद्रमोहन कुलकर्णी

P Book ISBN 9788171615018
E Book ISBN 9789353170288
E Books available on : play.google.com/store/books
                       www.amazon.in/b?node=15513892031

माननीय विदुषी
श्रीमती दुर्गा भागवत यांना
प्रेमपूर्वक...

ऋणनिर्देश

मालनगाथेच्या ओव्या जमविण्यापासून गाथा करीपर्यंतचे काम मी केले असले, तरी त्याला कित्येक ओव्या देणाऱ्यांचे आणि नंतर जाणकारांचे हातभार लागले आहेत. त्याशिवाय मला हे काम पूर्ण करणे शक्यच झाले नसते.

ज्यांनी ओव्या गाऊन सांगितल्या, ज्यांनी त्या माझ्यासाठी मिळवून दिल्या, लिहून पाठवून दिल्या, अशा कित्येकांची नावेही माझ्या लक्षात नाहीत; आणि त्या वेळीही मला माहीत नव्हती. ओव्या जमवणे या एकाच नादात मी त्या वेळी होते. त्यामुळे या गोष्टीची कल्पनाच नव्हती. आज त्याची मला रुखरुख वाटते.

जमवलेल्या ओव्यांना गाथारूप देताना त्या सर्वांचे मोलाचे ऋण मला प्रथम नमूद करावेसे वाटते. या गाथांचे आणि त्यांचे पहिले ऋणानुबंध आहेत, असे मी मानते. त्यांच्याविषयी कृतज्ञ राहणे, मला मनापासून आवडते.

गाथा करण्याच्या दृष्टीने जेव्हा ओव्या वाचू लागले, त्या वेळी किती तरी प्रश्न पुढे उभे राहिले. बोलीभाषेतील खास ग्रामीण शब्द, अरबी, उर्दू, फारसी भाषांतील शब्दांनी घेतलेले मराठीपण, वाक्प्रयोग, लक्षणेने वापरलेले शब्द अशा कित्येक अडचणी होत्या. त्याचप्रमाणे ओव्यांतील काही पौराणिक, सामाजिक चालीरितींचे संदर्भही हवे होते. त्या वेळी माझ्याकडे असे काही कोशही नव्हते. श्री. गोडसे यांची पुस्तके वाचली असल्याने त्यांच्याकडेच काही गाथा पाठवून ही अडचण मी दूर केली. त्यांनी माहिती तर पुरवलीच; पण मला एक बहुमोल सल्लाही दिला.

'तुमचे हे काम फार मोठे आहे, हालाच्या सप्तशतीसारखे महत्त्वाचे आहे. तर ते फार जबाबदारीने करा.'

अशा बऱ्याच गाथा लिहून झाल्यावर मनात आले :
यात काही चुकत असेल, तर आधीच लक्षात येण्यासाठी त्या जाणकारांना दाखवाव्या.

सौ. वासंती मुझुमदार हिचेही माझ्या गाथांवर लक्ष होतेच. तिच्या आग्रहाने मी अडीच-तीन महिने मुंबईला तिच्याकडेच राहिले. प्रकृती अधू असतानाही मी हे काम (बाड) घेऊन राहिले. वासंतीने मला जे-जे हवे, ते-ते दिले. ती पुस्तकवेडी असल्याने तिच्याकडेही मला पुस्तके मिळाली. 'आर्यांच्या सणांचा इतिहास' मी प्रथम वाचला, तो तिच्या संग्रहात. शिवाय तिने माझ्या प्रकृतीचीही देखभाल केली. शहाळ्याच्या पाण्यापासून 'दमलात, आता समुद्रावर जाऊन येऊ या' इथपर्यंत. आपले काम थांबवून तिने लेखनिकही मला दिला. प्रकाश मोठ्या हौसेने लिहायचा.

आता गाथा तयार झाल्या होत्या. त्या पुन्हा तपासणे आणि एका अनुभूतीच्या आविष्काराच्या गाथा एकीकडे करून पुन्हा त्यांचे विभाग करणे, प्रत्येक गाथेला थोडे आस्वादन लिहिणे आणि विभागालाही प्रास्ताविक लिहिणे हे तर करायचे होतेच; पण एकूण संकलनावर विचार मांडायचे होते.

एका गाथेतील प्रत्येक ओवी एकाच मालनीची नसणार. हा गाथेमधील आविष्कार सामूहिक मनाचा आहे. 'असतन असंज्ञ' या उगमातून हे झरे पाझरले आहेत. म्हणजे जुंगच्या विचारांचा समज मला हवा होता. डॉ. गंगाधर पाटील यांनी त्यांच्यामागे त्यांचे व्याप असतानाही दोनदा येऊन, गाथा वाचून मला सर्व स्पष्ट करून सांगितले. आख्यायिका, दंतकथा आणि पुराणकथा यांचाही त्यांनी विचार सांगितला. आदिबंधावरील आपला एक लेखही त्यांनी मला दिला.

मला उत्तेजन देण्यासाठी ते म्हणाले, "या तुमच्या कामाने ओव्यांना तुम्ही नव्या स्वरूपात आणता आहात. आता त्यांच्याकडे रसिक व जाणकारांचे लक्ष जाण्याला मदत होईल."

प्रत्येक गाथा किती ओव्यांची असावी, इथपासून मराठी ग्रंथसंग्रहालयातील कोणती पुस्तके मी वाचावीत याचा विचार प्रा. रमेश तेंडुलकर यांच्याशी केला. माझा गुडघा दुखत असल्याने मला फारसे चालता वा बसता येत नव्हते. तेव्हा तेंडुलकरांनीच स्वत: मला पुस्तके, मासिके आणून दिली. प्रा. मालशे यांनीही आपल्याकडील पुस्तके आणून दिली. पुस्तकांचा मला माझे मालनगाथेचे प्रास्ताविक लिहिण्याची दिशा ठरविण्यासाठी उपयोग झाला. एवढी मोठी माणसे आपणहून हा त्रास घेतात याचे फार अवघड वाटायचे.

याच दिवसांत एकदा 'केसरी'चे संपादक शरच्चंद्र गोखले लेखासाठी आले होते. त्यांनी हे काम पाहिले– 'केसरीत याचे सदर करू' म्हणाले. मग वासंतीच्या आणि त्यांच्या विचाराने 'जाते' या विषयावर गाथेचे सदर द्यायचे ठरले. मी सदरे वृत्तपत्रात वाचत होते, एवढेच! त्यांचेही तंत्र असते– ओळींचे बंधन असते. रमेश तेंडुलकरांनी ते सर्व उदाहरण घेऊन सांगितले. अशा लेखाने समाधान मिळत नाही. पण मालनगाथा प्रथम 'केसरी'त सदररूपाने आली– जाते व जात्यावरच्या ओव्या

या स्वरूपात, हे अभिमानाचे.

महत्त्वाचे म्हणजे प्रास्ताविक होते. माझा हा काही शास्त्रीय अभ्यास नव्हता. काव्यरूपात मालनींचे जीवनदर्शन असे त्याचे स्वरूप होते. हे लिहिताना मला श्री. द. ग. गोडसे यांनी आपले विचार सांगितले. म्हणजे व्याख्यानेच दिली. मला कॉलेजचे दिवस आठवले. पण अट अशी की, टिपणे घ्यायची नाहीत. त्यांच्या विचारातील जे मनात उरेल ते स्वीकारायचे. त्यांच्या या विचारांनी मला खूप मदत झाली. प्रास्ताविक कसे लिहावे हे मला निश्चित करता आले.

तरी मनात वाटे, कशाला ही सारी खटपट? प्रकृती नरम असली, की असे मग फारच वाटायचे. वासंती खूप धीर द्यायची. 'माझ्या हातून हे काम कसे होणार,' असे वाटायचे.

अशाच विचारात एकदा कागद पसरून बसले होते आणि दुर्गाबाई भागवत भेटायला आल्या. त्यांनी ते कागद वाचले आणि अतिशय आनंदित झाल्या. म्हणाल्या, 'हे तुमचे काम फार महत्त्वाचे आहे. मोठे काम म्हणून हात-पाय गाळू नका, आजारी पडू नका. हे काम पुरे झालेच पाहिजे, या जिद्दीने जगा.' आणि जाताना मला एक ओवी देऊन गेल्या.

त्यांनी माझ्या मालनगाथेला दिलेला हा आशीर्वादच, असे मी समजले. ओवीने तर डोळ्यांत पाणी आले; आणि 'काम पुरे करायचेच' हा निश्चयही बळावला; पण हातून पार पडला नाही.

पहिला भाग निवडला; पण पुनर्वाचन-लेखन करायला हवे होते. पहिली गाथा पक्की करण्याला घेतली तोच मला नागिणीने गाठले; आणि तिने जागा निवडली ती चेहऱ्याच्या उजव्या भागाची. डोळा आणि चेहरा तीन-चार महिन्यांनी बरा झाला. पण डोळ्यांचे खुपणे सुरू होते. त्यामुळे मूळ गाथा वाचून, सुधारून, प्रेस-कॉपी करणे थांबले. 'सकाळ'चे संपादक श्री. विजय कुवळेकर यांच्याचमुळे मेहतांनी पुस्तक घेतले– 'मृद्गंधा'प्रमाणे! कुवळेकरांचा उत्साह फार. 'कुणाकडून तरी हे काम करून घेता येईल,' हा त्यांचा आग्रह. वासंती तर तयारच होती. पण मला नको वाटले. माझी अशी सवय की, गद्य लेखनात पहिल्या प्रतीपेक्षा दुसरी प्रत करताना मला नवे काही अधिक चांगले सुचते. म्हणून बाड बॅगेत बंद केले. ज्यांनी-ज्यांनी आजवर मदत केली त्यांच्यासाठी तरी काम पुरे केले पाहिजे, असे वाटायचे. वासंतीचा तर आग्रहच.

मग हळूहळू जमेल तसे वाचून तयार लेख दुरुस्त केले. खोडाखोड खूप झाली. या कामात मनापासून लक्ष घालणाऱ्या सौ. सुनीता जोशी प्रत करायला तयार होत्या. त्यांनी त्या दृष्टीने थोडे वाचलेही. पण त्यांनाच आजाराने गाठले. पुन्हा गाथा बॅग-बंद झाल्या. पण त्या अशा बंदिस्त राहणार नव्हत्या.

एक योगायोग. वडगावचेच राहणारे डॉ. वा. पु. गिंडे चार महिन्यांपूर्वी सहज भेटायला म्हणून आले. ते पंढरपुरात कॉलेजमध्ये प्राध्यापक. इथेच त्यांचे शिक्षण झाले. त्यामुळे ते विद्यार्थी असल्यापासून परिचयाचे. ज्ञानेश्वरीचे मोठे चिकित्सक अभ्यासक आणि वाचनाचे वेड. ते सुट्टीत इथे आले की भेटत. गाथाही त्यांनी वाचल्या होत्या. असेच ते एकदा आले असता गाथांचा विषय निघाला.

ते म्हणाले, ''हे काम मी करतो. काळजी करू नका.''

पहिला भाग वाचून-सुधारून त्याची प्रत करणे त्यांनी ठरवलेच आणि गाथा घरी घेऊन गेले.

मेहतांनी दीड-दोन वर्षांपूर्वीच 'मालनगाथा' प्रकाशनासाठी घेतो म्हटले होते, पण मधे किती दिवस गेले. पुन्हा विचारायला हवे असे मलाच वाटले. कुणी प्रकाशकांनी लगोलग उचलावे, असे काही हे पुस्तक नव्हते. डॉ. गिंडे यांनी त्यांना विचारूनच मला कळवले. ''इंदिराबाईंनी स्क्रिप्ट दिले की छापायला घेतो असे म्हणतात.''

असा हा मालनगाथेचा प्रश्न— वेळ आली, तसा सहज सुटला. डॉ. गिंडे यांनी जितक्या आत्मीयतेने प्रत तयार करण्याचे मनावर घेतले, तितक्याच आत्मीयतेने श्री. अनिल मेहतांनी मालनगाथा प्रकाशित करण्याचे ठरवले.

असे हे सर्व मालनगाथेचे ऋणानुबंधी. त्यांचे औपचारिकपणे आभार मानून मोकळे न होता, त्यांच्या सर्वांच्या ऋणात राहणे, त्यांच्याबद्दल कृतज्ञ असणे, हे माझे कर्तव्य आहे असे मला मनापासून वाटते.

इंदिरा संत

अनुक्रम

मालनगाथेची कहाणी / १
जात्यावरील ओवीची उगमगाथा / १४

▶ **गाथागंठन : १ : बालेघाटीचा ईश्वर / १७**
गाथाबंध
१ ते २०	जातं मी वडीऽते	(उपप्रकरणे १ ते ५)
२१ ते २४	आली गिरणी अनसया	(उपप्रकरण ६)
२५ ते २८	एक चिरंजीव जाते	(उपप्रकरण ७)

▶ **गाथागंठन : २ : मालनीची प्रकाशपूजा / ५८**
गाथाबंध
| १ ते १७ | सूर्यसूक्त | (उपप्रकरणे १ ते ५) |
| १८ ते २२ | सांजवात | (उपप्रकरणे ६ व ७) |

▶ **गाथागंठन : ३ : मालनीचा रामप्रहर / ८९**
गाथाबंध
| १ ते १० | गरतीचा गरतावा | (उपप्रकरणे १ ते ३) |
| ११ ते १३ | भाजीपाल्याची सुगरण | (उपप्रकरण ४) |

▶ **गाथागंठन : ४ : थोरला माझा रथू : सासर / ११०**
गाथाबंध
१ ते ४	जावा नी जावा आमी	(उपप्रकरण १)
५ ते ८	सासू नव्हं ती, माऊली	(उपप्रकरण २)
९ ते १६	सासरघर	(उपप्रकरण ३ व ४)

▶ **गाथागंठन : ५ : माहेर / १३७**
गाथाबंध
| १ ते ४ | माहेरीचा पारिजात | (उपप्रकरण १) |
| ५ ते १० | माहेरघर | (उपप्रकरण २) |

११ ते १५	माझं माह्यार सोभीवंत	(उपप्रकरण ३)
१६ ते १९	माझं गारव्याचं झाड	(उपप्रकरण ४)
२० ते २३	सासर-माह्यार गावात	(उपप्रकरण ५)
२४ ते २६	झालं माह्यार मनहर	(उपप्रकरण ६)

▶ **गाथागंठन : ६ : मालनीचे आंतरमाहेर : पंढरी / १८०**
गाथाबंध

१ ते ९	सख्या सावळ्या पांडुरंगा	(उपप्रकरणे १ व २)
१० ते १४	गाते पाकळूका	(उपप्रकरण ३)

▶ **गाथागंठन : ७ : एक भावरंगी रंगलेली वाट / २०४**
गाथाबंध

१ ते ५	पंढरी... पंढरी	(उपप्रकरण १)
६ ते १०	माझी पावलं रंगली	(उपप्रकरण २)

▶ **गाथागंठन : ८ : भक्तवत्सल पांडुरंग / २२०**
गाथाबंध

१ ते ४	पाह्यं भक्ताच्या वाटंकडं	(उपप्रकरण १)
५ ते ९	इठ्ठल आला घरी	(उपप्रकरण २)

▶ **गाथागंठन : ९ : माझी चंद्रभागा / २३८**
गाथाबंध

१ ते ३	माहेरीची भावगंगा	(उपप्रकरण १)
४ ते ८	भरली चंद्रभागा	(उपप्रकरण २)
९ ते १०	चंद्रभागंच्यार वाळवंटी	(उपप्रकरण ३)

मालनगाथेची कहाणी

नवे वर्ष सुरू झाले आणि मनात आले, आणखी आठ वर्षांनी हे विसावे शतक मावळणार. त्याबरोबर आणखी कोणत्या गोष्टी मावळतील? हा मनाचा खेळ सुरू झाला आणि त्यात ही मावळतीच्या धारेला लागलेली बकुळीची फुले हातांशी आली. आजवर कोट्यवधी सूर्योदयांनी ती उमललेली पाहिली.

यांतीलच एक पहाट. एका डोंगरदरीत विसावलेले एक खेडेगाव. सर्व घरे साखरझोपेत असलेली. पण घरातील ओसरीशी वा पडवीशी एक ठाणवई मिणीमिणी उजळत असलेली. त्या प्रकाशात जात्याशी बसलेली एक मालन. एक मांडी घालून, एक पाय लांब सोडलेला. तिचा काकणांनी भरलेला हात जात्याचा खुंटा धरून जाते फिरवीत असलेला. दुसरा हात मधूनमधून बाजूच्या सुपातील जोंधळे मुठीने घेऊन जात्याला भरवीत असलेला.

जात्याचा तो मंद सुरातील घर्रघर्र असा वळणे घेणारा आवाज. दळतानाच्या हालचालींची मालनीची वळणदार लय आणि यात एकरूप झालेली ती मालन. जसे पीठ जात्यातून झरत जाते, तशा तिच्या ओठांतून शब्दकळ्या उमलू लागतात. ओव्यांमागून ओव्या गात असता दळण कधी संपते, तिला कळत नाही. त्या ओव्याही ओळीला ओळ जोडून, घोळून घोळून, उंच स्वरात गायच्या. ओवीच्या शेवटच्या ओळीच्या अखेरीस एक लांब असा हेल देऊन त्याच्या टोकानेच दुसरी ओवी उचलायची.

या ओवीत काय नसायचे? अवघ्या स्त्रीजीवनाला त्यांनी स्पर्श केलेला असायचा. सुपली-कुरुकुळीच्या खेळापासून, घाण्याच्या बैलासारख्या ओढलेल्या कष्टांपर्यंत. न्हाणवलीच्या सुखद सोहळ्यापासून मरणवेळेच्या काळापर्यंत. शृंगाररसापासून ईश्वराशी जडलेल्या सौहार्दरसापर्यंत. पुत्रजन्मापासून वैधव्याच्या आकांतापर्यंत, जे जे म्हणून स्त्रीला भावले ते सर्व या ओवीत आहे. ते एक अमृतानुभवाचे अथांग असे मानससरोवर आहे. अशा या मानससरोवराचा एकविसाव्या शतकात मागमूसही राहणार नाही. कारण आता जातेसंस्कृती संपली आहे.

आद्य कवयित्री महदंबा, वारकरी संप्रदायाच्या संत जनाबाई यांच्या ओव्या लिखित स्वरूपात आहेत. त्याचे कारण वेगळे आहे. पण घरोघरी ज्यांनी ओव्या

गायिल्या— दहाव्या शतकापासून वा प्राकृतभाषेच्या उगमापासून या जात्यावरच्या ओव्या ज्यांनी गायिल्या, त्यांचा आज मागमूसही लागत नाही. या ओव्यांना प्रेरणा मिळाली ती शेतीसंस्कृतीची. तेव्हापासून ग्रामीण स्त्रियांनी ज्या ओव्या गायिल्या, त्यातील त्यांचे सुखदु:खाचे भाव कोणत्या प्रकारचे असतील? कळायला मार्ग नाही. केवढे मोठे अनुभवामृताचे घडे काळाच्या उदरात गडप झाले!

इंग्रजी राज्य उगवण्याच्या आगेमागे ज्या ओव्या उमलल्या, त्यांतल्याच असंख्यांपैकी, गणती करण्याएवढ्या ओव्या आज मिळतात. कारण ओव्या पाठांतराने, घोषरूपाने जतन कराव्या ही जाणीवच स्त्रियांना नव्हती. इंग्रजांनी आपल्याबरोबर यंत्रयुगही आणले. त्यात एकोणिसाव्या शतकात धान्याचे पीठ करणारी गिरणी आली. तिने प्रथम शहरात आपले राज्य स्थापन केले आणि हळूहळू लहान गावे, बाजारपेठेची गावे, खेडी असे तिने आपले साम्राज्य पसरले. जाते नाहीसे होऊ लागले. अजूनही विजनात कुठे खेडी असतील तिथे जाती असतील— मालनी ओव्या गात असतील; पण त्याही हळूहळू लवकरच नष्ट होतील. कारण ती खेडी शहरांशी जवळीक साधतील— आणि ओव्या मुक्या होतील.

शेती-संस्कृतीत धान्य पिकवण्यापासून पकवण्यापर्यंत ज्या महत्त्वाच्या सुविधा निर्माण झाल्या, त्यांत जाते ही शेवटची सुविधा. घरच्या लक्ष्मीच्या मालकीची. या लक्ष्मीच्या जीवनात जात्याला एक असाधारण असे स्थान आहे. ते एक समृद्धीचे लक्षण आहे. मालन त्याला अन्नदाता परमेश्वर मानते. तो तिचा जिवलग मित्र आहे. तिच्या मनाला आधार देणारा तो एक तारणहार आहे. तिची स्वप्ने, तिच्या आकांक्षा, तिची सुख-दु:खे, तिची संकटे जिथे मोकळ्या मनाने ती सांगू शकेल, अशा तिच्या जीवनात दोन जागा. माहेरी आई आणि सासरी 'जाते'. म्हणून मालन म्हणते :

जात्या तू ईसवराऽ तू तंऽ डोंगरीचा रुषीऽऽ
खोलते तुझ्यापाशीऽ माझ्या हुरुदाच्या राशी.

मालनीने जात्याला देव मानले आहे. मंगल प्रसंगातही जी दळणे असतात, त्यांची सुरुवात करताना जात्याची पूजा केली जाते. असे जाते हे मालनीचे जीवन व्यापून आहे. किती जणींनी आजवर आपली मने जात्यापाशी मोकळी केली असतील!

या ओव्या लिखित स्वरूपात यायला लागल्या, तो एक योगायोगच. यादवकालीन संस्कृत-पंडितांनी या ओव्यांचा थोडा अभ्यास केला आहे. पण तो ओवीच्या रचनेबद्दलचा. तिच्यातील शब्दसंख्या, पदे यांच्या नोंदीसाठी.

वाघिणीचे दूध पिऊन ज्यांच्या बुद्धिला आणि विचारांना 'लोकसाहित्य' या साहित्यप्रकाराची जाणीव झाली, त्यांनी लोकसाहित्याचा शोध घेताना या ओव्या

त्यांच्या हातांशी आल्या. त्यांचा या ओव्यांचा अभ्यास सामाजिक, सांस्कृतिक दृष्टिकोनातून झाला. काहींनी तिच्या उगमाचा ऐतिहासिक वा शास्त्रीय दृष्टीने विचार केला, पण या ओव्यांचा एकसंध असा अभ्यास केला नाही. कमलाबाई देशपांडे यांचे 'अपौरुषेय वाङ्मय' हाच एक स्त्रियांच्या ओव्यांना महत्त्व दिलेला असा अभ्यास आहे. दुर्गाबाई भागवतांनी इतर लोकसाहित्याच्या रूपरेषेबरोबर या ओव्यांचा 'लोकसाहित्यशास्त्र' म्हणून या विचारांचा अभ्यास केला आहे.

लोकसाहित्याची ही जाणीव झाल्यावर मग तिचे संकलनही कित्येकांनी केले आहे. अतिशय कष्ट घेऊन, एक काम म्हणून केले आहे. यांतील काही महाभागांनी आपल्या ओव्यांच्या संकलनांना विवेचनात्मक प्रस्तावनाही जोडल्या आहेत. या प्रस्तावना मला स्वत:ला गाथागंठनाच्या कामात फारच मार्गदर्शन करणाऱ्या ठरल्या. अगदी अलीकडचे सुंदर प्रस्तावनेसह असलेले मोलाचे संकलन म्हणजे नांदापूरकरांचे ओव्यांतील संपूर्ण रामायण हे होय. ग्रामीण, नागरी ओव्यांचे हे रामायण संग्राह्य आहे. ओव्यांसाठी आणि प्रस्तावना-विवेचन यांसाठीही.

या सर्वांत अतिशय मोलाचे आणि महत्त्वाचे संकलन म्हणजे सोपानदेव चौधरी यांनी केलेले आपल्या मातुश्री बहिणाबाई चौधरी यांच्या ओव्यांचे संकलन आणि संपादन होय. असा सुपुत्र ग्रामीण क्षेत्रात शंभर वर्षांनी एक जरी जन्मला असता, तरी हे स्त्री-साहित्य म्हणजे रत्नांची खाण आहे असे सिद्ध झाले असते. आजही या बहिणाबाईंच्या ओव्या ध्रुवासारख्या अढळपदावर आहेत.

या सर्व ओवीभांडाराची कल्पना मला कॉलेजचे शिक्षण संपल्यावर म्हणजे खूप उशिरा आली; पण या ओव्यांची आवड मला लहानपणापासूनच निर्माण झाली होती.

माझे जाणते लहानपण तवंदी या लहान खेड्यात गेले. आमच्या घरालाच या गावाचा जिव्हाळा होता. त्यामुळे मी शिक्षणासाठी जरी बेळगाव, पुणे, कोल्हापूर इथे राहिले, तरी जरा सुट्टी लागली चार-आठ दिवसांची, की आम्ही तवंदीला जात असू. बेळगाव-कोल्हापूर हमरस्त्यावर जो तवंदीचा घाट लागतो, त्या तवंदीच्या डोंगरमाथ्यावर तवंदी हे खेडे इनाम गाव होते. डोंगराच्या पठारावर खेडे आणि शिवार आणि पायथ्याशी एक प्राचीन भले मोठे ब्रह्मदेवाचे देऊळ आहे. ते जैन धर्मीयांचे क्षेत्रस्थान आहे. ते हे तवंदी. या गावातील ग्रामीण घरांचा आणि आमच्या वाड्याचा फार जिव्हाळ्याचा संबंध होता. त्यामुळे मला मैत्रिणींना कधी तोटा पडला नाही. तिथल्या कोल्हापूर-बाजूने आलेल्या सुना तर मला 'दिवाणसाब' म्हणत. अशी मी व माझी बहीण कमला त्यांच्या घरच्याच होऊन गेलो होतो. हे एवढ्यासाठीच लिहिले, की आमचे संबंध जरी रयत व जमीनमालक किंवा संस्कारांच्या दृष्टीने ग्रामीण व उच्चवर्णीय असे असले, तरी आम्हाला त्याची जाणीवही नव्हती. घरीही हेच वळण होते.

त्यामुळे तवंदीला राहण्याची मला फार आवड होती. लहानपणी वेळ घालवण्याची माझी ठिकाणे ठरलेली होती. गोठ्यातील जनावरे व आमची उद्योगशाळा यांत खूप वेळ जायचा. भागाबाई दळणाला बसली, की तिथे तिचे दळण संपेपर्यंत बसून तिच्या ओव्या ऐकायच्या. आम्ही दोघी बहिणींनी आणि मैत्रिणींनी सोप्यातील झोपाळ्यावर बसून खूप झोका घेत बसायचे... ओव्या म्हणायच्या. भागाबाई दळायला बसली, की मीही मग हात लावीत असे. मला हे काम म्हणजे एक छान गंमत वाटायची; आणि भागाबाई ओव्या म्हणायची :

जातं मोठं हत्तीरथीऽ घागऱ्या घोळाचंऽ
मोठ्या घराच्या तोलाचंऽ आक्काबाईच्याऽऽ
जातं माझं हत्तीरथीऽ मला वऽढ न्हायी पडलीऽऽ
लाडी सारजा सुंदरऽ मधी हाताला भीडलीऽऽ

माझ्यावरच्या ओव्यांमुळे मला अधिकच गंमत वाटायची. मी जात्यावरून उठले, की भागाबाई पाठीवरून हात फिरवत म्हणायची,

'जात्याच्या पाया पड, इंदाक्का.'

या ओव्या ऐकायला मला फार आवडायचे. कुठे कुणाकडे गेले आणि दळण सुरू असले, तर मी जात्याशीच मुक्काम ठोकून ऐकत राहायची. त्या वेळी मला कल्पनाही नव्हती, की पुढच्या आयुष्यात त्या ग्रामीण ओवीत माझा इतका जीव गुंतून पडेल.

मॅट्रिकची परीक्षा झाली आणि नेहमीप्रमाणे आम्ही तवंदीला आलो. परीक्षेनंतर मन एकदम रिकामे होते. पुढे मी शिकायचे, असे घरात काही बोलणे नव्हते. वेळही जात नव्हता. दोन पेट्या भरून असलेली पुस्तके आजवर वाचून वाचून संपली होती; आणि या रिकामपणाला एक कोंब फुटला! कारण तसे फार नाही. झोपाळ्यावर ताई झोके घेत होती आणि गुरवाची जना ओवी म्हणत होती :

चांदीच्या ताटामंदीऽ फूल दाशाळाचं लाऽलऽऽ
त्याच रंगाची चोळी धाडऽ, बंधूऽ रायाऽऽ

ही ओवी ऐकली आणि मनात काही आले. आतापर्यंत काव्यातील उपमादी अलंकार, लक्षणा आणि ध्वनिकाव्य इत्यादी अभ्यासात होते. काही वर्षांपूर्वी आंबेवाडीकर शास्त्रींनी 'रघुवंश' आणि 'मेघदूत' हे कालिदासाचे काव्य आठ-दहा महिने शिकविले होते. त्यांनी काव्यातील साज-शिणगाराची कल्पना दिली होती. क्रमिक पुस्तकांतील कविता तर रसग्रहणालाच होत्या. त्यांचा अभ्यास केला होता. पण ही ओवी ऐकून का कुणाला ठाऊक, आजवरच्या कवितेपेक्षा वेगळी वाटली.

ही एक लहानशी कविताच की, असे वाटले. चटकन उठून मी देव्हाऱ्याशी गेले. चांदीच्या ताम्हनात तिथलेच ताजे जास्वंदीचे फूल ठेवून पाहिले. त्यावेळी आई देव्हाऱ्याच्या दोन बाजूंना दोन नंदादीपांच्या समया लावीत असे. त्या दिव्यांच्या प्रकाशात ते ताम्हनातील फूल काय झळकत होते! मला वाटले, तिला लाल रंगाचा खण हवा होता. पण तो रेशमी हवा होता आणि तिला असेही सुचवायचे होते,

'मी इतकी गोरीपान आहे! त्या रेशमी खणाची नऊ तुकड्यांची चोळी माझ्या दंडावर आणि पाठीच्या फाकांवर अशी काही रसरसून दिसेल... तर मला तसलाच— दाशाळाच्या पाकळीसारखा खण धाड.'

का, कुणाला ठाऊक! वाटले, ही ओवी लिहून घ्यावी. बेळगावहून येताना शाळेच्या वह्या आणल्याच होत्या. एक पान उघडले आणि ती ओवी लिहून घेतली... आणि यानंतर पुढे अशीच ऐकलेली ओवी लिहून घेत गेले. पण जात्यावरच्या ओव्या त्या मालनीकडून लिहिण्यासाठी म्हणून घेणे कठीणच. जात्यावर गाताना त्यांतील शब्दांची गुंतागुंत होत राहायची आणि पुन्हा त्याबद्दल नंतर विचारले, की भागाबाई म्हणायची,

'ववी जात्यावरच येतीया. आता न्हाई.'

बहुतेक जणी असेच सांगत. कुणी असे बोलता बोलता सांगून जायच्या. पण लिहिताना 'पुन्हा सांग' म्हटले, की एकदम ठप्प व्हायच्या.

'असं मदी मदी बोलू नगंसा. आमाला मग सुदरत न्हाई.'

खरेच, त्यांना जात्यावरची ओवी पुन्हा सांगणे जड जायचे. हे त्यांच्या चेहऱ्यावरच्या आविर्भावाने समजायचे. हे निसर्गतःच व्हायचे, की सांगण्याची सवय नाही म्हणून व्हायचे, हे सांगणे कठीण!

'जात्याच्या कैफात म्या गातू... मंग तेची याद न्हाई ऱ्हात', असे एका म्हाताऱ्या मालनीने मला सांगितले होते. तेच खरे, असे आता वाटते.

काही बायका मात्र सांगायच्या. कारण गाणाऱ्याच्या लक्षात न राहिली, तरी ऐकणारणीच्या— म्हणजे दळताना हात लावणारणीच्या— ती लक्षात राहते, असेही लक्षात आले. हे काम कठीण असले, तरी ते मी करीत राहिले. तवंदीच्या मुक्कामात माझा हा एकच नाद राहिला.

शिक्षणासाठी बेळगाव, पुणे आणि कोल्हापूर इथे राहावे लागले आणि ग्रामीण संस्कृतीचा आणि माझा संबंध संपुष्टात आला. लग्नानंतरही तेच झाले. घरी कामाला येतील त्यांच्याशी बोलून मी तवंदीची तहान भागवून घेई. या बायका खूप बोलायच्या; आपल्या संसाराची कहाणी सांगायच्या, अडचणी सांगायच्या, पण ओव्यांचा विषय निघाला की म्हणायच्या,

'विसरलो बघा— आणि इथं आता जातं कुठं हाय— मग वव्या कुठल्या?'

तरी मी मिळतील तिथून एक-दोन का होईना, घेत राहिले. असेल त्या कागदावर लिहायच्या आणि कागद भरला की तवंदीच्या दप्तरात जमा करायचा. मधून मधून त्या वाचायला मला फार आवडायचे. ते बघून कुणी म्हणायचे,

'कशाला हे भरताड जमवलंय?'

मग मी जेव्हा एकटी असेन तेव्हाच हे 'भरताड' उघडीत असे. माझा त्याच्यावर जीवच जडला होता. आता हे भरताड बरेच मोठे झाले होते.

लग्नानंतर आम्ही मुंबई, पुणे इथे पाच-सहा वर्षे होतो. पण हे दप्तर माझ्याबरोबर होतेच. मुंबईला मात्र मला खूप ओव्या मिळाल्या. आम्ही ज्या चाळीत राहत होतो, तिथे आमच्या शेजारी एक जोडपे होते. त्या गृहस्थांची रातपाळी, दिवसपाळी असे. तेव्हा त्या बाईंची आई त्यांना सोबतीला यायची. या आजी खानदेशातील खेड्यात राहणाऱ्या होत्या. त्यांना ग्रामीण आणि नागरी दोन्ही प्रकारच्या त्या देशातील ओव्या येत. त्या त्यांनी भरभरून मला सांगितल्या. मला ही खानदेशी बोली आणि अहिराणी बोली फार आवडली. ओव्याही नव्या वाटल्या. त्या जोडप्याचे नाव दीक्षित होते, असे आठवते.

नंतर ती पोतडी मी जी बांधून ठेवली, ती पुन्हा उघडली, मी बेळगावी आल्यानंतर ट्रेनिंग कॉलेजमध्ये नोकरी मिळाली तेव्हाच. तोपर्यंत एक-दोन, एक-दोन ओव्या लिहून कागद भरला की तो जमा करण्यासाठीच ती उलगडली जाई.

मध्यंतरीच्या सगळ्या तापत्रयात वा घाईगर्दीत ही ओवी मी विसरले कशी नाही? याचेच मला आश्चर्य वाटते.

ज्या ट्रेनिंग कॉलेजमध्ये मी नोकरी धरली, ते या विभागातील पहिले कॉलेज होते. शिवाय त्याचे वैशिष्ट्य हे, की ते विद्यार्थी-विद्यार्थिनींचे एकत्र असे कॉलेज होते. हे सहशिक्षण ट्रेनिंग कॉलेजमध्ये पूर्वी नव्हते. इथे संस्थेचे सेक्रेटरी श्री. बाबूराव ठाकूर यांना खूप प्रयत्न करून ही परवानगी मिळवावी लागली. त्या बाबतीतही इलाख्यात हे पहिलेच कॉलेज होते. याच वेळी प्राथमिक शिक्षकांसाठी पदविका सक्तीची केली होती. त्यामुळे आमच्या कॉलेजमध्ये खेड्या-पाड्यांतील स्त्री-शिक्षिका खूप आल्या. काही तर चार-चार मुलांच्या आया होत्या. या विद्यार्थिनींशी माझे संबंध नेहमी जिव्हाळ्याचे असत. एक शिक्षिका या नात्याने मी त्यांच्या अडी-अडचणी समजून घेत असे. त्यामुळे गदग, हुबळी, धारवाड, विजापूर, कारवारपासून सांगली, मिरज, म्हैसाळ, सातारा इथपर्यंतच्या विद्यार्थिनींच्याकडून मला ओव्या जमा करता आल्या. त्या वेळी शाळा सुटल्यावर अर्धा तास एखाद्या मुलीला मी थांबवून घेऊन हे काम करीत असे. हे बघून मुली मग आपोआप घरूनच लिहून आणू लागल्या.

त्याच सुमाराला जीवन-शिक्षणाचे प्रयोग सुरू झाले. प्रथम कॉलेजचे विद्यार्थी

त्यात तज्ज्ञ होणे जरूरीचे होते. त्या शिक्षणाच्या अटीप्रमाणे कॉलेज शहरातून खेड्यात आणावे लागले. बेळगावजवळ वडगाव या संस्थानी खेड्यात हे कॉलेज आले आणि नियमाप्रमाणे मुलींचे वसतिगृहही झाले. या वेळी मी ओव्या जमविण्यासाठी या गोष्टीचा फायदा घेतला. इथे मला हरिजन मुलींच्याकडूनही ओव्या मिळवता आल्या. पण मी या ओव्या ग्रामीण ओव्याच समजून घेतल्या. आणखी एक संधी मला मिळाली. शिक्षणक्रमात विद्यार्थी खेडेगावात गेल्यावर त्यांनी काही घडीव काम करावे, या हेतूने सुट्टीत त्यांना काही लेखनाचे प्रकल्प दिले जात. त्यात मी लोकसाहित्य जमा करणे हा प्रकल्प योग्य मुले पाहून देत असे. खेड्यांतील मुलांचे खेळ व गाणी, भुताखेतांच्या गोष्टी, जेवणातील पदार्थांच्या पाककृती, शेतीच्या मोसमात गायली जाणारी पुरुषांची गीते इ. इ. यांतच विद्यार्थिनींना खेड्यांतील बायकांची गाणी, सण-समारंभांची वर्णने, जात्यावरील ओव्या, मुलींचे खेळ व गाणी— असेही प्रकल्प दिले. यातूनही मला खूप ओव्या मिळाल्या. त्या मी उतरून घेऊन वह्या त्यांना परत केल्या. आपल्या मनात इच्छा असली, की संधी कशी बोलावल्यासारखी येते, याचे आश्चर्य वाटते!

मी कॉलेजची प्रिन्सिपल झाल्यावर मला आणखी एक संधी चालून आली. खेड्याखेड्यांत पसरलेले आमचे विद्यार्थी समारंभाकारणानिमित्ताने मला बोलावू लागले. तिथे जाण्याची एकही संधी मी सोडली नाही. ज्या शिक्षिका भेटतील, त्यांना ओव्या जमा करा म्हणून सांगायचे. अशाही बऱ्याच जणींनी त्या गोळा करून हस्ते-परहस्ते माझ्याकडे पाठवल्या. हा माझ्या आयुष्यातील एक आनंदच ठरला. ज्यांना माझा हा नाद माहीत झाला त्यांनीही आपणहून पाठवल्या. दुर्गाबाई भागवतांनी आपण गोळा केलेल्या भटक्या जमातींतील स्त्रियांच्या ओव्या पाठवल्या. निपाणीहून कल्याणी कुलकर्णी या कॉलेज विद्यार्थिनीनेही बऱ्याच पाठवल्या. गेल्या ऑक्टोबरमध्ये मुंबईला गेले होते. तिथे वासंती मुझुमदार यांनी त्यांना कुठे मिळालेल्या चार-पाच ओव्या डायरीत टिपून ठेवल्या होत्या. त्याही मी लिहून आणल्या. हा छंद आता माझा सांगाती झाला आहे.

या ओव्या गोळा करीत होते. सवड मिळेल तेव्हा वाचत होते. त्यांची आवड कमी झाली नव्हती. ओव्या गोळा करीत असताना त्याला समांतर एक विचार मनात चालू असे— त्याला दिशा सापडत नव्हती. मग पुन्हा-पुन्हा वाचून जे मनात आले ते हळूहळू करीत गेले. मुले सुट्टीला पुण्याला मावशीकडे गेल्यावर, माझ्या आजारपणाच्या विश्रांतीत, झोप आली नाही तर, अशा वेळी हे माझे काम चालू असे. त्यासाठी मी पाठकोरे कागद साठवीत असे.

या कागदावर प्रथम मी नागरी आणि ग्रामीण ओव्या वेगळ्या लिहिल्या. हे काम करीत असताना मला जास्त भावल्या, त्या ग्रामीण ओव्या. बोलीभाषेतील शब्दांचे

एक वेगळेच शक्तिसौष्ठव— त्याची चित्रबंद होण्याची शक्ती, त्यांचा साधेपणा आणि गोडवा, वेगवेगळे सामावून घेणारे त्या शब्दांचे अवकाश– प्रकर्षाने जाणवले. त्याचे अनुभव आणि त्यांतून होणारे स्फटिकासारखे किंवा झुंबरासारखे अनेकपदरी भावदर्शन— त्यांचे सूक्ष्म संवेदन यांनी मी भारून गेले. ते चांदीचे ताट आणि दाशाळीचे फूल ही आणि मालनींची प्रतिमा आणि तिचे आविष्कार यांत मला न सांगता येण्याजोगे साधर्म्य दिसून आले. पण हे नुसते जाणवत होते.

साहजिकच यापुढचे काम सुरू असताना मी ग्रामीण ओव्यांचा कागदांचा गठ्ठा पुढे ओढला. पहिले काम करीत असतानाच दुसरे काम ठरल्यासारखे झाले. आता या ओव्यांतील पुनरावृत्ती गाळली आणि त्या चांगल्या कागदांवर पुन्हा लिहून काढल्या आणि बरेच दिवस फायलीत त्या बंद करून ठेवल्या. कारण पुढे काय करावे, सुचत नव्हते. पण प्रयोग करता करता शोध लागतो, हे रेडियमचा शोध लावणाऱ्या मारी क्युरीच्या चरित्रावरून माझ्या मनात ठसले होते. तीच श्रद्धा मनाशी बाळगून मी काम सुरू करावे असे ठरवले.

पुन्हा ते चांदीचे ताम्हन आणि दाशाळीचे फूल आठवले— त्यातील बंधुप्रेमाचा हक्काचा भावबंध त्या ओवीत होता— आणि मनाशी निश्चित केले. एका एका भावबंधाच्या अशा ओव्या एकत्रित करायच्या. माहेरचे निरनिराळ्या व्यक्तींचे निरनिराळे असंख्य भावबंध असतात. तसेच सासरचेही... आई आपल्याशी निरनिराळ्या भावबंधांनी जोडलेली असते— तसाच सासरी पतीही. ओवीला मी त्या वेळी कविता म्हटले— तेच सूत्र पुढे घेतले आणि प्रत्येक भावबंधाच्या ओव्या वेगळ्या लिहायला घेतल्या. हे माझे काम हळूहळू होत राहिले. कारण आता प्रत्येक ओवी अधिक खोलात जाऊन समजून घ्यायला हवी होती. त्यासाठी बोलीभाषेचे शब्द— त्यांचे दुहेरी, तिहेरी संवेदन— काही वाक्प्रचारांचे संदर्भ, इत्यादी समजावून घेण्यासाठी ग्रामीण वा नागरी शब्दकोश माझ्याकडे नव्हता. सणसमारंभातील बारकावे व त्यांचे आचार हेही सांगणारे कुणी नव्हते. तेव्हा माझे मीच काम सुरू केले. ज्या शंका आल्या त्या वेगळ्या टिपून ठेवल्या. कुणीतरी जाणकार भेटले तर जवळ तयारी असावी, म्हणून.

—आणि माझे लेखन सुरू झाले. प्रथम आईवरचे भावबंध वेगळे केले— आईचे उपकार, आईची माया, आईचे दुःख— मग बाप, त्याचे कर्तेपण, त्याचे कठोर आणि कोवळे मन— अशाच प्रकारे. बरेच महिने हे काम केले. देवादिकांचेही केले. शेतीच्या व्यवसायाचे केले— अशा वह्या भरल्यावर आता हे काम कुणाला तरी दाखवण्याजोगे आहे आणि भरताड तर नाहीच नाही ही खात्री पटली. मग सर्व संकलनांच्या प्रस्तावना पुन्हा वाचल्या. त्यांत नांदापूरकरांच्या आपल्या संकलनाची प्रस्तावना आणि द. ग. गोडसे यांची पोत, लोकधाटी, मातावळ ही पुस्तके अभ्यास

करावा तशी वाचली. त्यांतील मला जे उमगले, ते खरोखरीच विचारात भर टाकण्यासारखे होते. गं. ब. ग्रामोपाध्ये, श्रीनिवास विनायक कुलकर्णी, वासंती मुझुमदार यांना हे संकलन दाखवले. त्यांना फार आवडले. मी असे काही 'सुंदर' काम करीन याची त्यांना कल्पनाही नव्हती, असे त्यांचे मत होते.

या कामातूनच मग गाथा करण्याची बुद्धी सुचली. प्रत्येक ओवी ही जर एक भावाविष्कार असेल, तर अशा भाववृत्तींच्या कविता का करू नयेत? या तर भावकविताच होणार.

प्रत्येक ओवी ही रांगोळीच्या ठिपक्यांसारखी ठसठशीत आणि स्वयंपूर्ण आहे, तर या जमवलेल्या ओव्यांचे ठिपके मांडून त्यांची रांगोळी का चितारू नये? पाच ठिपक्यांचे कासव, सात ठिपक्यांची कुयरी, असे का आकारू नये? हा विचार मनात आला आणि रुतूनच बसला. या ओव्यांच्या ठिपक्यांतून उत्कट अशा भावलहरी फिरल्या आणि एक कविता तयार झाली. मग अशा गाथा करीत गेले आणि आता ही ओवी वेगळ्या रूपात दिसणार या विचाराने, मन समाधानाने भरून गेले.

जात्यावर गायल्या जाणाऱ्या ओव्या, अवघ्या संसाराचे एक उपनिषद. जाते-संस्कृतीने मालनीच्या पदरात बांधलेले हे स्त्रीधन म्हणजे स्त्रियांच्या काव्याचा मुळारंभ आरंभ!

काव्याची निर्मिती, त्या निर्मितीची प्रक्रिया— काव्याचे भाषेशी नाते, भाषेची शुद्धता, काव्याचा हेतू या सर्वांच्या पलीकडची ही ओवी. ज्या मालनीने ही निर्माण केली, तिला 'आपण रचली' ही जाणीव नाही. तिला भावलयीसाठी शब्दांची मोडतोड, जोड यांत काही वावगे वाटले नाही. जोडाक्षरे तर तिने मानलीच नाहीत. या ओवीला विरामचिन्हे नाहीत. ऱ्हस्वदीर्घाची कसरत नाही. या सर्वांतून मुक्त आणि म्हणूनच एक निर्भर, लवचीक असा गोडवा तिच्यात आहे.

या ओवीचा जन्म जात्याच्या स्वरलहरींबरोबर आणि अंतही. ज्या भावलहरी वाऱ्याबरोबर वाहून न जाता ऐकणाऱ्यांच्या स्मृतींत राहिल्या, त्या राहिल्या. पाठ, घोष इत्यादींनी त्या टिकवल्या ही मालनींना जाणीवही नाही. अशा या वाहत्या ओव्या. स्मृतींत राहिल्या तरी त्यांचा वाहण्याचा धर्म सुटला नाही. माहेरी, सासरी कुठे-कुठे ही मालन स्थलांतर करीत गेली... जाताना खजिना घेऊन गेली. आता ही ओवी कुणा एका मालनीची, कोणत्या एका गावाची अशी न राहता मराठी मालनीचे जे एकूण स्त्रीरूप— आदिमायेचे, त्या आदिमायेच्या भाववृत्तींचा हा आविष्कार ठरला आहे.

ओवी म्हणजे ओवलेली किंवा ओवणारी— ओवली जाणारी. स्वरलयीच्या धाग्यात ओवला गेलेला भावफुलांचा लहानसा वळेसर. तशीच नाजूक चित्रवाण, रूपगंधाने बहरलेली, वळणदार झुलती डोलती अशी ही ओवी. जात्याच्या फेराच्या

वळसेदार स्वरलयीबरोबर मालनीच्या गळ्यातून सहज सहज अशी येणारी.

या ओवीचे मुख्य वैशिष्ट्य म्हणजे ही जीवननिष्ठ आहे. तिचे शब्द, दाखले, प्रतिमा सर्व काही जीवननिष्ठ आहे. आशयही जीवननिष्ठ असल्याने आविष्काराला सहजता आली आणि तितकीच उत्कटताही आली. साडेतीन-चार चरणांच्या आणि बारा-पंधरा शब्दांच्या ओळींच्या आविष्काराची झेप पाहिली की मन स्तिमित होते. या मालनी निसर्गकन्या असल्याने त्यांना रूप, रस, रंग, गंध आणि स्पर्श या संवेदनांची सूक्ष्म जाणीव आहे. त्यामुळे तो आविष्कार म्हणजे एक चित्रशाळेची सहजसुंदर रेखणीच वाटते.

मोठ्या धाडसाने मी हे काम करायला घेतले आणि वह्या उघडल्या. गाथांचे गंठन करताना नादावल्यासारखे झाले. एक एक गाथा पुरी करून बाजूला करताना खूप वेळ तिच्यावर विचार करावा लागला. कुडीसाठी किंवा सरासाठी मोती निवडण्याइतकेच हे काम अवघड वाटले.

जशा जशा लिहून बाजूला केल्या, तशी तशी मी जपून जपून त्या मालनींच्या भावविश्वातच जणू पाऊल टाकू लागले. प्रत्येक गाथा एक 'तिळा उघड'चा अनुभव देऊ लागली. पुऱ्या केलेल्या गाथा वाचून पाहिल्या तेव्हा एक लक्षात आले की, गाथांचे गंठन करताना मी त्या एका भावसूत्राच्या अशा निवडल्या नाहीत. जशा ओव्या सापडतील तशा त्या गाथा झाल्या. हे फार चांगले झाले. कारण मालनींच्या एकूण जीवनातील अनुभवांचा वानवळाच मला तिळातिळाने आकलन करता आला. अशा पंधरा-वीस लिहिल्या आणि एकदा एकाच बैठकीत वाचल्या, तो एक त्या गाथांचे निराळेच रूप माझ्यापुढे आले.

निरनिराळ्या आकारघाटांच्या, निरनिराळ्या रंगारूपांच्या, निरनिराळ्या रसगंधांच्या पाखरांचा हा मेळावा तर नाही— असे काही वाटले. किती विविध रूपे! कित्येक भाववृत्ती आपल्या पंखा-चोचींच्या, स्वरांच्या, चालणींच्या डौलदार आविष्कारात इथे खेळत आहेत असे मला मनोमन वाटले.

की ही एक अनोखी गोधडी! रंगीत कापडांच्या तुकड्यांची— विविध आकारांनी सजलेली— आणि ठसठशीत टीप घालून जोडलेली ही गोधडी तर नव्हे! ही रंगबावरी गोधडी— मालनीच्या खऱ्याखुऱ्या जीवनातील एक महत्त्वाची कलाकृती— त्यांना आवडणारी— त्यांनीच तयार केलेली! आपल्या जीवनाची गाथा...

ही मालन कोण? कुठे राहणारी? हिचा कुळवृत्तांत काय? हिचे घर, हिचा वाडा, हिची हवेली कुठल्या गावात? हिची शेती, शिवार, गावमळा कुठल्या देशाचा? हिचे दैवत कोण? ही केव्हा होऊन गेली, की अजून आहे? असे प्रश्न उभे राहतात. या गाथा मालनीचा भूगोल आणि इतिहास सांगतात काय? इतिहास आणि भूगोल यांचा आपण जो अर्थ घेतो, त्या अर्थाने त्या सांगत नाहीत असेच

म्हटले पाहिजे.

पंढरीच्या विठुरायाचे दर्शन घेण्यासाठी त्या जातात, तेव्हा भूगोलातील वाटा ओलांडतात. विठ्ठलावरील भक्तीचे, त्याची कथा, त्याचे माहात्म्य कीर्तना-पुराणांतून त्या समजून घेतात. ज्ञानेश्वर माऊली, नामदेव, जनाबाई, एकनाथ आणि तुकाराम यांचा भक्तिभाव, यांच्या आख्यायिका, यांची थोरवी भजन-संकीर्तनातून त्या मनोभावे आत्मसात करतात. पण गाथेत त्यांच्या या प्रत्यक्ष अनुभवाला जागा नाही. त्यांच्या भक्तिभावाचे जे एक उत्कट भावन ते आपल्या स्वयंभू शक्तीने अधांतरी होते आणि जो अनुभव तो प्रतिमा-अलंकार, कल्पना, संकेत, कथा आणि आख्यायिका यांतील जे जे उत्कट, ते ते या भावनात रसायनासारखे मिसळते. या रसायनातून मालनींनी शब्दरूपात गाथा आणल्या, त्या मात्र त्यांच्या प्रत्यक्ष जीवनानुभवापेक्षा किती वेगळ्या! पण त्या अनुभवाशी निगडित असलेल्या. वास्तव जीवन व गाथा यांचे नाते झाड आणि फूल यांच्यासारखेच रसगर्भ म्हणजे जैव आहे.

या मालनींच्या गाथांना जसा प्रत्यक्ष इतिहास व भूगोल नाही, तशी या गाथांत काळसंकल्पनाही नाही असे दिसून येते. या गाथांची आपल्या कालपरिमाणाप्रमाणे संगती लावता येत नाही. मालनींच्या या गाथांना कालमानाचे ऐतिहासिक परिमाण जरुरीचे वाटत नाही. गाथेमध्ये काळ असला तर तो स्थूलमानाने एकच काळ असतो— तो भूतकाळ. तोही संदिग्ध, लवचीक आणि केवळ लाक्षणिक अशा स्वरूपात असतो.

या गाथांचे दुसरे वैशिष्ट्य असे : त्यांच्या या वेल्हाळदर्शनाची पहिली जाणीव होते ती त्यांच्या बोलीभाषेची. बोलीभाषा हीच त्यांच्या अनुभवाची भाषा असते. तिचा अनुभव आणि तिची शब्दकळा यांचे ते एक मधुर रसायन असते. त्यांच्या ओवीतील शब्दकळा बदलली— एका शब्दाने बदलली, तरी त्या ओवीचा तोल जातो. 'पंढऽगरीशी जाऊ' हे 'पंढरीशी जाऊ' असे बदलले की संपलेच. 'भरतार'चे 'भ्रतार' केले की त्या ओळीत त्राण राहत नाही. एवढी त्या ओळीची वा बोलीभाषेची नाजूक अशी संवेदनशीलता आहे. नागरी भाषेप्रमाणे तिची साहित्यिक भाषा होण्याची मुळी महत्त्वाकांक्षाच नसते. ती व्याकरणाने नियत नसते. ओवीच्या भावानुभवाच्या झोक्याप्रमाणे, लयीप्रमाणे हेलावणारे असे तिचे रूप असते. नियम-विरहित असे ते बोलीभाषेचे जिवंत वळण असते.

या गाथांमधून प्रतीत होणारे भावविश्व किती बदलत्या स्वरूपाचे आहे! प्राकृत भाषेच्या आधीपासून— म्हणजे ती भाषा लिखितावस्थेत येण्याच्या पूर्वीपासून आजच्या ग्रामीण भाषांच्या स्वरूपापर्यंत जसा काळाचा प्रवाह चालला, तसे अनुभव बदलत गेले. त्या अनुभवांना आविष्कार देणाऱ्या भाषाही बदलत गेल्या. पण मालनी ओव्यांतून गात राहिल्या. हा प्रत्येक आविष्कार म्हणजे एका प्रकाशकिरणाचा

हलता, हेलावता कवडसा. त्या अगणित कवडशांचे मालनीने विणलेले हे चक्रपाटवच.

हे पाटव पसरून न्याहाळू लागले की एक लक्षात येते— या गाथा वरवर केवळ ग्रामीण जीवनाशी निगडित अशा भाववृत्तिसूचक असल्या तरी त्या तेवढ्यापुरत्याच नसतात. त्या गाथांतील दर्शनी रूपाचा सूक्ष्म विचार केला तर त्या भाववृत्तीतून एक सुप्त मौलिक अशी जीवनवृत्ती सातत्याने प्रवाहित आहे असे स्पष्ट जाणवते. म्हणजेच या गाथांतील अनेकानेक भाववृत्तींचा, संवेदनांचा आविष्कार म्हणजे या मौलिक जीवनवृत्तीने दिलेल्या प्रेरणांचा असंख्य रूपांतील मनोज्ञ असा आविष्कार आहे. तो न्याहाळण्यासाठी आपल्याजवळ त्या प्रेरणांतील मूळ संवेदन जाणून घेण्याचे भिंग मात्र हवे.

मी जी गाथागाथांतून भावणारी जीवनवृत्ती म्हणते, ती म्हणजे मालनीची विजिगीषा! जीवन जगण्याची एक दुर्दम्य इच्छा! या गाथांतून जीवनाला विरोध दर्शविणारी गाथा चुकूनच आढळते. जिथे मालनींना त्यांच्या जीवनप्रवाहाला अडथळा येणारे काही आढळते, तेव्हा त्या ते सहज बाजूला सारतात. भावविवशता, संस्काराची वळणे यांची त्यांनी कधी तमा बाळगली नाही. त्यात कठोर, निर्दय, नियमबाह्य असे काही नसून ती जीवनरीती आहे असेच त्यांनी मानले. शेतीसाठी, इतर कामांसाठी जो बैल उपयोगी पडतो— त्याच्यावर त्यांचे जिवापाड प्रेम असते. पण तो बैल कष्टकरी राहावा म्हणून त्याला खच्ची करणे त्यांना वावगे वाटत नाही. या गोष्टीला त्या विरोधही दर्शवीत नाहीत. मुलाला काही त्रास होऊ नये म्हणून दृष्ट काढण्यापासून करणी, जादूटोणा करण्यासही त्या मागेपुढे पाहत नाहीत. सुनेला सासुरवासाच्या दिव्यातून जावे लागते, ते ती ज्या घरची झाली त्याचे वळण मोडू नये म्हणूनच. स्वत:चे मरण हा देखील एक आनंद-सोहळा असे त्यांना वाटते. वंशसातत्य आणि समृद्ध जीवन या दोन प्रेरणांतूनच मालनीची संस्कृती निर्माण झालेली आहे. वंश निर्माण करणे आणि त्याचे पालनपोषण करणे हे महत्त्वाचे काम निसर्गाने स्त्रीवर सोपवले आहे, म्हणूनच ती तिची संस्कृती, असे मी म्हटले आहे.

प्राणिमात्राने किंवा चराचराने सुखात राहावे म्हणूनच निसर्गाची तीन तत्त्वे समजली जातात; ती सहयोग, सहकार आणि सहिष्णुता ही आहेत. मालनींचा जीवनप्रवाह याच तत्त्वांच्या धारेला लागून वाहतो आणि त्यावर त्यांची श्रद्धा आहे किंवा आपण त्या पार पाडल्याच पाहिजेत अशी त्यांची श्रद्धा आहे. म्हणूनच मालनींचे आचार-विचार या संस्कृतीशी सुसंगत आहेत असे वाटते. सर्वांविषयी जिव्हाळा, सर्वांसाठी कष्ट करणे, त्याग करणे, सर्वांच्या सुखदु:खांत सहभागी होणे, स्वत:च्या दुबळेपणाला— दुर्दैवाला— शरण न जाणे, संरक्षणासाठी निसर्गाशी वा त्याच्या प्रतीकाशी सौहार्दाचे नाते जोडणे, त्याची शक्ती मानणे हा मालनीचा आचारधर्म गाथांतून उत्कटपणे प्रत्ययाला येतो.

ही संस्कृती म्हणजे धरणीची संस्कृती. कालप्रवाहाबरोबर आदिमानवांच्या संस्कृतीपासून आजपर्यंत बदलणाऱ्या संस्कृतीतून स्त्रीने जे नको ते टाकून दिले आणि वंशसातत्य आणि त्याचे संगोपन यासाठी जे हवे ते जोपासले. जाते-संस्कृतीत तिने जे जोपासले, ते जात्यावर तिने गायिले— कुणाला आवडेल, न आवडेल याची पर्वा केली नाही. टिकेल, न टिकेल याचा विचार केला नाही. पण त्यांतल्या काही ओव्या कुणाच्या सुरांतून कागदावर उतरल्या. ऋणानुबंध, कुणाला ठाऊक, पण मला त्या ओव्यांनी आपलेसे केले. मी ते मानले आणि ओव्यांना गाथारूप दिले. हे सर्व मला करायलाच हवे ही ओढ होती म्हणून केले आणि त्यातून 'मालनगाथा' आकारली.

माझ्याजवळ जितक्या ओव्या होत्या, त्यांचा गाथा तयार करताना त्यांना पूर्णत्व देण्यासाठी, मला इतरांच्या संकलनांचाही उपयोग करून घ्यावा लागला— अर्थात योग्य त्या ओवीच्या शोधासाठी.

या गाथा त्यांच्या भाववृत्तीप्रमाणे पाच गाथांची मर्यादा ठेवून, त्याच्यावर प्रास्ताविकाचे— शब्दार्थांचे— आणि प्रत्येक गाथेच्या आस्वादनाचे काम करून त्या मालनगाथेचा एक एक भाग पुरा केला— आणि तो सर्व अनुभव एकत्र साकारणाऱ्या गाथा एकत्र करून, त्यांत अनुभव व त्यांचा मालनीने केलेला आविष्कार असे रूप आले; एक फूल आणि त्याच्या पाकळ्या यांसारखे.

ती संस्कृती, ते अनुभव आता नाहीत. वाचकांना त्यांची पुसटशी कल्पनाही नसते— त्याचे महत्त्वही नसते— आणि ते अडाणी स्त्रियांनी गायलेले भरताड ठरते— हे कठीण कवच फोडून त्यातून जाते-संस्कृती आणि ती मालन उभी करायची तर गाथांचे स्वरूप तसेच असायला हवे होते. म्हणून केवळ ओव्या असे स्वरूप न ठेवता गाथा व त्यांवरील लेख हे काम करावे लागले आणि मी त्या गाथा मोठ्या हौसेने तयार केल्या.

या कामात खूप उणिवा असतील. त्यांना मीच कारण आहे हे उघड आहे. त्या उणिवा ज्यांना दिसतील त्यांच्याविषयी मला अतिशय आदर वाटेल. कारण ते जाणकार या गाथांना अधिक झळझळीत रूपात उभे करतील आणि माझा जो मनीमानसी बाळगलेला हेतू आहे, तो पूर्णतेला नेतील, या समाधानासाठी.

◆

जात्यावरच्या ओवीची उगमगाथा

✻ दळनऽ दळीतानाऽ

दळनऽ दळीतानाऽ माझी हालंनाऽ दूधमांडीऽऽ
माझ्या त्या मालनीचंऽ दूध पेलीया खंडी खंडीऽऽ

दळनऽ दळीतानाऽ पाच बोटांच्या कमानीऽऽ
सांगते गऽ सयेऽ दूध बयाचं ईमानीऽऽ

जातं गऽ वडीतानाऽ बळ साठलंऽ मूठीईतऽऽ
बया त्या मालनीचंऽ जायफळ गऽ घूटीईतऽ

जातं वडीतानाऽ दंड देतीया तोलूईनीऽऽ
बयाचं दूध पेलेऽ बाई घागर झेलूयीनीऽऽ

जातं मी वडीतेऽ अंग वडीता डोलतंऽऽ
मनगटी माऊलीचंऽ दूध सारखं बोलतंऽऽ

दळन दळीतानाऽ असा दंडाला देते झोलाऽऽ
गवळनी गऽ बाई तुझ्या दूधाचा कैफ आलाऽऽ

जात्याच्या गऽ फेरीऽ, कैफ हूरूदी दाटईलाऽऽ
हुरूदीचं सूक दुक्कऽ तेला कंठ फूटयीलाऽऽ

जात्याच्या गऽ फेरीऽ जीवाभावाच्या वव्या गातेऽऽ
जात्या मावलीच्या पाशीऽऽ माजं हूरूद उकलीतेऽऽ

मालनींनी जात्याला उद्देशून ज्या ओव्या गायिल्या आहेत, त्यांतील ही एक गाथा आहे. जाते हे मालनींच्या भावविश्वात मूर्तिमंत सौहार्दरूपाने त्यांचा प्रेमळ विश्वासू तारणहार होऊन राहिले आहे. मालनी याला 'जंगलचा रुषी' म्हणतात.

बालेघाटीच्या डोंगरातील हा पाषाण हातोडी-छिन्नीचे घाव झेलून जात्याचा आकार घेतो. हा जंगलातील तपस्वी मालनीच्या विश्वात येतो. या जात्याच्या सुरावर मालन ओव्या गाते. या ओव्या जेव्हा मी ऐकू लागले, लिहून घेऊ लागले, पुन्हा

पुन्हा वाचू लागले, तेव्हा आश्चर्याने मी स्तिमित झाले! या ओव्या म्हणजे रडगाणी नव्हती किंवा उत्सवगाणीही नव्हती. नुसती वरवरची वर्णनेही नव्हती. या ओव्या म्हणजे एक जीवननिष्ठ, रसरशीत असा अस्सल काव्याचा आविष्कार होता. तोही गायिलेला— गाताना स्वयंभूच विस्तारलेला— त्याला लिपी नव्हती, तसेच विरामचिन्हेही नव्हती. होती, ती एक फक्त लय. स्वरांतून साकारलेली. प्रत्येक ओवी म्हणजे अनुभवातून आलेला टवटवीत असा शक्तिसौष्ठवाचा एक एक कोंब होता.

मालनींना या ओव्या सुचल्या तरी कशा? या विचाराच्या भोवऱ्याने मला अस्वस्थ केले. ज्या मालनींनी आपले अगणित अनुभव आपल्या सूक्ष्मातिसूक्ष्म संवेदनशीलतेने पुन्हा जिवंत उभे केले... त्यांनी 'ओवी कशी आली' या अनुभवाबद्दल लिहिले नाही असे कसे होईल? या भावनेने पुन्हा एकदा मी सर्व गाथा पिंजून वाचल्या. त्यांत जात्यावरच्या गाथांतील ही गाथा हाताशी लागली. ती वाचली आणि डोळ्यांत पाणी आले; आणि मालनीच्या कविताशक्तीला— तिच्या प्रतिभेला मी मनोमन हात जोडले.

मालनीने आपल्या बोलीतून, अनुभवांतून, अनुभव उभा करण्याच्या आपल्या सर्वस्पर्शी संवेदनशीलतेतून आणि उत्कट चित्रवाण-शब्दांतून हा आविष्कार निर्मिलेला आहे. ही गाथा मालनीच्या निर्मितिप्रक्रियेचा मानदंड आहे असे म्हणता येईल.

बीजातून अंकुर, त्यातून दोन पाने, मग चार पाने असा निसर्गनिर्मित आविष्कारासारखा हा आविष्कार आहे. वाचतानाच हे लक्षात येते. प्रथम भावतात ती रेखाटने. दळणाऱ्या मालनीच्या शरीराची ही वाकवळणे कशी आपापल्या शक्तिभारासकट मोठ्या चातुर्याने चित्रवाण अशी रेखली आहेत. ही एक कोरिओग्राफीच. यात मालनीची खंबीर मांड आहे. खुंट्याभोवती बोटांच्या कमानी आहेत. घट्ट असे बोलणारे मनगट आहे. तोलणारे आणि झोले देणारे दंड आहेत. डोलणारे शरीर आहे. लवणारी कंबर आहे. अशी ही वाकवळणे मोठी मनोज्ञ आणि डौलदार आहेत.

आपल्याला वाटेल, ओवीचा आणि या रेखाटनांचा संबंध तरी काय? मालनीचे— तिच्या प्रतिभेचे चातुर्य यातच आहे. वरील प्रत्येक शक्तिस्थानात आईच्या दुधाचा उल्लेख आहे. मांडीचा बळकटपणा, बोटांचा अधरअधरपणा, मुठीची-मनगटाची शक्ती, दंडांचा तोल आणि झोले, कंबरेचे लवणे आणि एकूण शरीराचे डौलदार डोलणे याला कारणीभूत आईचे सव्वाखंडी दूध आहे, हे मालनीने कृतज्ञतापूर्वक आवर्जून प्रत्येक ओवीत गायिले आहे. या दुधाबरोबरच मालनीच्या तनामनांत माहेरच्या आईच्या आठवणी खेळताहेत. दळतानाच्या रेखाटनातून 'आईचे दूध' वाहते आहे. आठवणींच्या शक्तिभाराने दूध अधिकच सौष्ठवयुक्त झाले आहे.

आता वाटते, ही गाथा कुणाची? जात्याची की आईच्या दुधाची? त्या इमानी दुधाचीच. पण नाही. या वाहणाऱ्या दूधगंगेने पुढे एक चमत्कार घडविला आहे.

जात्याचे फेरे जलद लयीत सुरू होतात. मन त्या जात्याच्या गाजेशी एकाग्र होते. दंडाचे झोले चक्राकार गती घेतात. मनगट वेग घेते. अंगातून घामाच्या धारा लागतात. अशा गतीने भारलेल्या वाकवळणांतील वाहणाऱ्या दुधाला महापूर येतो. तेही झपाटल्यासारखे बेभान होते. त्याला 'कैफ' चढतो... दंडाचे झोले सुरू झाले की ही किमया घडते. अवघ्या एका ओळीत मालनीने हे दृश्य चितारले आहे. हा कैफ अखेर मनाला मिळतो; आणि तिथे तो इतका दाटतो की, मनातील सुखदुःखांच्या भावनांना कंठ फुटतो... हा केवढा चमत्कार!

कंठ फुटला म्हणजे स्वर उमटतो, एवढा एकच अर्थ नाही. त्या कंठ फुटण्यामागे आजवरचा हृदयात साठलेला सुखदुःखांचा कोंडमाराही ध्वनित होतो. सुखदुःखे बोलू लागतात. सततची आठवणीत असते ती आई दूर असते. आता जातेच माऊली होते आणि मालन या आईपुढे आपले सुखदुःख मोकळेपणाने सांगते. त्या या ओव्या.

मालनीने आपल्या धाटणीत सांगितलेल्या या 'ओव्यांच्या उगमगाथेवर' काही मल्लिनाथी करावी असे मला मुळीच वाटत नाही. तिची तीच त्यासाठी समर्थ आहे.

◆

गाथागंठन : १

बालेघाटीचा ईश्वर

१

जातं मी वडीऽते

संसारातील सर्व वस्तूंच्यापेक्षा मालनीला 'जाते' हे श्रेष्ठ वाटते. एखाद्या दैवतासारखे त्या त्याला मानतात. त्याच्यावर त्यांची एक समृद्धीचे प्रतीक म्हणून श्रद्धा असते. सासरी गूज बोलण्यासाठी जात्याला त्या आपली आई समजतात. या सर्व कारणांनी जाते हे त्यांना जिव्हाळ्याचे वाटते. त्याच्याशी त्यांचे सौहार्द जडते— असतेच. जिच्या घरात जाते नाही अशी मालन मिळणार नाही. मग ती कोणत्याही परिस्थितीतील असो. जसे रोजचे देवदर्शन, तुळशीची प्रदक्षिणा, तसेच हे व्रतासारखे दळणाचे फेरे नित्य नियमाचे. त्या फेऱ्यांबरोबरच 'जात्याशी कसे वागावे' याचा आचार-धर्मही त्या पाळतात. संसाराच्या बागशाहीत याला अनन्य महत्त्व, म्हणून याच्या गाथा वेगळ्या केल्या.

आईच्या या जात्याविषयीच्या जिव्हाळ्याने तान्ह्या मुलीलाही ते प्रिय होते. दळताना आईच्या मांडीवर पडून झोपणे तिला पाळण्यापेक्षा अधिक आवडते. ही तान्ही असेल तर आईबरोबरच ती जात्यावर प्रेम करू लागते. जरा रांगायला-चालायला लागली की जात्याची केरसुणी तिला खेळासाठी हवी असते— मग या जात्याचा, त्याच्याबरोबर सूप, बुट्टी यांचाही भातुकलीच्या खेळण्यात समावेश होतो. जरा मोठी झाली की घरात आणखी छोटी उपयोगाची जाती असतात त्यांवर ती दळणाची हौस भागवून घेते. मोहरी वगैरे भरडायला दगडाचेच पण लहानसे जाते असते. त्यात जोंधळे वगैरे घालून भरडणे, तो भरडा गाई-वासराला देणे हे नित्याचे. वरीचे धान्य भरडायला तर मातीचे कुंभारी जाते असते. त्याने बारीक वरीचे साल कसे अलगद निघते आणि वरीचे शुभ्र तांदूळ होतात— याचेही ती प्रयोग करते. कारण ही दोन्ही जाती अगदी फुलासारखी हलकी अशी फिरतात.

त्याच्याहून मोठी झाली की घरातल्याच त्या नित्यनियमाच्या जात्यावर ती आईला दळू लागते... आणि या जात्याशी तिची ओळख होते— आईच्या ओव्या—

आपल्या कौतुकाच्या ओव्या, खुंट्याला फेरे धरण्याची गंमत आणि जात्याचा आवाज यांत तिचे मन रमते. ओव्यांची पहिली दीक्षा तिला मिळते ती इथेच. माहेरीच असे जाते ओळखीचे झाले, की सासरी मग तिथले जाते तिच्याकडे फणकारून पाहत नाही. तिलाही हे जाते आपले माहेरचेच कुणीतरी आहे असे वाटत असावे. सासरच्या जात्याविषयी वाटणारा आदर, जिव्हाळा मालनींनी जात्याला ओव्यांतून सांगितला. त्याची इतकी ओळख करून घेतली, की तीच आपली आई असा भावबंध सासुरवाशिणीच्या मनात निर्माण झाला. अशा भावबंधाच्या या गाथा आहेत.

खालील गाथा पहिल्यांदाच सासरच्या जात्यावर दळणाऱ्या मालनीच्या आहेत. जात्याजवळ बसून ती जात्याशी कशी नम्रपणाने, गोडपणाने आणि चतुराईने बोलते आणि त्याला आपलेसे करून घेते, तशा ओव्या गाते, हे किती चतुराईचे आणि मनोभावाचे वाटते.

जात्याशी बसून ती त्याला नीट स्वच्छ करून घेते. धान्याचे भरले सूप त्याच्यापाशी ठेवते. खुंट्याला हात धरून दुसऱ्या हाताने सुपातील धान्याचा घास घेते... आणि— पण हे सर्व करण्यापूर्वी ती त्याला हात जोडते. हा तिचा चतुरपणा. फेऱ्याची पहिली ओवी ती त्यालाच गाते.

❊ गाथा (१)

बालेघाटीच्या ईसवराऽ तुला हात मी जोडतेऽ
पहीली माझी ववीऽ तुझ्या फेऱ्यायाला गातेऽऽ

जात्या ईसवराऽ तुझं जेवानऽ मला ठावंऽ
दळन दळीतानाऽ घास घालते मनोभावंऽऽ

जात्या ईसवराचं मूखऽ जशी खोबऱ्याची वाटीऽ
माऊली मयाळऽ ती का नांदती बालेघाटीऽऽ

जात्या ईसवराऽ तू तंऽ डोंगराचा रूषीऽ
बया मालनी गऽ वानीऽ हुरूद ऊकलं तूझ्यापाशीऽऽ

जात्यावऽ बसताऽ कंठ फूटला जात्यायालाऽऽ
उल्लासलं माझं मनऽ गेलं बाई माह्यारालाऽऽ

जातं मी वडीतेऽ जातं काय ती गऽ आईऽऽ
उकलीते तिच्यापाशीऽ माझ्या हुरूदाची ववीऽऽ

(१) बालेघाट = घाटमाथा, डोंगरी प्रदेश, (२) मयाळ = मायाळू, प्रेमळ.

माहेरी जात्याची आराधना तिने आईबरोबर केलेली आहे. म्हणूनच जाते तिच्या नम्र, लाघवी वागण्याने जणू काही खूश झाले आणि पहिल्या फेरालाच ते सुरात घरघरू लागले. तिला ते माहेरचे जाते वाटले. ती लगेच त्याचे कौतुक करायला लागते. त्याची पाळू फार प्रेमळ आहे... जणू ती आपल्या मुलाचेच घास भरवताना कौतुक करते आहे असे वाटते आणि ती त्याला म्हणते,

'आता मी सुद्धा माझे हुरूद आईसारखेच तुझ्यापाशी उकलीन. तूच माझी आई होशील आणि दळताना मला माहेरीच आहे असे वाटेल.'

ही गाथा अतिशय साधी पण काव्यात्म आहे. 'जात्यावऽ बसताऽ कंठ फूटला जात्यायाला' ही कल्पना अतिशय सुंदर आहे. त्याचप्रमाणे शेवटचीही. सासरचे जाते आई होऊन तिला भेटते. ही मायलेकींची भेट किती काव्यमय आणि आगळीवेगळी! जाते आणि मालन यांचे हे सौहार्द मुग्ध करणारे आहे.

पुढील गाथेतील मालन पोक्त आहे. सासऱ्याने घर कुटुंबकबिल्यासाठी वाढविले आहे. सोपा, माडीचे आहे. घराला शोभेसे जातेही हत्तीरथी आहे. घागरीच्या घड्याच्या आकारासारखे आहे. त्याची जागाही ओसरीच्या आतल्या दालनात आहे. ओसरीवर खुंटीला कंदील जळत असतो. त्याचा उजेड जात्यावर येईल, अशा ठिकाणी ते रोवले आहे. जाते मोठे आहे. सारख्या पसरट आकाराच्या वर्तुळाकार कमानीत हे जाते असते.

✻ गाथा (२)

घागऱ्याचं बाई जातंऽ रोविलं मी मंदीरातऽ
सम्मूरच्या वसरीतऽ त्याल जळतं खंदीलातऽऽ

थोरलं माझं जातंऽ घागऱ्या घोळायाचंऽ
मामाजीच्या बाईऽ सोप्यामाडीच्या तोलायाचंऽ

जातं मोठं हत्तीरथीऽ मला वडऽ गऽ न्हायी पडलीऽ
लाडी सारजा सुंदरऽ मधी हाताला भिडलीऽऽ

थोरलं माझं जातंऽ दानं लागती खंडी खंडीऽऽ
माझी लाडाची मालनऽ मणामणाला देती मांडीऽऽ

थोरलं माझं जातंऽ फेरं गंऽ पाषानाचंऽ
दीसती सोबीवंतऽ वर हात गऽ काकणाचंऽऽ

जातं कूरुंदाचंऽ खुट्टा गऽ आवळीचाऽ
मैनाचा माझ्यावरऽ गळा गऽ सावळीचाऽऽ

(१) हत्तीरथी = हत्तीच्या रथासारखे, फार मोठे, (२) घागऱ्याचे जाते = तांब्याच्या मोठ्या घागरीच्या— घड्याच्या आकारासारखे, (३) घागऱ्या घोळायाचे = घाबरवून सोडणारे.

लाकडाच्या फळ्यांच्या वाटीसारख्या गोलात हे जाते बसवलेले असते. त्यामुळे पीठ जमिनीवर न पडता त्या वाडग्यात पडते. ती वाटीदेखील फुगलेल्या घागरा या वस्त्रासारखीच फुगलेली दिसते. हे दोन्ही अर्थ इथे घेता येतात. पण आपल्याकडे अशी जाती सहसा नसतात.

घरात तिच्या बरोबरीची जाऊ, सून, मुलगी असल्याने दळताना कोणी ना कोणी मदत करतेच. त्यामुळे तिला श्रम होत नाहीत. मालनीचे चातुर्य हे की, त्या सोबतिणीच्या वर्णनातच तिचे नाते लक्षात येते. क्रमांकदेखील त्याला मदत करतो. सून कौतुकाची लाडकी सारजा— थोडा वेळ दळायला मदत करणारी. पण तिचे नाव आवर्जून घ्यायला हवे. नंतर बरोबरीची जाऊ मालन— मणामणाला मांडी देणारी. कितीही दळण असो, शेवटपर्यंत दळायला लागणारी. मग माहेरी आलेली मैना. ही ओव्याही म्हणू लागते. तिचा आवाज आपल्यापेक्षा चांगला आहे हेही ती सांगते.

शेवटच्या दोन ओव्या म्हणजे गरगर फिरणारी गतिमानी स्वरवलये आणि रंगवलयेच आहेत. रंगही एकमेकांना मिसळून घेणारे किंवा मोडवण घालणारे— स्वर जात्याच्या फेरांचा, दोघी मालनींचा. रंग जात्याचा खुंट्याचा आणि दोघींच्या हातांतील हातभर ल्यालेल्या रंगीबेरंगी चुड्यांचा आणि या स्वर-रंगांना गतिमानी करणारे फेरे... डोळ्यांसमोर ही वलये गरगरतात. मन प्रमुदित करतात आणि या वलयांना शब्दांकित केले, ते त्या ओव्यांच्याच स्वराने... या कल्पनेचे किती सुख होते!

पुढील गाथेत दोन जावा दळत आहेत. एक मोठी आहे. दुसरी नुकती नांदायला आलेली आहे. प्रेमाने तिला हात लावायला मदत म्हणून मालनीने घेतले आहे; आणि ओव्या पण अशा आहेत की, त्या नवाळीला जात्याचे महत्त्व कळावे— आपल्या घरची जात्याबद्दलची भावना कळावी. तिला हे सासरचे वळण असे ओव्यांच्या कोमल सुरांतून लागावे. 'अमुक करू नको, तमुक करू नको' असे कठोर पद्धतीने, तिला भीती वाटेल अशा तऱ्हेने हे वळण देऊ नये, ही प्रेमळ जिव्हाळ्याची जाण या थोरल्या जावेला आहे.

* गाथा (३)

दळनऽ दळीतीऽ साजनी जावा जावाऽ
दळनऽ दळीत्यातीऽ जसा चंदन कीसावाऽऽ

जात्याला वैरनऽ गऽघालू नी थोडीऽ थोडीऽ
कष्टी हूतो ईसवरऽ मूठ घ्यावी ग एक जोडीऽऽ

जात्यावऽ बसावंऽ जात्याशी बोलावंऽ
सव्वाशेराचं लूगडंऽ ध्यायीला तोलावंऽऽ

जात्याची भरली पाळू बोटांनी फोडू न्हायीऽ
मालनी जाऊबाईऽ मुक्यानं दळू न्हायीऽऽ

एक एक ववीऽ लाखाला गऽ घ्यावीऽ
अशी सये आवडीनंऽ जीवाभावानं गऽ गावीऽऽ

जात्याला नमस्कारऽ करावा वाकूयीनंऽ
सासर माह्याराऽ चुड्या आऊख चिंतूनऽऽ

(१) एक जोडी = सारखी, घास दाणे कमी-जास्त करू नयेत.

पहिल्या ओवीतच दळणाची महत्त्वाची गोष्ट सांगितली आहे. दळण मनापासून दळावे. बारीक दळणे महत्त्वाचे.

पुढील सर्व ओव्या मोठ्या जात्याची जणू काही आचारसंहिताच आहे. जाते हे एक कामाचे यंत्र नसून परमेश्वररूप आहे हे प्रथम लक्षात ठेवायला हवे. दळताना काहीतरी जुनेपाने, जीर्ण, फाटके वस्त्र नेसू नये. जात्याची आराधना करायची तर चांगले सव्वाशेर वजनाचे लुगडे नीटनेटके नेसून दळायला बसावे. त्याच्या मुखातही मूठभर घास घालावा. कमी-जास्त करू नये. त्याने दळण चांगले होत नाही. जात्यांची पाळू बोटांनी फोडू नये. त्याला कारण आहे. जात्याच्या तोंडात घास घातला की तो बोट घालून आत सारू नये. चुकून त्याच वेळेला खुंट्याचा हात हलला की बोट चेंगरते. इजा होते. पाळू याचा अर्थ जात्याभोवतीच्या पिठाची वरची कड बोटांनी फोडू नये. यालाही वरीलच कारण आहे. जात्याच्या तळीवर चढलेले पीठ काढताना वरची तळी हलली तर बोटाला जखम होते. जात्याशी बोलावे, फेरे घेताना ओव्या म्हणाव्यात, हे महत्त्वाचे. पहाटेची निवांत वेळ. सारे काही स्तब्ध असते. सुरावर ओव्या गायल्या की मन जडावत नाही. प्रसन्न राहते. यासाठी ओव्या— त्याही मनापासून म्हणाव्यात. दळून झाले की सूप बाजूला करून, उठून,

वाकून जात्याला नमस्कार करावा. सासर-माहेरी सुख चिंतावे आणि कंथाला आयुष्य मागावे. मग पीठ भरावे. अशी ही रीत. हा संस्कार— यावरून मालनीच्या श्रद्धा कशा एखाद्या ठिकाणी बिलगलेल्या असतात हे चांगले समजते. या विचाराने या गाथा मला महत्त्वाच्या वाटतात.

पुढील गाथा ज्या मालनीने गायली आहे, ती काहीशी नाराज आहे. जात्यावर नाराज नाही. तिच्या बापाजींनी तिला खूप दूरचे घर पाहिले. ती त्याला परमुलूखच म्हणते. शिवाय जे घर आहे, ते माणसांनी भरलेले आहे. म्हणजे फार कामे करावी लागतात. अशा घराला 'राबाचे घर' असे मालनी म्हणतात. म्हणजे दळण तर खूपच दळावे लागते.

माहेरी इतके दळण करायची शक्यता कशी असणार? पण मालन कष्टाने ते काम रेटते आहे.

※ गाथा (४)

बालेघाटीच्या ईसवराऽ नकू मला तू जड जावूऽ
तुझ्या मुखामंदीऽ घास घालीते मनोभावूऽऽ

बारीक दळनालाऽ काळा कुरुंद घूटीयेलाऽ
मायबापाच्या नावासाठी परमुलूख कंठीयेला

थोरल्या माझ्या घराऽ लागं दळनं म्हैना खंडीऽ
पित्याच्या नावासाठीऽ दिली दळणाला मी मांडीऽऽ

बयाच्या जीवावरऽ सुख माह्यारी भोगलंऽ
दळन दळीतानाऽ मला माह्यार आठवलंऽ

जात्या ईसवराऽ नकू मला तू जड जावूऽ
मायबाईच्या दूधाचंऽ किती तुला मी बळ दावूऽऽ

जात्या ईसवराऽ जर जाशीला दाटूनऽ
माझ्या ग शीनयीचीऽ आनू गडनऽ कुठूनऽऽ

(१) दाटून = जड होऊन, अडल्यासारखे होऊन, (२) शीनयीची = शिणेची, बरोबरीची, (३) गडन = मैत्रीण.

काम तर टळत नाही. तेव्हा ती केविलवाणे होऊन जात्याशीच आपली तक्रार

मांडते आहे. बापाने स्थळ असले पाहिले... कष्ट करायला हवेतच. नाही तर आईबापांचे नाव जाईल. पण दळू लागले की माहेर आठवते... तूच सांग, मी काय करू? माझ्या आईच्या दुधाची अशी परीक्षा बघू नको. फेरे घेताना दाटू नको. जड होऊ नको. या परमुलखात मी दळणाला हात लावायला तरी कुणाला बोलवू? कुणी ओळखीचे ना पाळखीचे... तुला सांगते... तूच असा जड जाऊ नको!

मालनीने आपली व्यथा तितक्याच परिणामकारक रितीने मांडली आहे आणि या मांडण्यातील साधेपणाच किती विलक्षण परिणामकारक आहे. तिने आता आपला सारा भार जात्यावर टाकला आहे. विश्वासाने टाकला आहे. ही श्रद्धाच तिच्या अंगात बळ निर्माण करील असे तिला वाटते.

◆

२

ज्या मालनीच्या शिवारात जोंधळा हेच मुख्य पीक असते, तिच्या घरी मुख्य अन्न म्हणजे जोंधळ्याची भाकरी. जोंधळ्याच्या कण्या, लाह्या, लाह्यापीठ हेच असते. भाकऱ्या तर भरपूर बडवाव्या लागतात. त्यासाठी रोज पायलींनी दळावे लागते. हे दळण करणे बहुतेक सासुरवाशिणींचे काम असते. जातेही मोठे असते. 'दगड ओढणे' हाच शब्द ज्यांना दळण जमत नाही त्या वापरतात. काम फार कष्टाचे असते. कंबर, दंड, मुठी यांना फार श्रम पडतात. पण दळायला तर हवेच.

काही मालनींना आईने दळणाची सवय लावलेली असते. अशा मालनींना सासरी दळायला लागले तरी त्रास होत नाही. अशा मालनींपैकी एका दळणात वाकबगार मालनींच्या या गाथा आहेत. यांत मालनीने आपले दळण्यातील कौशल्य सांगितले आहे. पण ते सांगण्यासाठी या गाथा नाहीत. या आईच्या दुधावरच्या गाथा आहेत. दुधाचे महिमान मालनीने गायिले आहे. पण केवळ दुधावरच ओव्या गायल्या तर त्या मालनीची चतुराई कसली? दुधाच्या ज्या ओव्या आहेत, त्याच्या अंत:स्तरावर आईचेही महिमान आहे.

आईचे दूध अतिशय सकस आहे. ते तिला भरपूर प्यायला मिळाले आहे. त्यामुळे निसर्गत:च तिची प्रकृती— त्या दुधाचा परिणाम म्हणून— दणकट झाली आहे. हे तिला फार महत्त्वाचे वाटते. म्हणून ती दुधाला मानते. त्याचे गुणगान करते.

ज्या आईचे तिला दूध मिळाले आहे, त्या आईलाही तिने दुधाखालोखाल महत्त्व दिले आहे. या गाथांवरून दिसून येते, ती आई कशी आहे? मालनीच्या गाथांतून हे अंत:स्तरावरून सूचित केलेले आहे. ती जात्याच प्रकृतीने चांगली आहे. म्हणून

दूध चांगले आहे. ती अतिशय कामसू आहे. तिला सासरी जड जाऊ नये म्हणून लेकीलाही तिने 'दळणे' हे कष्टाचे काम शिकविले आहे. कामाच्या कसाट्यात असली तरी लेकीच्या संगोपनात ती तत्पर आहे. 'तान्हीला थान द्यायला सुद्धा वेळ नसतो' असे ती मानीत नाही. वेळच्या वेळी शांतपणाने मुलीला जवळ घेऊन ती प्यायला देते. त्या वेळी काम असले तरी तिने ते जाणीवपूर्वक मागे टाकलेले असते. ती मुलीचे स्वागत प्रसन्नपणाने करते. तिचे भरपूर पोट भरले, तिच्या बाळमुखात दोन्ही बाजूंना ओहळ लागले आणि ती ते अमृताचे पेले आपणहून दूर करून माऊलीकडे हसून तृप्त डोळ्यांनी पाहू लागली, की मग ती चोळी आवरते— तिला जरा खेळवते आणि मग पुन्हा कामाला लागते.

तिच्या खाण्यापिण्यात, घुटी देण्यातही तिच्या आईने हीच तत्परता दाखवली आहे. तिला कामाविषयी कंटाळा वाटू नये म्हणून तिलाही थोडे काम तिने लावले आहे. म्हणूनच मालनीला 'काम करायला हवे, शक्य तितके चांगले करायला हवे' हे वळण तिच्या आईनेच लावले आहे, याविषयी मालन कृतज्ञ भावाने तिचा उल्लेख करते आहे.

म्हणून या गाथा जात्याच्या फेराबरोबर मायलेकींच्या जिव्हाळ्याचे फेरे दाखवितात.

❊ गाथा (५)

जातं मी वडीतानाऽ दंड हीरीच्या बाजईवा
बया माझीच्या दूधालाऽ न्हायी लागला ताजईवा

दळानऽ दळीयीतेऽ सारं बळ या दंडायाचं
माझ्या गऽ मायबाईचंऽ दूध पेले मी वाघीनीचंऽऽ

दंड येळा भूजाऽ कशा चालल्या वारूवानीऽ
बयाच्याऽ दूधाला गऽ न्हायी घातीलं धारूवनीऽऽ

जातं मी वडीयीतेऽ नखी बोटीच्या नीचीतीनं
बया माझीचं दूध पेलेऽ मांडी पडूनऽ नीचिंतीनंऽऽ

थोरलं माझं जातंऽ भरला पीठाचा कुंडईलाऽऽ
बयाचं दूध पेलेऽ जोर देते मी दंडाईलाऽऽ

जातं मी वडीतानाऽ माझा पदूर वल्ला झालाऽ
मायबाईच्या गऽ माझ्याऽ आकडी दूधाला कढऽ आलाऽऽ

(१) बाजवा = विहिरीच्या रहाटाला दोन्ही बाजूंना बसवलेले खांब, (२) धारूवणी

= निरशा दुधात घातलेले पाणी, (३) नखी बोटीच्या = सर्वांगाच्या-खुंट्याभोवती आवळलेल्या मुठीच्या, (४) नीचीतीनं = आत्मविश्वासाने, निश्चयाने, (५) नीचिंतीने = निश्चितपणे, (६) कुंडला = मोठे टोपले, (७) आकडी दूध = ताजे दूध.

पहिल्याच ओवीने जाते ओढण्याचे शक्तिस्थान जे दंड, त्यांचे वर्णन तिने किती समर्पक केले आहे. तिचे दंड जशा विहिरीच्या रहाटावरील बाजवा दणकट असतात तसे बांधेसूद, सुदृढ आणि जाते ओढण्यात, जात्याचे वेढे तोलण्यात ते जबरदस्त आहेत.

दंड असे तिने म्हटले आहे पण पुढच्या ओवीत 'दंड येळा भूजा' असेही तिने पुन्हा वर्णन केले आहे. भुजा म्हणजे खांद्यापासून बोटांपर्यंतचा हात. तो स्त्रीचा हात आहे. स्त्रीस्वभाव असे हे वर्णन आहे— तो दंड जो वेढे घेतो— आणि त्या हाताच्या मुठी ज्या खुंटा बळकट धरतात— आणि ज्या तळहातांना दळणाने घट्टे पडले आहेत, त्या हातांचे वर्णन अलंकारांशिवाय कसे होईल? तिच्या दळणातील जो मानदंड, त्याच्यावर येळा म्हणजे वाकी आहे— हे तिने तिथे गायले आहे. दंडाच्या झोल्याबरोबर त्या वाकीही चमकतात. सौंदर्याने वेढलेले असे हे दृश्य आहे. सूक्ष्म विचार केला की डोळ्यांसमोर उभे राहणारे; आणि त्यांच्या त्या वेगाला तिने 'वारूवाणी' म्हटले आहे. मालनींना दळताना ज्यांनी पाहिली असेल त्यांना या 'वारू'ची गती समजून त्या उपमेचे शक्तिसौंदर्य उमजेल. मालन प्रथम एका संथ लयीत वेढे घेते आणि दळणाचा घास संपत आला की जोराजोरात जाते फिरवते— ती वारूची दौड. दमायला होते, ते या दौडीने. घास— म्हणजे मूठभर धान्याचे पीठ होताना— शेवटी 'निघळण' उरते, त्याला जाते वेगाने फिरवले तरच त्याचे पीठ होते— म्हणून तो वेग वाढवायचा असतो. असे दळता दळता कुंडलाभर पीठ ती दळून संपवते. हा कुंडला बहुतेक एका पायलीचा असतो.

हे सर्व दळण्याला जे श्रम होतात आणि त्या श्रमाचा जो आनंद होतो, तो मालनीने अतिशय काव्यात्मक असा गायला आहे. दळण्याच्या श्रमाने जो घाम आला, त्याने तिचा पदर कसा ओलाचिंब झाला आहे. पण ती म्हणते कशी? आईच्या आकडी दुधाला हा कढ आला आहे.

आकडी दूध म्हणजे निरसे. अगदी ताजे दूध. इथे ताजे दूध यालाही खूपसा अर्थ आहे. आईचे दूध पिऊन किती वर्षे उलटून गेली पण ते दूध मालनीच्या नसानसांत अजून धारोष्ण दुधासारखेच रसरशीत आणि उष्ण वाहते आहे. त्या दुधाला— त्या शक्तीला या दळण्याने उधाण आले आहे. जात्यावर इतके दळले तर जो घाम येईल, तो 'भालप्रदेशावरील घर्मबिंदू' असा नाजूक नसतो. मालन त्या घामाचे वर्णन 'गंगा लोटल्या' असे करते. जे हलणारे अंग— कमरेपासून वरती, त्या अंगावरून, कपाळावरून, केसांतून, मानेवरून, पाठीवरून घामाच्या धारा लागतात. त्या पुसून

पदर ओलाचिंब होतो. 'कढ' हा शब्दही महत्त्वाचा— समर्पक असा आहे. कढ येणे म्हणजे उकळी येणे. ताजे दूध उकळत राहत नाही. उकळी आली की भसाभसा उतू जाते. एकदा तापलेले दूध उकळले तरी त्याला तेवढा जोम नसतो. ही मालनीच्या अनुभवातील गोष्ट. पण इथे ती इतक्या मार्मिकपणे उतरली आहे! आईचे दूध कधी शिळे होत नाही. म्हणूनच ते अमृत— शक्ती देणारे, चैतन्य देणारे— वाघिणीचे दूध म्हणायचे.

आईच्या दुधाने शक्ती मिळते हे खरेच; पण आईच्या मायेने त्या शक्तीला अधिक तेज येते. ही मायाच आई आणि लेक यांमधील जिव्हाळ्याला, आदराला कारणीभूत होते. आपल्या दळणाचे श्रेय मालनीने जसे आईच्या दुधाला दिले आहे, तसेच आईच्या मायेला.

आपली मुलगी सशक्त व्हावी, सासरी तिला कुणी बोलू नये, म्हणून तिने तिला कामाचे वळण लावले. औषधपाणी-खाणेपिणे हयगय न करता सारे काही व्यवस्थित केले. मालनीने आईचे गुणगान पुढील गाथेत केले आहे.

बाळपणी आई बाळाला रोज नियमाने घुटी उगाळून देते. त्यात वेखंड, जायफळ हे अधिक करून असते. मूल जरा मोठे झाले, जेवायला लागले, की त्याला नियमाने काही वनस्पतींचे रस, कंदमुळे उगाळून, तर काही पदार्थ जेवणात अगत्याने त्याला खाऊ घालतात. प्रकृती बिघडू नये व मूल सुदृढ व्हावे म्हणून. या मालनीच्या आईने काम सोडून म्हणजे केरवारे न काढता अगोदर घुटी घातली आहे. शांतपणे तिला अंगावर पाजले आहे. तिला भरपूर खारका खाऊ घातल्या आहेत.

✻ गाथा (६)

दळनऽ दळीयीतेऽ सारं बळ गऽ मुठीईतऽऽ
घातीलं जायफळ, बयाबाईनं घूटीईतऽऽ

जातं मी वडीयीऽते माझ्या बाह्या लोखंडाच्याऽऽ
बयानं दील्या घूट्याऽ जायफळ वेखंडाच्याऽऽ

जातं मी वडीयीतेऽ दंडभूजाच्या जोरायानंऽऽ
माझ्या गऽ बयानंऽ खारका चारल्या शेरायानंऽऽ

दळनऽ दळीतानाऽ माझ्या अंगाला न्हायी पानीऽऽ
बया माझ्या मावलीनंऽ चारीलंऽ सायलोनीऽऽ

जातंऽ मी वडीयीतेऽ दंडभूजाच्या जोरावर
बया माझीनंऽ दीली घूटी सये पारूशा केरावर

जात्या तू ईसवराऽ तुला रोज म्या वडऽऽलंऽऽ
बया मालनीचं दूधऽ तुझ्या कारनी लावऽलं

आईच्या दुधाने आणि घुटी, खाणेपिणे यांनी मालनीला जो कणखरपणा आला, तो मालनीने चांगल्या गोष्टीसाठी लावला. लहानपणी दंगा, खोड्या आणि मोठेपणी सासरी भांडणं, मारामाऱ्या यांत खर्च केला नाही. कामाचा कधी कंटाळा मानला नाही. कानडी भाषेत पुरंदरदासांचे एक वचन आहे. 'कायक वे कैलास!' काम हाच परमेश्वर. तशी मालनींची भावना झाली. यालाही आईची शिकवणच कारणीभूत आहे.

म्हणूनच ती जात्याला म्हणते, तू माझा ईश्वर आहेस. आईने जे बळ दिले, ते मी तुझ्या कारणी मनोभावाने लावले आहे.

❋ गाथा (७)

थोरलं माझं जातंऽ वढाया न्हायी भेले
माय बाईचं गऽ माझ्या वाघीनीचं दूध पेलेऽऽ

दळता दळतानाऽ फुरली माझी बाहीऽ
मायबाईच्या गऽ माझ्या दूधाची नवलायीऽऽ

जातं मी दळीतेऽ जशी अगीन पळतेऽऽऽ
माऊलीचं दूधऽ माझ्या हूरूदी गळतेऽऽऽ

जातं मी वडीतेऽ तुझं आठवंऽ सरूपऽऽ
तुझ्या गऽ दूधानंऽ मला आलाया हुरूपऽऽ

अम्रूताचा पेलाऽ मी गऽ पेले झराझरीऽऽ
मायबाई माझेऽ आले दळनात बराबरीऽऽ

(१) फुरली = स्फुरली, फुरफुरू लागली, स्फुरण पावली, (२) अगीन = आगगाडी.

या गाथेत मालनीने आपल्या आईच्या दुधाचे गुणगान गायिले आहे. पण त्याहीपेक्षा दळताना आपली अवस्था कशी होते, याचेही वर्णन केले आहे. त्यासाठीच ही गाथा आहे. आईने दिलेली शक्ती आणि आईची तीव्र आठवण यांची ही गाथा.

आईने दिलेली ताकद, आईने शिकविलेला कामाचा हुरूप यांमुळे ती दळायला बसली की तिच्या दंडांना स्फुरण येते— ते फुरफुरू लागतात आणि जात्याला आगगाडीचा वेग येतो. 'माऊलीचे दूध, माझ्या हुरूदी गळते' हे पद अतिसुंदर आहे.

जसजसे जाते वेग घेते, तसेतसे तिला आईच्या दुधाने दिलेले सामर्थ्य मनालाही कणाकणाने हुरूप देते, उमेद देते. जसा जात्याला वेग येतो, तसे आईचे दळण आठवते. तिची एक एक आठवण काळजात उतरते. जसा जात्याला वेग येतो, तसतशी आईच्या दुधावरची आईवरची ओवी हृदयात उतरते. जात्याच्या पिठाप्रमाणेच गळ्यातून गायली जाते— आणि तिला आपली आई साक्षात पुढे दिसू लागते— पुढ्यात बसून ती आपल्याला दळू लागली आहे असेही तिला भासत असते. कारण पुढे ती म्हणतेच 'आले दळनात बराबरी'.

'बघितलंस! आता मी दळणात तुझ्या बरोबरीने दळते आहे' असेही ती मनोमनी म्हणाली असेल— नव्हे, म्हणालीच आहे.

जाते, दळप, आईचे दूध, आई आणि मालन यांच्या मनोहारी अनुबंधावर पुन्हा पुन्हा विचार करावासा वाटतो.

पुढील गाथा ही भावगाथा नसून एका घटनेचे वर्णन आहे. या मालनीला एकदा मोठ्या- हत्तीरथी जात्यावर दळायला लागले आहे. ती दळू लागली; पण ते पाहून एक मालन- किरकोळ प्रकृतीची- तिला मदत म्हणून दळायला बसली. पण जोरदार दळणाने तिची फरफट झाली. पण ते बघून या मालनीने जाते हळू ओढले नाही. कारण कामात कुचराई करणे तिच्या स्वभावातच नव्हते. त्या मालनीला दळणाला हात देणे न झेपल्याने तिने माघार घेतली. ही मालन दळण्यात मूळचीच जबरदस्त. त्या मोठ्या जात्यावर मग तिने एकटीने दळप संपवून पैज जिंकली. उठताना जात्याला नमस्कार केला. तसे तिने मनातल्या मनात आईच्या शक्तिला कृतज्ञतापूर्वक आठवून ती धन्य झाली. कारण तिने दळणाची पैज जिंकली होती.

✳ गाथा (८)

थोरल्या जात्यायाला नार बसली कीचरटऽ
माझ्याशी दळनंऽ पडली वाघीनीशी गाठऽऽ

थोरल्या जात्यायाला नार बसलीऽ धमाधूळऽ
माझ्या गऽ हातानंऽ झाली तीची तारांबळ

जातं वडीतानाऽ मी का करीनऽ कच्ची बूदऽऽ
माझ्या गऽ गवळनीचंऽ बया गरतीचं पेले दूधऽऽ

थोरल्या जात्यायालाऽ नार माघारी फीरलीऽऽ
मायबाईच्या दूधाचीऽ मी गऽ हिंमत धरलीऽऽ

जातं वडीते एकली दळन खीनातऽ सरलंऽऽ
बया तुझ्या दुधाऽवऽमीनंऽ पईज गायीलंऽऽ

(१) पईज गायीलं = पैज जिंकली, (२) धमाधूळ = फरफट उडालेली, (३) कच्ची बूद = कुचराई, (४) किचरट = किरकोळ.

◆

३

'जात्यावर बसले, की ओवी सुचते' ही सत्यकथा आता मराठीत एका म्हणीच्या रूपाने अजून लोकप्रिय आहे.

मालनी नेहमी गाणे गुणगुणत नाहीत, ते त्यांच्या सासरी मर्यादशील असे समजत नाहीत. बोलणेही मोजकेच आणि कामापुरते. मग गाण्याचे काय? पण धार्मिक चालीरीतीने आणि मातेचे कर्तव्य म्हणून त्या कंठातून स्वर काढायला मोकळीक दिलेली आहे. गौरी-गणपती, नागपंचमी असे सण, न्हाणवलीचा समारंभ, लग्नसमारंभ-डोहाळजेवणे, बारसे अशा वेळीही त्या एकट्या किंवा समूहाने गातात. यात्रेच्या, जत्रेच्या, वारीच्या प्रवासातही त्या मोकळ्या गळ्याने आणि मनाने गाणी म्हणतात. काही कामाधामांत समूहाने किंवा एकएकट्या गाणी म्हणतात. शेतातली कामे, भांगलणी, कणसे खुडणे, भाजी काढणे अशा वेळी गाणी म्हणतात. मुलांना झोपवताना अंगाईगीते म्हणतात; पण ती फक्त बाळाच्या कौतुकाची असतात. समारंभादी कारणानिमित्त गायिलेली गाणी त्या त्या प्रसंगानुरूप असतात. जत्रे-यात्रेतील गाणी त्या त्या दैवतावरून असतात. पंचमीचे झोपाळे म्हणजे मालनींच्या गाण्यांना आलेले उधाणच. झोपाळ्यावर या सर्व भावरसांची गाणी, ओव्या म्हणतात. मात्र उदास वा दुःखी ओव्या टाळतात.

रोज ओव्या गाणे हे नेहमी पहाटेच्या दळणाच्या वेळी. ती प्रासंगिक गाणी नसून, मनातून उमळून येणाऱ्या सुखदुःखाच्या त्या ओव्या असतात. या ओव्यांतून देवादिकांची, अंगाईची, सासर-माहेरच्या सुखदुःखाची गाणी गायिली जातात. असे मन मोकळे करण्यासाठीच ही दळणाची वेळ असते. पहाटेची वेळ, घरची सारी माणसं झोपेत किंवा आपापल्या कामांत गर्क असतात. एकटीच्या किंवा जिव्हाळ्याच्या दोघींच्या गायिलेल्या या ओव्या असतात. हे गाणे पूर्णपणे त्यांचे असे असते.

जाते ओढताना शरीर कसे हलते, डोलते, झुलते, लवते, याच्या वर्णनाची ही गाथा. जाते ओढतानाच्या या हालचाली, अंगात ताकद असली तरच आनंदाच्या वाटतात. ही ताकद मालनीला तिच्या आईच्या सकस दुधातून मिळालेली आहे. जणू

त्या हलण्या-डोलण्यांतून आईचे दूधच खेळते आहे असे तिला वाटते. एकांताची वेळ, मन एकमग्न आणि जात्याचा सूर याच्या साथीने होणाऱ्या त्या हालचालीने आईच्या दुधाला कैफ येतो— तो हृदयात दाटतो आणि मग आपोआपच कंठातून सुखदु:खाच्या ओव्या उमलून येतात. हे जाते आई होते आणि या ओव्या तिच्या आईशी चालणाऱ्या गुजगोष्टी होतात.

❊ गाथा (१)

दळनऽ दळीतानाऽऽ	*माझी हालंनाऽ दूधमांडीऽ*
माझ्या त्या मालनीचं	*दूध पेलीया सव्वाखंडीऽऽ*
दळन दळीतानाऽ	*पाच बोटांच्या कमानीऽ*
सांगते गऽ सयेऽऽ	*दूध बयाचं ईमानीऽऽ*
जातं वडीतानाऽ	*दंड देतीया तोलूयीनीऽऽ*
बयाचं दूध पेलेऽ	*बाई घागर झेलूयीनीऽऽ*
जातं मी वडीतेऽ	*अंग वडीता डोलतंऽ*
मनगटी माऊलीचंऽ	*दूध सारखं बोलतंऽऽ*
दळन दळीतानाऽ	*असा अंगाला देते झोलाऽ*
गवळनी गऽ बाई	*तुझ्या दूधाचा कैफ आलाऽऽ*
जात्याच्या गऽ फेरीऽ	*कैफ हूरूदी दाटयीलाऽ*
हुरुदीचं सूक दूक्क	*तेला कंठ गऽ फुटईलाऽऽ*
जात्याच्या गऽ फेरीऽ	*जीवाभावाच्या वव्या गातेऽ*
जात्या मावलीच्यापाशीऽ	*माझं हूरूद उकलीतेऽऽ*

(१) दूधमांडी = दुधामुळे बळकट झालेली मांडी.

पहिल्या ओवीतच मालनीने आपली प्रकृती किती घट्टमूट्ट आहे, हे 'दूधमांडी' या एकाच शब्दात सांगितलेले आहे. आईच्या सकस दुधामुळे मांडीत ताकद इतकी आहे की, दळण संपेपर्यंत मांडी हलवावीसुद्धा लागत नाही. दळताना मांडीची हालचाल नसते; पण शरीराची हालचाल जात्याच्या ओढीसकट पेलण्याची ताकद तिच्यात हवी. त्याचप्रमाणे बोटे, मनगट, दंड, कंबर, मान, पाठ यांत सुद्धा आईचे ताकदवान दूध खेळते आहे याचा तिला अभिमान वाटतो. जात्याच्या जलद वेगाने

या दुधाला कैफ येतो— तो हुरुदात दाटतो आणि कंठातून ओवी येते, ती आईचीच.

पुढील गाथा जात्यावर ओवी गातानाचा आचारधर्म सांगते आहे; आणि हे सांगताना आपण केव्हा, कोणती ओवी गातो, तेही जात्याच्या संदर्भात सांगितले आहे. ओवी आणि जाते यांचा सूक्ष्म संबंध इथे व्यक्त केला आहे.

⁕ गाथा (१०)

ववी मी गायीलीऽ माझ्या गऽ जात्यायालाऽ
डोंगरीचा रूषीऽ बालेघाटीच्या ईसवरालाऽऽ

ववी मी गायीलीऽ हात खुट्ट्याला लावीलाऽ
देव तो इट्टलऽ मी गऽ ववीला गायीलाऽऽ

जात्यावऽ बसताऽ कंठ फूटला जात्यायालाऽ
उल्लासलं माझं मनऽ गेलं बाई माह्यारालाऽऽ

ववी मी गायीलीऽ हाती जात्याची वईरनऽ
ववीला गायीलीऽ बया माझी गवळनऽऽ

ववी मी गायीलीऽ हात जात्याच्या पाळीलाऽ
गायीली ग माझ्याऽ ताईता बंधव्यालाऽऽ

एक एक ववीऽ लाखाला गऽ घ्यावीऽऽ
अशी सये आवडीनेऽ जीवाभावानं गऽ गावीऽऽ

सरलं दळनऽ ववी माझी गऽ थांबलीऽऽ
जात्या ईसवराऽ सासर-माह्यार सांभाळीऽऽ

(१) पाळी = जात्याची कडा, जात्याच्या तोंडाचा काठ, (२) वईरन = घास.

मालन जात्याला देव समजते. प्रथम त्याचा मान राखण्यासाठी पहिली ओवी जात्याला गायची. दळण सुरू करण्यापूर्वी त्याची मांडामांड करतानाच हे नमन सुरू होते. ओवी कंठातून येतेच. खुंट्याला हात लावला की विठ्ठलाची ओवी येते. कोणतेही काम करताना देवाचे नाव घ्यावे, तसे हे असावे. जात्यावर बसले की मन उल्हसित होते. ते माहेरालाच जाते आणि हातात सुपातला घास जात्यात घालायला घेतला की, कंठातून जी प्रथम ओवी येते ती आईची. ओवी आईची आणि जात्याचा

घास यांचे औचित्य किती सुरेख असे मालनीने साधले आहे! आई ही जेवू खाऊ घालणारी, तान्हेपणी दूध पाजून वाढवणारी, मालनीची अन्नपूर्णाच. हातात घास घेतला की तिचीच आठवण येणार.

जात्याच्या पाळीवरून हात फिरवते, इथे ती भावाची ओवी गाते. जे धान्य जात्याच्या मुखात घातले, ते भावाच्या श्रमाचे, कर्तबगारीचे— धान्याचा घास घातल्यावर भावाची आठवण येते.

पुढील ओवीतील ओवीचे महत्त्व अक्षरात नसून, तिच्याच दाटून असलेल्या जिवाभावात आहे. अशा जिवाभावाच्या ओव्या फार मोलाच्या. गाता गाता ती ओवी कशी असावी हेही सहज सांगून जाते.

दळण संपले की पुढे ओवी सुचत नाही. ती थांबते. ओवी संपली असे म्हणायचे नाही. दिवा मोठा होतो तशी ही ओवी थांबते. ओवीचा हा संकेतही शेवटी मालनीने गायला आहे.

पुढील गाथा मालनीने आपल्या माता-पित्यांवर गायल्या आहेत. कारण त्यांनीच तिला वाढवले, मोठे केले. हे उपकार ती कशी विसरेल? आणि हे माता-पित्यांचे मोठेपण असे मन भरून सासरी ती दुसऱ्या कुणाला सांगणार?

✷ गाथा (११)

दळन दळीतानाऽ	गाऊ मी कोना कोनाऽ
माझ्या मायबापाऽ	जलम दिलेल्या दोगाजनाऽऽ
दळन दळीतानाऽ	हुरूद मी केलं रीतंऽऽ
माझी बाबा बयाऽ	मी ग गायीली उभयीतऽऽ
ववी मी गऽ गातेऽ	बाप बयाला सहजऽऽ
दोगानी ग मलाऽ	रजाची केली गजऽऽ
ववी मी गऽ गातेऽ	बापाजी गवळ्यालाऽऽ
गवळन मायबाई	गाते तीच्या जिवाळ्यालाऽऽ
ववी मी गऽ गाते	बापाजी चातूरालाऽऽ
बाप बयाची नावं घेताऽ	शीन मनीचा उतरलाऽऽ
सकाळच्या पारीऽ	रामधरमाची वेळ झालीऽऽ
जलम दिलेल्या बापा बयाऽ	हुरूदाची ववी आलीऽऽ

सरलं दळनऽ सरली सरोसतीऽऽ
अंगनात माझ्या उभं महादेव पारवतीऽऽ

मालनीचे मन आईबापांबद्दल अतिशय कृतज्ञ आहे. दोघांनी मिळून तिला 'रजाची गज' अशी वाढवली— तिला चांगलेसे स्थळ पाहून तिचे लग्न करून दिले. आईचा जिव्हाळा आणि बापाचे चातुर्य यांमुळेच हे सुख आपल्याला लाभले असे तिला वाटते. त्या दोघांवर ओव्या गायिल्या की तिचा दळणाचा सारा शीण जातो. आईबापांच्या उत्कट आठवणीची वेळ तर रामधर्माची. मनावर त्या वेळेचा प्रभाव असतो. गळ्यात आई-बापांवर ओवी असते आणि पंच पंच उषःकालच्या वेळेच्या दारातून येणाऱ्या अंधुकशा प्रकाशात तिला महादेव-पार्वती उभे आहेत असे दिसतात.

रामधरमाच्या वेळेला गाणी, भजन म्हणून भिक्षा मागणारे जोडपे दारात उभे असेलही. पण मालनीला मात्र ते आता माता-पित्यांच्या महादेव-पार्वतीच्या रूपात दिसते. हुरुदातून ओव्या आल्या की अशी मनभूल होते.

पुढील गाथेत एक मालन आपल्या घरसंसाराबद्दल, पतीबद्दल ओव्या गात आहे. घर कसे थोराचे. येणाऱ्या-जाणाऱ्यांचे. पै-पाहुण्यांचे. घरच्या लहान-थोर कुटुंबाचे! या घराची प्रमुख तीच आहे. 'धनीयाचे जाते' हे शब्द हे सूचित करतात. हे दळण तिचे आनंदाचे काम आहे. दळायचे, त्याचे जेवण करायचे, लहानथोरांना वाढायचे. त्यातच भाऊ पाहुणा आला तर रवापिठी दळायची. या सगळ्या उस्तवारीत तिला आनंद वाटतो. पहाटेच उठलेला तिचा लहानाही तिच्या मांडीवर झोपला आहे. याचाही तिला आनंद वाटतो. घरात नवराही उठला आहे. तिने तापवलेल्या पाण्याने अंघोळ करून, गंध-टिळा करून तिच्या मागे तिचे कौतुक पाहत तो उभा आहे.

ती तर गीताच्या छंदात इतकी गुंग आहे की, तिला वाटते विठ्ठलच अभीर-गंधात मिसळतो आहे. तिचे दळणाचे पीठ इतके बारीक गंधासारखे आहे की, तेच गंध म्हणून विठ्ठलाने घेतले आहे! आणि आता मी जात्याच्या फेराबरोबर ओव्या गाते आहे, तर तो गिरीधारी उभा आहे. 'गीताच्या छंदामंदी' तिला झालेले हे भास!

ही गाथा म्हणजे चित्रकाराला दिलेले आव्हानच आहे आणि रसिकालाही. अशा या आपल्याच छंदात गुंग असणाऱ्या मालनीचे दळण थांबलेच; पण ओव्या मात्र लाखावर उरल्या— या कधीच संपत नाहीत. अशी ही गाथा :

✻ गाथा (१२)

दळन दळीतेऽ — *बाई चूड्याच्या हातायानं*
भागीवान माझ्याऽ — *त्या गऽ कंथाच्या जात्यायानंऽऽ*

दळन दळीतेऽ — *मोती सूपात जवाऽरऽऽ*
माझी गऽ जेवनारीऽथोराघरची लहानथोरऽऽ

दळनऽ दळीतेऽ — *रवापीठी ग गव्हाचीऽऽ*
जेवनाला जोडीऽ — *बाई येनार भावाचीऽऽ*

दळन दळीतेऽ — *बाई दळीता आनंदऽऽ*
माझ्या गऽ मांडीवरऽ — *बाई झोपला गोइंदऽऽ*

दळन दळीतेऽ — *गीताच्या छंदामंदीऽ*
इठूदेव ल्यालंऽ — *बाई अबीर गंधामंदी*

वव्या मी गायील्याऽ — *जात्याच्या फेरावरऽऽ*
सरलं दळनऽ — *वव्या उरल्या लाखावरऽऽ*

वव्या मी गऽ गातेऽ — *जात्याच्या चवफेरीऽऽ*
जातं गऽ वडीतानाऽ — *उभं हायीती गीरीधारीऽऽ*

◆

४

दळणे हे मालनीचे एक नित्यनियमाचे व्रतच असते. कामाचे— शरीरकष्टाचे स्वरूप बदलून त्या कामाला व्रताचे उदात्त स्वरूप देण्यात मालनीची कर्तव्यतत्परता, श्रद्धा आणि सद्‌भाव या वृत्ती दिसून येतात. म्हणून तिने दळणाला 'देवाधर्माचे दळन' असे गौरवले आहे. ते ज्याच्यावर करायचे, त्या जात्याला तिने देवस्वरूप मानले आहे. म्हणूनच ती दळण संपले की जात्याला नमस्कार करून सासर-माहेरचे सुख त्याच्याकडे मागते. लग्न, मुंजी इत्यादी समारंभांत दळणाचा अग्रभाग असतो. सामा होत असताना दळण्यासाठी प्रथम जात्याची पूजा करतात. सुवासिनींना हात लावायला बोलावतात— दळणासाठी वाजंत्रीही लावतात. कारण ते समृद्धीचे लक्षण मानले आहे.

निरनिराळ्या देवतांचे नैवेद्य, पै-पाहुणे, आल्यागेल्यांची पंगत, घरची लहानथोर माणसे, शेतावर काम करणारी माणसे, सणावारी बोलावलेले अतिथी या साऱ्यांसाठी

दळण तर अतिशय महत्त्वाचे. केलेल्या पक्वान्नाची मदार या दळणावरच अवलंबून असते. साधी भाकरी— तिला सुद्धा गंधासारखे पीठ लागते. म्हणून मालन नेहमीच दळणाच्या कामाची काळजी घेते. यातूनही एक सद्भाव निर्माण होतो. कोणी जेवणारी व्यक्ती तिला नकोशी वाटेल, तर तिलाही चांगले दळणच करावे लागते. नणंद, जाऊ, सासू कितीही वाईट वागली तरी मालनीला मात्र त्यांच्या भाकरीसाठी गंधगोळ्यासारखे मऊशार गोळा होणारे पीठच दळावे लागते. तिथे भेदभाव करता येत नाही. म्हणूनच दळण— मग ते घरासाठी असो किंवा चांगल्या कारणासाठी असो, त्याच्या मागे 'देवाधरमाचे दळन' ही भावना लागतेच. भारतीय संस्कृतीनेच अन्नातील भेदभाव त्याज्य मानला आहे; आणि तो संस्कार मालनींच्या मनात कुठे तरी खोल रुजला आहे. कुणी पाहुणा आला की त्याच्यासाठी वेगळे पदार्थ करणे हे आलेच. त्यालाही मालनी कष्ट मानीत नाहीत. उलट त्याचा त्यांना आनंद होतो. घरातील इतर कामापेक्षा दळण हे काम अधिक पुण्याईचे आहे असे मालनी मानतात, ते यामुळेच.

हे सर्व भाव व्यक्त करणाऱ्या या ओव्या.

या गाथेत मालन नेहमीप्रमाणे दळायला बसली आहे. दळता दळता तिचा खुंट्याचा हात सुटतो. तिचे मन एकदम उजळून येते. दळताना खुंट्याचा हात सुटणे हा शुभशकुन आहे. असा हात सुटला की कुठला तरी पाहुणा येतो अशी मालनींची श्रद्धा आहे. मालनीचा पाहुणा हा भावापेक्षा दुसरा कोण असणार? आपला भाऊ येणार या आनंदानेच ती पुन्हा दळू लागते— तो खरेच दळण संपतानाच तिचा भाऊ आलेला तिला कळते. त्या आनंदाचे भाव टिपणारी ही गाथा.

✳ गाथा (१३)

सक्काळाच्या पारीऽ आदी जात्याची पाळ लोटीऽऽ
बाप्पाजी बयाबाईऽ रतनं मूखाला येन्यासाठी

फाटंऽच्या दळनालाऽ मला तांबडं फुटयीलऽऽ
सावळा भरतारऽ गवळी धारंला उठयीलऽऽ

दळन गऽ दळीतानाऽ खुद्ट्याचा हात सूटंऽऽ
भाऊराया माझाऽ जीवाचा सखा भेटंऽऽ

सरत्या दळनालाऽ सये केगद परमाळलाऽऽ
ताईता बंधूरायाऽ देव धावतऽ का आलाऽऽ

बारीक दळनऽ माझ्या पीठाच्या गंधगोळ्याऽऽ
बंधूजी गऽ माझाऽ जेवनारऽ तूप पोळ्याऽऽ

दळन दळते गऽ पुन्नाऽ दळीते वल्लं गहूऽऽ
सांजोऱ्या करीनऽ माझ्या भेटीला आला भाऊऽऽ

(१) लोटी = फिरवते, ओढते, (२) खुट्ट्याचा हात सुटणे = एक शुभशकुन— पाहुणे येणार असा, (३) पाळ = जात्याचे तळ.

या मालनीला दिवस उजाडला की माहेरची, आई-वडलांची आठवण होते. या आठवणी गाण्यासाठीच तर तिला दळण अधिक प्रिय असते. आई-वडलांना ती 'रतन' असे म्हणते. त्यांच्यावरील ओव्या कधी गाईन असे तिला होऊन जाते. तरी इतर कामांत दळणाला तिला उशीरच होतो. उगवतीला तांबडे फुटलेले असते. माहेर आठवत गाणी गाताना तिचा हात खुंट्यापासून निसटतो. कदाचित ती त्या वेळी भावावर ओव्या गात असावी. भाऊ पाहुणा येणार असे तिला निश्चित वाटते; आणि दळण संपते वेळी तो येतोच. त्याला तिने 'केगद परमाळला' म्हटले. त्याच्या येण्याने तिला आनंद झाला, तो घरभर पसरला. केवड्याच्या वासासारखा.

ती गहू दळत होती. बारीक दळणात पटाईत होती. तूप-पोळ्यांचे जेवण भावासाठी करायचे असे ती ठरवते. तो तिलाच चुकल्यासारखे वाटते. एवढा बहिणीघरी भाऊ आला. त्याला तूप-पोळ्या? चटकन उठून ती गहू पाणी लावून घेते— रवा पाडण्यासाठी. भावासाठी सांजोऱ्यांचा बेत ठरवते— वास्तविक ओलसर गहू दळायला जड जातात; पण हिचे मन आनंदाने इतके भरून आले आहे की, दळण तिला भिंगरीसारखे हलके वाटत असणार! रूक्ष अशा कामात देखील किती सुंदर काव्य ओवले जाते, ते हे असे.

पुढील गाथेत दळणे हे मालनीचे धर्मकर्तव्य आहे, हे तिने मनावर ठसवून घेतले आहे ते कसे, याचे वर्णन आहे. कोणतेही काम धर्मकर्तव्य मानल्याशिवाय व्यवस्थितपणे व श्रद्धापूर्वक होत नाही. दळण हे सर्वांत महत्त्वाचे. जीवनाधार असणारे काम. दळणाचे आणि त्या अनुषंगाने भाकरी भाजणे, भाजी-चटणी-कालवण करणे, दुधातुपाची व्यवस्था करणे— हे आलेच. ही कामे बाजारू असून चालत नाही. त्यांच्यात जीव ओतावा लागतो. हा भाव एका मालनीने गाथेत व्यक्त केला आहे.

* गाथा (१४)

कांडपऽ कांडीतेऽ　　तांदूळ गऽ आंबेमोऽरऽऽ
जेवनार बाईऽ　　माझी लेकरं लहानऽथोरऽऽ

कांडपऽ कांडीतेऽ　　डाळ कांडीतेऽ मुगाचीऽऽ
जोडी गऽ जेवनार　　नंद जाऊऽ बाळंतीणीचीऽऽ

कांडप कांडीते गऽ　　हुगी करते गव्हाचीऽ
जेवनाला घरीऽ　　फौज येनार भावाचीऽ

न्हायी दळता कांडताऽ　　रोज भंगत रांधना
नाव पीताजींचं होतंऽ　　थोर बहूत चंदनाऽऽ

दळता कांडीतानाऽ　　आसू गाळी ती पापीनऽ
कार अस्सलाचीऽ　　हात जोडीने पुन्नेवान

दळनं कांडनंऽ　　सरता गऽ शेवटालाऽ
माझ्या ग वाड्याला　　देव नारायेन आलाऽऽ

(१) हुगी = गव्हाची खीर, (२) फौज = मुले (लक्षणेने), (३) भंगत = खचून जाणे, (४) कार = मुलगी, (५) अस्सल = कुळवंत.

या मालनीचे घर मोठे आहे. मुलं-बाळं, जावा, नणंदा असा मोठा खटला आहे. दळणे-कांडणे हिलाच करावे लागते. मुलांना भात पाहिजे, बाळंतिणींना मूगडाळीचे वरण हवे, भावाची मुले जेवायला येणार असतात. त्यांच्यासाठी हुग्गी करायला हवी, असे नेहमीच चालू असते. त्यासाठी तांदूळ, मूग, गहू कांडून घ्यावे लागतात. भाकरी-पोळीसाठी दळण तर करावे लागतेच. हे काम खूपच झाले. पण मालनीला शिकवण आहे. दळणा-कांडणाला नव्हे, तर कोणत्याच कामाला कंटाळू नये. नाही म्हणू नये. कुलवंताच्या मुली कामाचे स्वागत करतात. डोळ्यांतून पाणी काढत नाहीत. असे वागले तर वडलांची कीर्ती चंदनगंधासारखी दूरवर पसरते.

सारे करायलाच हवे, ही तिची निष्ठा आहे.

म्हणून ती म्हणते, 'न्हायी दळता कांडताऽ रोज भंगत रांधना'. रोज घरी दळण-कांडण, रांधप करावे लागले तरी मी खचून जात नाही. मी कुळवंताची लेक आहे. या तिच्या विचारानेच घराचा गाडा व्यवस्थित चालत असतो. इथे तिथे घरचे हे काम धर्माप्रमाणेच मानले आहे. (म्हणून या गाथेतल्या मालनीच्या विचारांचे महत्त्व.)

पुढील गाथा मालनीने खुद्द जात्यावरच गायिली आहे. घरात भावाचे लग्न आहे. लग्नात नवरा-नवरीला लावण्याची हळद दळण्याचा मुहूर्त जात्यावर करायचा आहे. त्यासाठी जात्याच्या मुखाभोवती सुपारी बांधून त्याची पूजा केली आहे. या दळपासाठी जोत्यावर वाजंत्री वाजत आहेत. लग्नाचा हा सामा करण्याचा पहिला मुहूर्त जात्याचाच होतो. कारण पापडापासून हळदीपर्यंतचे दळण त्याच्यावर होणार असते.

✳ गाथा (१५)

मानवंताच्या बायांऽनूऽ पदरानं पालवतेऽ
बंधूच्या लगीनाची हळद दळाया बोलवतेऽऽ

अहेवऽ सहेवऽ आपल्या कंथाच्या पहील्याऽ
पाच गऽ सवाशीनी हळद दळाया बोहील्याऽऽ

बंधूच्या लगीनाचाऽ म्होतूर केला जात्या
वाजंत्री वाजत्यातीऽ मायबाईच्या गऽ जोत्याऽऽ

जात्या ईसवराऽ तुला सुपारी बांधीली
बंधूच्या लगनाचीऽ बाई हळद दळीली

जात्या तू ईसवराऽ तुला तिळा-तांदळाचा घास
हळद दळीलीऽ नवरा मोतीयाचा घोसऽऽ

हळद गजबजीऽ पिवळ्या झाल्यात्या आयाबाया
जात्या ईसवराऽ हळद लावीली बंधूरायाऽऽ

(१) पदराने पालवते = डोक्यावरच्या पदराचे उजव्या खांद्यावरील टोक हातात धरून बोलावणे. ही एक रीत आहे मानाची. (२) बोहिल्या = बोलावल्या. (३) गजबजी = पिवळी जर्द.

जाते हे समृद्धीचे प्रतीक आणि मंगलसूचक असल्याने लग्नात त्याला हा पूजेचा मान देऊन ताशा-वाजंत्र्याच्या गजरात त्यावर दळण करतात. इथे हळद दळायला घेतली आहे. दळायला पाच सवाशिणी बोलावल्या आहेत— त्यांना देखील नियम आहे. त्या आपल्या नवऱ्याच्या प्रथमपत्नी असायला हव्यात, पुत्रवतीही हव्यात. त्यांनी दळणाला हात लावून मुहूर्त करायचा. मालन हे सर्व जणू जात्याशीच बोलते आहे. पूजेनंतर त्याला नैवेद्याचा म्हणून पहिला घास तीळ आणि तांदूळ यांचा घालतात. तो दळून काढून मग जे दळायचे ते दळायला घेतात. इथे हळद घेतली आहे. हळद लावण्याचा समारंभ सुरू आहे. मालन जसे काही मधेच येऊन जात्याला

म्हणते— 'बघ रे, तू दळलेली हळद किती पिवळीजर्द आहे— बायका सगळ्या पिवळ्या झाल्या आहेत— आणि बघ तरी— भावाला कशी हळद लावताहेत!' मालनीचे आणि जात्याचे असे मैतर असते!

पुढच्या गाथेत मालनीने आपल्या घरच्या देवतांच्यासाठी निरनिराळी दळणे दळली आहेत. नैवेद्याला निरनिराळे पदार्थ लागतात, त्यांचेही वर्णन आहे. हे दळण ती भक्तिभावाने आणि हे देवाधर्माचे दळण आहे या श्रद्धेने करते आहे.

✻ **गाथा (१६)**

दळनंऽ कांडनंऽ — नित माझं ते खेळनंऽऽ
इट्टल रखुमाईलाऽ — खीर-पोळीचं जेवनऽऽ

दळपऽ मी गऽ दळीऽ — पीठ पडतं रवा रवाऽऽ
माझ्या गऽ मारोतीलाऽ — तबकी धाडा मेवाऽ

दळनऽ मी गऽ दळीऽ — गव्हा गऽ तांदळाचंऽऽ
नवराती बाईऽ — अंबाबाईच्या गोंधळाचंऽऽ

दळनऽ दळीते — पीठ काढते मोदकाचंऽऽ
पाहून्या गऽ माझ्याऽ — जेवानऽ गनेशाचंऽऽ

दळन दळीतेऽ — एका मांडीनं गऽ मणऽऽ
देवा ग धरमासाठीऽ — माझं दळनं-कांडनंऽऽ

दळनऽ दळीतेऽ — सरती आरती कापूराचीऽऽ
पूजा व्हतीया गऽ — पारावर मारोतीचीऽ

(१) एका मांडीनं = एका बैठकीत.

विठ्ठल-रखुमाई, वेशीवरचा मारुती, नवरात्रातील अंबाबाईचा गोंधळ, भाद्रपदातील गणपती या देवतांच्या नैवेद्यासाठी निरनिराळे पदार्थ लागतात आणि ते भरपूर करावे लागतात. त्यासाठी तिने 'मणाला देते मांडी' असे सूचित केले. एका बैठकीत मधे मांडी न चाळवता ती कितीतरी दळू शकते.

पण हे दळण करताना तिचे मन भक्तिभावाने इतके ओथंबून आल्यासारखे असते की, तिला श्रमाचे भानच राहत नाही.

शेवटच्या ओवीत मालनीने सुंदर योगायोग गुंतवला आहे. दळण संपते, त्याच

वेळेला मारुतीच्या देवळातील कापराची आरती सुरू होते. ही एक श्रद्धा. देवाचे दळण संपताना देवाचीच आरती सुरू झाली! दळण संपताना ज्या ओव्या म्हणतात त्यांना 'आरती' म्हणतात.

या कर्मधर्म-देवाच्या कर्तव्यात श्रद्धेने मालनीने किती निर्भर आनंद मिळविला आहे, याचे या गाथा वाचून मला कौतुक वाटते.

◆

५

रामप्रहरी उठून दळणाची तयारी करणे— दळायला बसणे— दळताना ओव्या गाणे हा एक घरकामाच्या सुरुवातीचा सोहळा असतो, तसा दळणाचे धान्य सुपात थोडे राहिले की पुन्हा सरत्या दळणाचा सोहळा सुरू होतो. सूपभर धान्य दळायला घेतले की रामप्रहराच्या वेळेपर्यंत ते संपत येते. ओव्यांच्या नादात दळण संपल्याची जाणीव होत नाही. सुपात दोन ओंजळी दाणे राहिले की 'दळण सरलं' हे लक्षात येते. सरले आणि संपले या दोन शब्दांत सूक्ष्म फरक आहे असेही मालन म्हणते. 'सरलं' हा अर्धविराम असतो, तर 'संपलं' हा पूर्णविराम असतो. दळण ही एक संसारातील नित्य चालू राहणारी क्रिया आहे. म्हणून 'दळण संपलं' असं म्हणायचं नाही.

त्याचप्रमाणे सुपातील धान्यही पूर्ण संपवायचे नाही. पाच दाणे तरी तसेच राहू द्यायचे. दळण झाल्यावर पीठ भरून, जाते स्वच्छ करून, मग सुपातील शिल्लक— श्री शिल्लकच— ती जात्याच्या पाळूत टाकायची किंवा कणगीत, डब्यात टाकायचे किंवा अंगणात पाखरांना टाकायचे आणि सूप जात्यावर पालथे घालायचे, नमस्कार करायचा अशी मालनींची रीत आहे. लहानपणी आईचे पाहूनच तिने ती आत्मसात केली आहे.

सुपात दोन पसे धान्य असेपर्यंत कोणत्याही ओव्या गातात. पण धान्य संपत आले की कोणत्या ओव्या गायच्या हेही ठरलेले असते. धान्य थोडे उरल्यावर गायिल्या जाणाऱ्या ओव्यांना 'सरती आरती' म्हणतात. या ओव्याच असतात; पण त्या ग्रामदैवतावर, कुलदैवतावर, गुरुमाऊलीवर गायच्या असतात— त्यांचे आशीर्वाद मागायचे असतात. हे आशीर्वाद सासर-माहेरच्या सर्वांसाठी असतात. सुपातील धान्याची मूठ घासाने भरणार नाही इतके धान्य सुपात कोपऱ्यात वा पसरून राहिले, की त्या धान्याचा आकार बघतात. हे पसरलेले धान्य मालनींना कधी फुलांसारखे दिसते, कधी अगदी छोट्या राशी दिसतात. जे आकार दिसतील, त्या आकारावर ओवी गाऊन आशीर्वाद मागायचे किंवा हात जोडायचे. अशा भावनेची ओवी शेवटी गातात आणि मग खुंट्याचा हात सोडतात. दळण सरते... सारे आवरेपर्यंत ओवी

हलक्या आवाजात येतच राहते.

दळण सरतानाच्या या गाथा. तोपर्यंत रामधरमाची वेळ होते. तेव्हा दळण आवरले पाहिजे ही शिस्त असते. अशा या सरत्या आरतीच्या गाथा...

पुढील गाथेत मालन पहाटे आणि सांजवेळीही दळायला बसली आहे. घराचा खटला मोठा आहे हे कारण तर आहेच, पण गाथेच्या शेवटची ओवी वाचून आणखी एक कारण मनात येते. हे सारे घर गाडी जुंपून पंढरीच्या वारीला निघणारे असावे. त्यासाठीही प्रवासाच्या वाटचालीची पिठाकुटाची तयारी असावी. दळणाचे श्रम होत असतीलच; पण त्याचा वाराही या गाथेत नाही. मालनीला दळण आनंदाचे आणि अभिमानाचे वाटते आहे.

पहिल्या दोन ओव्या पहाटेच्या दळणाच्या आहेत; आणि मालनीने तिसऱ्या ओवीपासून सवसांजेला जे दळण सुरू केले त्याच्या ओव्या आहेत.

❋ गाथा (१७)

सरलं दळानऽ मला यवढ्यानं काय व्हतंऽऽ
मामाजीच्या संगंऽ लाख माणूस येतं जातंऽऽ

सरलं दळाऽनऽ सरलं म्हनाया लाज वाटंऽऽ
माझ्या गऽ वाड्यामंदीऽ कनगी बळदऽ सोप्या दाटंऽऽ

सवऽसांज झालीऽ जात्या तूझी घरऽ घरऽऽ
लक्षूमी आई म्हनीऽ खटल्याचं हायी घरऽऽ

सरलं दळानऽ पीठ आलं गऽ जात्यावरऽऽ
माझा गऽ बंधूरायाऽचंद्र आलाया माथ्यावरऽऽ

सरलं दळानऽ हात खुट्ट्याचं सूटलंऽऽ
देवा नारायेनाऽ ववी गाऊनऽ जोडलंऽऽ

सरलं दळानऽ पीठ उरून ऊठावंऽऽ
देवा इठ्ठलालाऽ सख्या जाऊन भेटावंऽऽ

सरलं दळानऽ सूप झाडून ऊभा केलंऽऽ
सावळ्या पांडूरंगाऽ चित्त तुझ्या गावा गेलंऽऽ

(१) बळद = धान्य ठेवण्याची भिंतीमधील पोकळ जागा.

या मालनीचे घर तालेवार असावे. सासरा सरदेशमुखीसारखे काम करीत असावा. धान्याची कोठारे, कणग्या सोप्यापर्यंत दाटल्या आहेत आणि येणे-जाणे तर सारखेच चालले आहे. आलेल्याला ताक, भात, भाकरी द्यावी हे घराचे बीद. मालन म्हणूनच दळणाचा अभिमान बाळगते. 'सरलं' म्हणायची सोय नाही. गाडीभर माणसं येतील आणि पुन्हा दळणाला बसावं लागेल असा घराचा एकूण डौल आहे.

हे नेहमीचेच, पण या वेळी तिने सूर्यास्तानंतरची कामे आटोपून, गुरांचा-धारांचा गोंधळ आटपून अंधारल्यावर दळण सुरू केले आहे ते चंद्र माथ्यावर आल्यावर. ती सरत्या दळणाच्या ओव्या गाते आहे. 'चंद्र आला माथ्यावर' हे केवळ वेळ सुचविण्यासाठी नाही. तो भाऊ आहे. बहिणीला 'आता पुरे' म्हणून सांगायला आलेला असणार. खूपच पीठ तिने दळले असणार. इथे मालनीची सौंदर्यदृष्टी आणि जिव्हाळा यांचा कसा सुरेख संगम झाला आहे! दळणाचा आणि चंद्राचा आणखीही संबंध आहे. मालनी चांदण्याला नेहमी पिठाची उपमा देतात. जात्यातून झरणाऱ्या पिठालाही चांदण्याची उपमा देतात. केवळ रंगामुळे हे होत नसावे— विचार करून पाहण्यासारखी ही गोष्ट आहे.

देवाला एक ओवी गाऊन तिने दळण थांबवले. जात्याला नमस्कार केला. पण मनात ओढ होती विठूच्या दर्शनाची. आता विठ्ठलाच्या दर्शनाला निघायचं, ही ओढ. नुसती ओढ नव्हे... तिला पंढरीची वाटही दिसली आणि मनानं ती पांडुरंगापाशी पोहोचलीही. रात्रीच्या दळणाचा आनंदही तिला फेऱ्यांबरोबर चांदणे झाल्यासारखा झाला असणार. पंढरीच्या वारीसाठी पीठ होते ना ते!

पुढील गाथा दळण सरत येण्यापूर्वीची आहे. अजून दोन पसे धान्य सुपात आहे. आता सरत्या आरतीच्या ओव्या सुरू करून, दळण संपवून, आवराआवर करून उठेपर्यंतच्या ओव्या मालनीने गायिल्या आहेत.

दळणाची ही एक आचारसंहिताच आहे.

✳ **गाथा (१८)**

सरलं दळन गऽ *माझी ऊरली वंजयीळऽऽ*
कंथ माझा देवळातऽ *करी भजन मंजूयीळऽऽ*

सरलं दळन गऽ *आलं सूपाच्या कोन्यायाला*
औक्ष मी गऽ मागीऽ *माझ्या जात्याच्या धनीयालाऽऽ*

सरलं दळन गऽ *सूप सारीते पलीकडंऽऽ*
सासर माह्यारऽ *सूक मागीते दोनीकडंऽऽ*

सरलं दळन गऽ | *पीठ भरून बाई ठेवूऽऽ*
माझा ग भरतारऽ | *धनी जात्याचा सूखी व्हावूऽऽ*

सरलं दळन गऽ | *बाई सरलं म्हणू कशीऽ*
सासर माह्याराच्याऽ | *भरलेल्या दोनी राशीऽऽ*

सरलं दळन गऽ | *सरलं म्हनूऽ व्हायीऽऽ*
सासर-माह्यार गऽ | *सुखं नांदतं गऽ सईऽऽ*

सरलं दळन गऽ | *हात जात्याला जोडीतेऽऽ*
माझ्या गऽ कंथाला | *औक्ष मागूनऽ उठीतेऽऽ*

पहिली ओवी मोठी छान आहे. सुपात दोन पसे धान्य उरले, तशी दळण सरल्याची जाणीव मालनीला झाली. फेरे सावकाश येऊ लागले. ओवीही मंद सुरात आली आणि शेजारच्या विठ्ठलाच्या देवळातील भजन ऐकू आले. जो ते मंजूळ आवाजात भजन गात होता तो मालनीचा पती होता. ती हरखली. त्या मंजूळ नादाच्या भरातच तिने थोडे दळण केले आणि कंथाचीच सरती ओवी गायली. सुपाच्या कोन्यात एवढीच रास दिसली, ती तिला त्या पतीच्या मंजूळ सुराचा स्वरसाज अशीच भासली असावी.

नंतरच्या ओव्या दळण संपताच आपण काय काय केले यावरच्या आहेत. त्या दळताना गायिल्या असतील किंवा ती कामे करताना तिने गुणगुणल्या असतील. कंथाला ओवी गाऊन तिने दळण थांबवले. सूप पलीकडे सारले. पुढील ओव्या दळण सरले हे कसे म्हणायचे या विचाराच्या गायल्या. सासर-माहेरच्या धान्यराशी शिगेल्या पोहोचत असताना दळण सरलेच कसे? मग हात जात्याला जोडून, पतीला औक्ष मागून ती जात्यापासून उठली.

ही गाथा म्हणजे सरत्या आरतीतील एक गोड प्रसंग आहे. कल्पनेतील हे चित्र मालनीने रंग-भावांसकट शब्दांतून रेखले आहे. शेवटचा घास जात्यात घालून तिने सुपात पाहिले, ते अजून कोपऱ्यात थोडे दाणे होते. सरत्या आरतीच्या ओव्या विठोबा-रखुमाईवर म्हणत तिने रुक्मिणीलाच 'जरा सरत्या आरतीला दळू लाग, ये' अशी हाक, साद घातली. मालनीला रुक्मिणीचा अतिशय जिव्हाळा. रुक्मिणी ही तिची लाडकी भावजय. मालन पंढरीला गेली तर विठूरायाला तुळस-बुक्का नेईल; पण रुक्मिणीला अंजिरी खण दिल्याशिवाय राहणार नाही. या ओवीत ती हक्कानेच तिला बोलावते.

✻ **गाथा (१९)**

सरलं दळनऽ बाई राह्यलं सूपाकोनीऽ
इट्ठल रखूमायीऽ म्या गऽ गायीली रतनं दोनीऽऽ

सरलं दळनंऽ लाव रुकमीनीऽ हातऽऽ
सबदून जाईलऽ माझं आलं गेलं त्यातऽऽ

सरलं दळनऽ मी गऽ रुकमीनीला सांगंऽऽ
सरत्या शेवटाच्याऽ ओव्या गऽ म्हनू लागऽ

सरलं दळनऽ सोन्याच्या गऽ हातायानंऽऽ
हात गऽ लावीलाऽ इठुरायाच्या रुकमीनीनंऽऽ

सरलं दळनऽ सूप ठेवलंऽ झाकऽन
सासर-माहेरालाऽ पांडुरंगाची राखनऽऽ

(१) सबदून जाईल = पुरेपूर होईल.

मालनीने सरती आरती विठ्ठलाला गायिली आणि त्या भरात रुक्मिणीला दोन घास दळायला सांगितले आहे. बरोबर ओव्या पण म्हणायचा आग्रह केला. ज्या दळणाला रुक्मिणीचा हात लागला, ते सर्वांना पुरेपूर होणार ही मालनीची खात्रीच. तोच रुक्मिणीचा आशीर्वाद. सरत्या दळणाला रुक्मिणीचा हात लागला ही श्रद्धा! आणखी मालनीला काय हवे असते? आणि ज्या दोन्ही कुळांना पांडुरंगाची राखण असते, त्यांना तर काय कमी पडते? एक भासचित्र म्हणून ही गाथा मला फार आवडली. जिव्हाळ्याचे, नणंद-भावजयीचे भावचित्र.

✻ **गाथा (२०)**

सरलं माझं दळनऽ माझ्या सूपात जाईचाफाऽऽ
सरत्या दळनाचीऽ ववी गायीली मायबापाऽऽ

सरलं माझं दळनऽ माझ्या सूपात पाच गहूऽऽ
देवानंऽ दीले भाऊऽ आमी बहीनी वव्या गावूऽऽ

सरलं माझं दळनऽ माझ्या सूपात पानईडा
राजस गऽ कंथ नऊ लाखाचा माझा चुडा

सरलं माझं दळनऽ खाली न्हायीली वंजळऽऽ
सोन्याची तूळसऽ वर मोत्याची मंजूळऽऽ

सरलं माझंऽ दळनऽ खाली न्हायीला चाराचूराऽऽ
इठ्ठलाचा तूराऽ रुकमीनीचा बीजवराऽऽ

सरलं माझं दळनऽ सरलं सरू लागऽऽ
सावळ्या इठ्ठलाचीऽ आरती गाऊ लागऽऽ

या गाथेतील मालनीचे कल्पनाचातुर्य कौतुक करण्यासारखे आहे. सुपात इकडे तिकडे कमी-जास्त पसरलेल्या पडलेल्या जोंधळ्यांतून, गव्हांतून, तांदळांतून आकार शोधायचा. शेवटची धान्याची मूठ जात्याला पाळून घातली, की तो घास संपेपर्यंतच्या वेळात हा आकार लक्षात येऊन त्यावर ओवी देखील म्हटली जाते.

पहिल्या ओवीत तिला दाण्यांचा आकार जाईच्या, चाफ्याच्या फुलासारखा दिसतो. जाई आणि चाफा हे आई आणि बाप यांचे प्रतीक मानतात. आईचे सुख जाईच्या सुवासासारखे असते आणि पित्याचे चाफ्याच्या सुवासासारखे. म्हणून मग आईबापांवर ओवी गाऊन दळण संपवायचे.

कधी सुपात चार-पाचच गहू दिसतात. मालनीला हे आपले भाऊच वाटतात. मग भावावरून ओवी. गव्हासारखेच रसरशीत, सुदृढ असे ते भाऊ असणार.

सुपात चाराचुरा उरतो, ती कल्पना मला आवडली. चाराचुरा म्हणजे बारीक धान्य, डाळी वा कण्या. इथे मला तांदळाच्या कण्या व हरबऱ्याची डाळ यांचे मिश्रण भाजणीसारखे मालन दळत असावी असे वाटते. कण्या पसरलेल्या फुलांसारख्या किंवा बारीक मोत्यांसारख्या दिसतात. मूग-डाळ वा चणे-डाळ सोन्याच्या मण्यांसारखी दिसते.

विठोबाच्या कमरेच्या शेल्याशी जाईचा तुरा खोवतात किंवा रुक्मिणीचा बिंदी-बिजवरा सोन्या-मोत्यांची गुंफण करून करतात. ते चित्र त्या पसरलेल्या धान्याने मालनीच्या डोळ्यांसमोर उभे केले. फारच सुंदर कल्पनाचित्र... आणि त्या चित्राला शोभेशी विठ्ठल-रखुमाईची ओवी तिने गायिली.

एखाद वेळी सुपातील चिमूटभर धान्य पानाच्या विड्यासारखे— बहुतेक गोविंद विड्यासारखे दिसते. विडा म्हटले की कंथाचीच आठवण येणार आणि पतीवर मालन ओवी गाणार!

अशी ही जात्यावरील ओव्यांची सरती आरती. ही संपेतो दारात एखादा रामदासी श्लोक म्हणत उभा असतो. एखादा वारकरी पताका खांद्यावर टाकून वीणेवर भजन म्हणत येतो. पक्ष्यांची किलबिल सुरू होते आणि ओसरीवरील

जात्याची ही ओवी अंगणातील महासागराला जाऊन मिळते.

दळण हे काम असले, तरी असे निरनिराळ्या कल्पनातरंगांनी, सुखदु:खांच्या आविष्कारांनी, घराच्या जिव्हाळ्याने, प्राणिमात्राविषयीच्या प्रेमाने अशा कितीतरी भावरंगगंधांनी प्रवाहित झालेले आहे.

◆

६

आली गिरणी अनसया

दळणासाठी नवी सुविधा आली, ती इंग्रजांच्या राज्यात. जशी प्रवासासाठी आगगाडी आली, तशी धान्य दळणाच्या कामासाठी पिठाची गिरणी आली. स्त्रियांच्या वाट्याचे केवढे मोठे दैनंदिन कष्टाचे काम कमी झाले. प्रथम ती शहरात आली. मग जिल्हा, तालुका अशा गावी आली. नंतर मोठ्याशा गावात आली. आजूबाजूची जव्हारी बाजाराला जातात, त्याप्रमाणे आठवड्यातून एकदा या गिरणीवरून पीठ दळून आणू लागली आणि खेड्यातून पहाटेच्या वेळी ऐकू येणारी जात्याची घरघर बंद झाली. मालनी सुखावल्या. त्यांच्या आनंदाला पारावर राहिला नाही. पण ही गिरणीचे पीठ आणण्याची क्रिया काही एकदम सुरू झाली नाही. काही मालनींनी लगेच दळण सोडले नाही. मालनींनी दळणाच्या कष्टावर खूप ओव्या रचल्या आहेत. तशा गिरणी आल्यावरही जात्यावर दळणाऱ्या मालनींनी गिरणीचे स्वागत केल्याचे किंवा ज्या जात्याला त्यांनी ईश्वर मानले, त्या जात्याला अडगळीत टाकताना होणारी सुखदु:खमिश्रित भावस्थिती गायिलेल्या ओव्या मला तर अगदी हातांच्या बोटांवर मोजण्याइतक्याच मिळाल्या. नंतर ओव्याच संपल्या. पण या सुखदु:खाच्या ओव्या त्यांनी नक्कीच गायिल्या असतील... त्या शोधात राहायला हवे.

मालनी जिद्दीने जरी दळण दळीत आल्या, तरी बऱ्याच जणींना ते सुखावह होत नाही. 'दगड ओढावा लागतो' अशा शब्दांत दळणाविषयी त्या तिटकारा दाखवतात. पुढील गाथेत 'नको हे दळण!' असा भाव मालनीने व्यक्त केला आहे. लहान मुलीला कष्टाचे काम फारसे लावीत नसत. पण जरा मोठी होऊन सासरी आली की, तिला सवय व्हावी म्हणून दळणाचे काम देत. पहिल्याच ओवीत मालनीने दळणातील सर्वांत असह्य त्रास दिला आहे, तो कंबरेचा. दळणाचे फेरे घेताना कंबर सारखी लवत असते. दळण करताना ती दुखायला लागते. इतकी, की तिला उठायला येत नाही. दंडांतही गोळे येतात आणि हालणे अशक्य होते. खुंट्याला सारखे घासल्याने

हाताला फोड येतात. पण या सर्वांमुळे तिची इतर कामे काही चुकत नाहीत. हे काम तर सक्तीचे असतेच.

* **गाथा (२१)**

जातं वडीतानाऽ	कंबर माझी लवंऽऽ
म्हायारी गऽ बाईऽ	कामाची नव्हती सवंऽऽ
जातं वडीतानाऽ	काळा कुरुंद जाई जडऽऽ
सये सांगते गऽ	हाताला येती फोडऽऽ
जातं गऽ वडीतानाऽ	दंडाला येती गोळंऽऽ
माता गऽ मावलीचं	मन ऐकून कळवळंऽऽ
दळना परायासऽ	निघळनं बाई भारीऽऽ
बयाच्या दूधाचीऽ	झडती गऽ देते न्यारीऽऽ
वडतऽ न्हायी मलाऽ	जातं गऽ एकटीलाऽऽ
सय येती मायबाईऽ	घडूघडी बोलायलाऽऽ
रोजीचं दळानऽ	माझं पायलीऽ पायलीऽऽ
इसाव्याची जागाऽ	एक माझी ती मावलीऽऽ

(१) कुरुंद = दगडाची एक कठीण जात. हे दगड तांबडे व काळे असतात. जात्यासाठी, पाटा-वरवंट्यासाठी, खलबत्त्यासाठी हे वापरतात. (२) निघळण = घास घातल्यावर काही दाणे तोंडाशीच पाळीत अडकून राहतात. ते बाहेर पडून दळणात सापडण्यासाठी अधिक जोराने व अधिक वेगाने जाते फिरवावे लागते. हे दळण फार कठीण जाते. (३) झडती देणे = हिशेब देणे, खर्ची घालणे.

या दळणाच्या श्रमाने मालनींनी 'अंगाचे पाणी होते' म्हणावे, इतका तिला घाम येतो. पाठीवरून घामाच्या धारा वाहू लागतात. या घामामुळेच मालनीला आईच्या दुधाची आठवण येते. शैशवात अंगी ताकद भरण्यासाठी प्यालेले दूध या कष्टात निचरते आहे असे त्या म्हणतात. श्रम इतके असह्य होतात की 'आता मला जातं ओढवत नाही ग' असे तिला आईला सांगावेसे वाटते. रोज पायली-पायलीच्या दळणातून सुटका होते, ती माहेरी गेल्यावरच. म्हणून मालनीने आईला 'विसाव्याची जागा' असे म्हटले आहे. या गाथेत मालनीने दळणाचा त्रास कसा असह्य असतो हे थोडक्यात, पण मनापर्यंत पोहोचणारे असे गायिले आहे.

पुढील गाथेतील मालन माहेरी जाऊन विसावा घेऊन आली आहे. रोडावलेली सासुरवाशीण विसाव्यामुळे आणि आईने चारलेल्या साय-लोण्यामुळे चांगली टवटवीत होऊन आली आहे. आल्यावर दळप सुरू झाले. पुन्हा हाताला फोड आले. कष्ट होऊ लागले. हा संसाराचा रथ असाच मला जड जाणार, असे एका प्रकारचे नैराश्य तिला आले. तिचा सुखवासी जीव पुन्हा झुरणीला लागला.

* गाथा (२२)

जातं गऽ वडीतानाऽ माझं दूखत्यात दंडऽऽ
बयाच्या जीवावरऽ माझा सूखवासी पिंडऽऽ

दळण दळीतानाऽ माझ्या अंगाचं झालं पानीऽऽ
माऊलीबाईनंऽ मला चारीलं साय लोनीऽऽ

दळान दळीतानाऽ हाताला आलं फोडऽऽ
रथ संसाराचा बाईऽ कसा जातूया भारी जडऽऽ

दळताना कांडीतानाऽऽ आसू गाळी ती पापीनऽऽ
कार मी अस्सलाचीऽ हात जोडीते पुण्यवानऽऽ

दळन्याचा बाईऽ कधी करू नी कंटाळाऽऽ
बया गऽ सांगतीऽ घरी येतूया गोपाळाऽऽ

सकाळी ऊठूनऽ काळा कुरुंदऽ घशीतेऽऽ
बयाच्या नावासाठीऽ मांडी पिठात बुडवीतेऽऽ

(१) सुखवासी = सुखात राहिलेला. (२) अंगाचं पानी होणे = घाम गाळून अतिश्रमाने प्रकृती खराब होणे. (३) कार = मुलगी. (४) अस्सलाची = कुलवंताची. (५) घशीते = घासते.

पण माहेरी असताना आईने मालनीला दोन-तीन गोष्टी सांगितल्या आहेत. त्याही विचार करण्याजोग्या आहेत. कुलवंताच्या मुलींनी कामाचा कंटाळा करू नये. जाते हे धान्यलक्ष्मीचे प्रतीक आहे. जात्याला आपण ईश्वर मानतो. म्हणून दळताना रडू नये. त्याचा तिटकारा करू नये. उलट, त्याला नमस्कार करावा. शिवाय जात्यावरील दळणाने जाते प्रसन्न होते. दळणारणीला पुत्रलाभ होतो. म्हणून मालन आईच्या सूचना मानते. समृद्धी व पुत्रलाभ या गोष्टी दळणाने मिळतात या श्रद्धेने ती दळते. आईच्या आज्ञा मानायच्या म्हणून आणि आपण कंटाळा दाखवल्यास त्याचा

आईवर बोल येईल म्हणून. हेही तिने अगदी मोकळेपणाने कबूल केले आहे. तिला दळण मानवतच नाही हे तर खरेच. संसाराचा रथ आपल्याला असाच जड जाणार हे तिच्या मनाने घेतले आहे.

पुढच्या गाथेत अशी कंटाळलेली एक मालन भावाची वाट पाहत आहे. कधी भाऊ येईल आणि मला माहेरी घेऊन जाईल, असे तिला झाले आहे. का येत नाही तो हे तिला कळत नाही. आपला इतका प्रेमळ भाऊ, त्याची लोण्यासारखी माया अशी पातळ का झाली असे तिला वाटते. अशी ती वाट पाहत असतानाच तिला समजते की, भावाने दळणाची गिरणी घातली आहे. तिचे काम रात्रंदिन सुरू आहे. आजूबाजूच्या बाया त्याला दुवा देत आहेत. म्हणून तो आला नाही. ती एकदम हरखून गेली. तिने भावाला निरोप पाठवला : 'मला आता इथल्या सासरच्या दळणाचा वीट आला. मला तुझ्या गिरणीचं पीठ पाठव.' तिला गिरणीचा इतका आनंद झाला की तिने 'अनसया' असे गिरणीचे नावही ठेवले. आता ती भावापेक्षाही 'गिरणीवाल्या भावा'कडून येणाऱ्या पिठाची वाट पाहू लागली.

✳ गाथा (२३)

दळनऽ दळीताऽ — अंगाचं झालं पानीऽऽ
बंधूजी तुझी मायाऽ — पातळ लोन्यावानीऽऽ

दळन दळीताना — शीनला माझा जीवूऽऽ
वानीच्या बंधवाचीऽ — किती मी वाट पाहूऽऽ

दळन दळीतानाऽ — माझ्या दूखती दंडबाह्याऽऽ
जाईन माह्यारालाऽ — भेटंलऽ बंधूरायाऽऽ

दळन ग दळीतानाऽ — शिनली माझी कायाऽऽ
माझ्या गऽ बंधवाचीऽ — आली गीरनी अनसयाऽऽ

गिरनीवर जळंऽ — अरगीन ढणाऽ ढणाऽऽ
माझ्या बाई बंधूजीलाऽ — दुवा देती लेकी सूनाऽऽ

सासूसासऱ्याच्या राजीऽ — बाई दळनाचा आला ईटऽऽ
गिरनी माझी अनसयाऽ — धाड बंधवा तीचं पीठऽऽ

(१) वानीच्या = नवसाच्या, लाडक्या. (२) अरगीन = गॅसबत्ती.

गावात बंधूने आणलेल्या गिरणीचे मालनीने सुंदर वर्णन केले आहे. गिरणीवर रात्रंदिवस काम चालते, ते 'अरगीन जळती ढणाढणा' एवढ्यात तिने सुचवले आहे. पहिल्या चार ओव्यांत थकून गेलेल्या मालनीने जितकी उत्कटपणे भावाची वाट पाहिली, तितक्याच उत्कटपणे ती आता गिरणीच्या बातमीने हर्षभरित झाली आहे. भाऊ आपल्याला गिरणीचे पीठ धाडणार आणि आपला दळणाचा सक्तीचा सासुरवास आता संपणार याचा तिला फार आनंद झाला आहे. ती गिरणी तिला एकदम आपली वाटू लागली. ती म्हणते 'गिरणी माझी अनसया.'

पुढील गाथा ही गिरणीवरची आहे, पण आता भावाने पीठ पाठवले हा आनंद गाथेत व्यक्त झालेला नाही. पण जेव्हा घरोघरी गिरणीचे पीठ येऊ लागले, तेव्हा दोन पिढ्यांमधील अंतराचा जो आविष्कार होऊ लागला, त्याचे हे प्रात्यक्षिक आहे. सासूचा जन्म दळण्यात-कांडण्यात खचून गेला. आता सून त्या कष्टापासून मुक्त झाली. तेव्हा सासूला तिचा हेवा वाटू लागला आणि दोघींच्या भांडणात एक गिरणीचा नवीन विषय घुसला. त्याचे एक वास्तवपूर्ण नाट्य या पाच ओव्यांत उभे केले आहे.

✳ गाथा (२४)

भरताराच्या राजीऽ हुता काचंचा बंगलाऽऽ
आता सारका धडका देतोऽ सून रांडचा लेंडवाराऽऽ

सासू सूनांचं भांडनंऽ ल्योक ऐकतो गऽ दारीऽऽ
तू उगीच बस नारीऽ म्हातारीला तोंड भारीऽऽ

सासू अत्तीबाईऽ दळू कांडू मेल्याऽऽ
आमच्या राजमंदीऽ गिरन्याबाई आल्याऽऽ

दळान कांडानऽ आता न्हायी मला ठावंऽऽ
मला म्हनीती उनाडऽशिव्या ऐकून मी का घेवंऽऽ

सासू सूनाचं भांडानऽ ल्योक की दारी उभाऽऽ
अस्तुरीला देतो मूभाऽ कर म्हातारीचा भूगाऽऽ

हा एक छोटासा नाट्यप्रवेशच आहे असे ही गाथा वाचल्यावर वाटते. पात्रे तीन— घरची सासू, सून आणि मुलगा. पहिल्याच ओवीत म्हातारी त्राग्याने बोलते आहे. दाराशी मुलगा ऐकतो आहे. प्रथम तो बायकोला, तू बोलू नको म्हणून सांगतो.

मग ती भांडणाचं कारण सांगते. पुन्हा दोघींची तोंडे सुरू होतात आणि दाराशी उभा असलेला मुलगा बायकोला, 'म्हातारीचा भुगा कर' म्हणून सांगून निघून जातो.

भांडणाचे कारण सुनेने सांगितलेच आहे. आमच्या सुखाचा म्हातारी दुस्वास करते असे तिला वाटते. सकाळी सून आरामात बघून म्हातारीचे पित्त खवळते. सुनेला उनाड म्हणते. ही गिरणी आल्यावरची एका घरातील प्रतिक्रिया. अशीच बहुतेक घरांत असणार यात शंका नाही.

पण एक गोष्ट दिसून येते ती अशी की, या सून मालनींनी जसे आगगाडीचे स्वागत केले, तसे या गिरणीचेही केले. या मालनींनी नवे विचार नेहमीच स्वीकारले. या त्यांच्या वृत्तीमुळेच गांधीजींची चळवळ खेड्यापाड्यांतून पोहोचली. जुने ते सोने म्हणणाऱ्या जुन्या पिढीला मालनींनी फारसे मानले नाही.

हळूहळू जाते नाहीसे झाले. मालनींचे कष्ट संपले. पण जात्यावरच्या ओव्याही विस्मृतीत बुडून गेल्या. हे ओव्यांचे धन दुसऱ्या कोणत्याही सांसारिक कामातून मालनीला पुन्हा वेचता आले नाही. या ओव्या— हे कुबेराचे धन जात्याच्या झोक-झोल्यातूनच केवळ पाझरले आणि जात्याबरोबरच भूतकाळात विरून गेले! गिरणीवरच्या ओव्या ही एक प्रकारे जात्यावरची जात्यासाठी गायलेली सरती आरतीच ठरली; आणि या सरत्या आरतीच्या ओव्या गाताना मालनीच्या सुपात उरली, ती आजवर गायिलेली काही जाईची फुले— ज्यांचा गंध आपण अजूनही घेऊ शकतो.

◆

७

एक चिरंजीव जाते

भागवत संप्रदायाचे विठ्ठल हे दैवत स्वभावाने वेगळेच आहे. इतर दैवतांप्रमाणे याला प्रसन्न करून घेण्यासाठी व्रते, वैकल्ये, पूजा, तपश्चर्या असे कर्मकांड लागत नाही. केवळ भक्ताची आपल्या ठायी असलेली भावभक्ती याला पुरेशी असते. संसाराचे व्यापताप करतानाही जो भक्त केवळ नामस्मरणाने त्याचा होतो, तो विठ्ठलाला आपलासा वाटतो. प्रसन्न होऊन 'वत्सा, वर माग' असा दात्याचा मोठेपणा हा विठ्ठल मिरवत नाही, तर त्याच्या मागे सतत उभा असतो. त्याची काळजी घेतो. म्हणूनच त्याला 'विठाई' हे मातृसमान महिमा दाखवणारे नाव मिळाले. आई जशी बालकाची काळजी वाहण्यासाठी त्याच्या मागे मागे असते, तसा हा पांडुरंग आपले वेड घेतलेल्या भक्ताच्या मागे असतो. म्हणूनच विठ्ठलाला भावरती असे म्हणतात. भावभक्तीने ही दिव्यशक्ती— प्रत्यक्ष परमेश्वर विकत घेतला

जातो. म्हणजे आईवर जसा बालकाचा हक्क असतो, तसा भक्ताचाही त्याच्या विठूरायावर हक्क असतो. विठ्ठल हे भक्ताचे मायपोट असते.

पुंडलिकाने असा हा भावरत विठ्ठल विटेवर उभा केला. आपल्या भक्तासाठी त्याने काय केले नाही? भक्ताच्या सुखासाठी तो आपले देवपण, आपली इभ्रत, सर्व काही कस्पटाप्रमाणे लेखतो आणि भक्ताकडे धाव घेतो. असे भक्ताशी एकरूप होणारे हे विठ्ठल दैवत. भक्त व आपण एकरूप आहोत असे मानणारे.

जनाबाई हे एक विठ्ठलाने आपले मानलेले पोरके लेकरू. आई-बाप नसलेली आठ-नऊ वर्षांची जनाबाई नामदेवाघरी दासी— मोलकरीण म्हणून राहिली. नामदेवाघरी ती झाडलोट, धुणे-भांडी, पाणी वाहणे, दळण दळणे, गवत-इंधनाच्या मोळ्या आणणे, शेणी थापणे अशी दिवसभर कामाला जुंपलेली असायची. नामदेव हा विठ्ठलाचा ओतप्रोत असा भक्त. त्याची भक्ती पाहून जनाबाईही विठ्ठलाचे नामस्मरण करू लागली. तो तिला ध्यासच लागला. हाताने काम-धाम आणि तोंडाने विठ्ठलाचे नाम— विठ्ठलाचे नामस्मरण हा तिचा विसावा झाला. विठ्ठलाच्या नामस्मरणात जनाबाई आपले पोरकेपण विसरून गेली. नामदेवाघरी तिला दासीप्रमाणेच वागवले जाई. घरात तिला घरची असे मानीत नसत. विठ्ठलाच्या दर्शनालाही ती कधी नामदेवाच्या कुटुंबीयांसमवेत गेली नाही. देवळातही गेली नाही. सर्वांच्या मागून तिने जावे किंवा विठ्ठलाने आपण होऊन बोलाविल्यावर तिने जावे. जनाबाई म्हणते, आपण 'हीन दासी' होतो. त्यामुळे आपले पोरकेपण जनाबाईला फार जाणवे. ती त्यामुळे विठ्ठलालाच आपला माता-पिता-बंधू-सखा मानू लागली. विठ्ठलावर तिचा असा भाव जडला. तिला विठूशिवाय दुसरे काही सुचेचना.

नामदेवाघरचे काम पुष्कळ असे. ती थकून दमून जाई. पण सदा प्रसन्न असे. कारण विठ्ठलभक्तीचा विंझणवारा तिच्या मनात सारखा सुरू असे. तरी पण विठ्ठलाची अशी तिने काही फार सेवा केली नाही. फक्त त्याचे व रुक्मिणीचे धुणे ती धूत असे. हे काम नामदेवाने तिच्यावर सोपवले होते की, विठ्ठलाने तिच्या मनाला तेवढेच समाधान म्हणून तिला दिले होते? हे कुठे स्पष्ट नाही. 'संभरून' आलेल्या चंद्रभागेच्या पुरातही तिने विठूचा पीतांबर पायांवर धुतला. इतके तिचे हे काम आवडीचे. ज्याच्यावर भाव जडतो, त्याची सेवा हा भक्ताचा मोठा आनंदाचा क्षण वाटतो. म्हणून मला वाटते, विठ्ठलाने ही व्यवस्था केली असावी.

जनाबाईच्या या भावभक्तीला विठ्ठलाने मानले. विठूमय झालेल्या जनीला विठूने पोटाशी धरले. तिच्या कष्टांनी तो अंतरी कळवळला. तिला दळू लागला, तिच्याबरोबर शेणी थापू लागला, नदीचे पाणी आणू लागला. तिच्या संकटप्रसंगी तिच्या मागेपुढे तिला सांभाळीत उभा राहिला. देवालाही भक्ताचे वेड लागले. त्यालाही जनीशिवाय सुचेनासे झाले. तो देव उरला नाही आणि ती भक्त उरली नाही. काही नाते,

ऋणानुबंध उरले नाही, अशी त्यांना एकरूपता आली.

मालनींच्या ओव्यांत जनाबाईवरील खूप ओव्या आहेत. खालील गाथा जनाबाईच्या दळणावर आहे. जनाबाई व विठ्ठल हे दोघे दळत आहेत आणि मालनी त्यांच्या जात्याच्या वळशाबरोबर ओव्या गात आहेत. या ओव्यांची प्रेरणा मालनींनी जनाईच्या अभंगांतील व ओव्यांतील तिच्या अनुभवांवरून घेतली आहे. हे जनाबाईचे अनुभव नामदेव-ज्ञानदेवांनी प्रत्यक्ष पाहिले आहेत आणि 'आता जनाई विठ्ठलरूप झाली' असे भरल्या मनाने उद्‌गार काढले आहेत. मालनींच्या मनांतही तसाच भाव उमटला आणि त्यांनी त्या अनुभवांचा आविष्कार जात्याच्या वळशांबरोबर घेत केला. जनाबाईचे जिव्हाळ्याचे अनुभव आणि मालनींची भक्तीने रंगलेली शब्दकळा असे या ओव्यांचे स्वरूप आहे.

खालील गाथा म्हणजे एक नाट्यचित्र आहे. सुरुवातच कशी रहस्यमय आणि कुतूहलजनक अशी आहे. विठ्ठलाच्या देवळातील देवाच्या शेजघरातून एक भुयार आहे, अशी बोलवा आहे. हे भुयार गोपाळपुरापर्यंत आहे. जनाबाईच्या घरी कामासाठी विठ्ठलाला सारख्या दिवसरात्र येरझारा घालाव्या लागतात. त्यासाठी हे भुयार आहे, अशी त्या भुयाराला एक देवकळा प्राप्त झाली आहे. दळणाचे काम नेहमी पहाटे असते. जनी दिवसभराच्या कामांत इतकी थकते की, जात्याच्या पाळीला उभे करून ती झोपते. तिला जागे करणे, तिच्या बरोबर दळायला लागणे ही कामे विठ्ठलाला रात्रीच करावी लागतात. कारण ही कामे संपवून पुन्हा काकड-आरतीच्या वेळी त्याला देवळात असावे लागते. म्हणून तो उत्तररात्रीच या कामासाठी निघतो. हे समजून घेतल्यावर पहिल्या ओवीची गोडी व उत्कटता अधिक वाढेल.

* गाथा (२५)

रावळापासूनऽ गोपाळपूऱ्याला सुरंगऽऽ
जनीला दळू आलंऽ रातव्यात पांडूरंगऽऽ

इठ्ठल म्हनीतीऽ जनी माझी सासुरवासीऽऽ
ईळभर कामऽ उसं देतीया जात्यापासीऽऽ

हरि दयाळ म्हनीतीऽ जने दळायाला ऊठऽऽ
काकड आरतीलाऽ भक्त पाह्यतील वाटऽऽ

इट्टल इट्टलऽ मोठा भावरथ गडीऽऽ
एका पाया घाली अढीऽ दुसऱ्या घाली मुडीऽऽ

बालेघाटीचा ईश्वर । ५३

वैजंती हालतीऽ　　*कानी कुंडलं डोलतीऽऽ*
जनाबाई बोलंऽ　　*दळू लागती वैकुंठपतीऽऽ*

दळीता कांडीताऽ　　*माळ हालती वैजयंतीऽऽ*
देवा पांडूरंगाऽ　　*जनाबाई वव्या गातीऽऽ*

(१) सुरंग = भुयार. (२) रातवा = रात्रीचे करायला घेतलेले काम. (३) भावरथ = भावभक्तीच्या अधीन झालेला. (४) मुडी घाली = मुडपून घेतो.

विठ्ठल जनाबाईबरोबर दळू लागतो. त्याचे बसण्याचे वर्णन किती वास्तव आणि चित्रमय आहे! बायका दळताना एका पायाची मांडी घालतात आणि दुसरा लांब पसरतात. विठ्ठल कसा बसतो? एका पायाची मांडी घालतो आणि दुसरा पाय गुडघा उभा करून मुडपून बसतो किंवा उकिडवा बसतो. हे बसणे, जात्याच्या फेऱ्यांबरोबर वैजयंती माळ आणि कानांतील कुंडले हालणे हे सारे वर्णनच मोठे गोड आहे. आपल्याबरोबर वैकुंठीचा राणा दळायला बसला आहे याचा जनीला केवढा आनंद होतो. त्या आनंदातच जिव्हाळ्याच्या ओव्या ती विठ्ठलावरून गाते आहे.

ही गाथा म्हणजे लहानसे, सुंदर चलच्चित्रच वाटते. भावभक्तीने रंगलेले. जनाबाईच्या आणि मालनींच्याही. मी जनाबाईचे अभंग वाचले, पण त्यांहून ही भावगाथा माझ्या मनाला उजळून गेली.

पुढील गाथा जनाबाईच्या दळणाचीच आहे. विठ्ठल दळू लागलाच आहे; पण नवीन म्हणजे तोही जनाबाईबरोबर गातो आहे. गावात राउळापर्यंत आणि नामदेवाच्या घरापर्यंत हे दुहेरी सुरांतील गाणे ऐकू जात आहे. नामदेवांना विठ्ठलाचा आवाज समजल्याशिवाय कसा राहील? ते म्हणाले, 'आता जनी विठ्ठलमय झाली!'

✳ गाथा (२६)

फाटंच्या परामंदीऽ　　*देव इट्टल कुठं गेलाऽऽ*
जनीला दळू लागंऽ　　*दोघांचा येतो गळाऽऽ*

जनाबाईचं गऽ जातंऽ　　*गोपाळपूरी वाजंऽऽ*
जनाला दळू लागंऽ　　*पंढरीचा शामराजऽऽ*

एकलीचं जातंऽ　　*दोगावानी गऽ वाजतंऽऽ*
पिरतीचा पांडूरंगऽ　　*दळू जनीला लागतऽऽ*

जनाबाईचं दळानऽ पांडुरंग जातं झाडीऽऽ
जनीला दळू लागंऽ जातं फेराखाली वडीऽऽ

माझ्या दळनाचाऽ देवा इट्टला आला शीनऽऽ
नगं इट्टला राग धरूऽ तुझ्या पाठीची मी भैनऽऽ

(१) शामराज = सावळा. (२) फेराखाली = वळसे घेत.

विठ्ठलाने काय ओव्या गायल्या असतील? मला मोठे कुतूहल आहे. जनाबाईने त्या कुठे आपल्या ओव्यांबरोबर दिलेल्या नाहीत. अभंगांतही त्यांचा उल्लेख नाही. जनाबाईचा लेखनिक स्वत: पांडुरंगच होता हे जनाबाईने सांगितले आहे. तेव्हा लिहिताना आपल्या गायिलेल्या ओव्या पांडुरंगाने गाळल्या असल्याची शक्यता मला वाटते, पण कुतूहल राहतेच.

जाते ओढून दमलेल्या विठ्ठलाला बघून जनाबाईला वाईट वाटते. ती म्हणते, 'विठ्ठला, तेवढ्यासाठी रागावू नको. मी तुझी धाकटी बहीणच ना...' विठ्ठलाने धाकट्या बहिणीला उद्देशून तर ओव्या गायिल्या असाव्या का? ज्यांनी त्या ऐकल्या ते धन्य, असे वाटल्याखेरीज मात्र राहवत नाही.

पुढील गाथेतही विठ्ठल जनीबरोबर दळतो आहे. पण त्यात जो एक देव आणि भक्त यांचा सुखसंवाद आहे, तो फार महत्त्वाचा आहे. जनाबाईच्या अभंगांत तो आहे; पण त्याला इतका गोडवा आणि मिश्कीलपणा नाही. तो एक अनुभव आहे. त्या अनुभवाला मालनीने दिलेले रूप अतिशय गोड आहे.

❋ गाथा (२७)

फाटंऽच्या पारामंदीऽ देव बसती जात्यावरऽऽ
इट्टल दयाळऽ दळू लागती जनीबरंऽऽ

फाटंऽच्या पारामंदीऽ जनी बसली दळायालाऽऽ
पीतांबर गऽ काढूनऽ देवा इट्टलानं दीलाऽऽ

दळीता कांडीताऽ माळ वैजंती काढीलीऽऽ
संभाळाला बाईऽ दासी जनीपाशी दीलीऽऽ

जनी ववी गातीऽ देवा ठेवीली शालजोडीऽऽ
पांडुरंगाची गऽ माझ्याऽ चमकती सलकडीऽऽ

इट्ठल म्हनीतीऽ　　जना माझी कूनबीनऽऽ
तिला सापडलं धनऽ　　तिला सापडलं धनऽऽ

इट्टू देव दळू लागंऽ　　सये जनाबाई बोलंऽ
सावळ्या इट्ठलाऽ　　तुझ्या पिरतीला न्हायी मोलऽऽ

उन्हाळ्याचे दिवस असतील. दळताना उकडणारच, घाम येणार हे खरेच. विठ्ठलाला तो सहन होत नाही. तो जनीकडे पीतांबर आणि वैजयंती माळ काढून 'संभाळ बाई जरा' म्हणून देतो. जनीकडे आधीच केव्हातरी शालजोडी आणि सलकडी दिलेली असतात. त्यांची आठवण देऊन ती विठ्ठलाला म्हणते, 'अरे, तुझी शालजोडीची घडी बघ आणि वर ती सलकडी किती झळकताहेत बघ. तीही तूच ठेवायला दिलेली.' विठ्ठलाला जरा विनोद करावासा वाटतो. तो म्हणतो, 'जने, तू माझी कुणबीण आणि तुझ्याजवळ किती ही संपत्ती!' या विठ्ठलाच्या बोलण्यावर जनाबाई मनातल्या मनात हसली असेल. तिने किती चतुरपणे आपला संपत्तीला तुच्छ लेखणारा जबाब दिला आहे, तो ओवीतूनच वाचायला हवा! असे हे देवभक्ताचे जिव्हाळ्याचे मैतराचे 'परिहासविजल्पित' मूळ अभंगापेक्षा या मालनीने अतिशय रंगतदारपणे मांडले आहे.

पुढील गाथेत हा द्वारकेचा हरी जनाबाईबरोबर दळतो आहे, ओव्या गातो आहे. इतकेच नव्हे, तर मधेच खुंटा उपटून आला तर लगेच लाकूड तासण्याचे हत्यार घेऊन उभाच आहे. खुंटा दुरुस्त करून पुन्हा दळणाला सुरुवात करतो आहे. दळण वेळेवर संपवले. जनाबाईने त्याचे हात पाहिले, तर हातांवर फोड आलेले! त्या वेळी तिला काय वाटले असेल! पाटीभर सोनसळी गव्हाचे दळण. पीठ बारीक येण्यासाठी दळताना जाते जड जाते. त्याने हे फोड. ती ते पाहून देवाला काय म्हणाली असेल? त्याचे तिला उपकार वाटले असतील? त्याच्याविषयी कृतज्ञतेने तिचे मन भरून आले असेल? पुढील गाथेतच तिने आपले मन गायिले आहे.

* गाथा (२८)

सोनसळी गहू ऽ　　नामदेवानं भरली पाटीऽ
पिरतीचा पांडूरंगऽ　　दळू आलाऽ जनीसाठीऽऽ

फाटंऽचं दळानऽ　　तेनं निसून ठेवीलंऽऽ
चंद्र आला माथ्यावरऽ　　ऊठ जनेऽ जागं केलंऽऽ

गोपाळपुऱ्यातऽ — जनाबाईचं गऽ जातंऽ
देव वव्या गातऽ — तिला दळू गऽ लागतंऽ

फाटंऽच्या परामंदीऽ — खुट्टा उपटं जात्याचाऽ
खांद्यावर गऽ वाकसऽ — हरी आला द्वारकेचाऽऽ

दळता कांडताऽ — देवा हाताला आलं फोडंऽऽ
जनाबाई बोलंऽ — केली वैकुंठाची जोडऽऽ

(१) निसून = निवडून. (२) वाकस = लाकूड तासण्याचे सुताराचे हत्यार. (३) जोड = सख्य, जिव्हाळा.

तिला तसे काही वाटले नाही. तो आता तिचा देव नव्हताच. ती म्हणते, 'विठ्ठलाने माझ्यासाठी एवढे केले कारण मी आता वैकुंठाशी जोड केली आहे. मी वैकुंठाचीच आहे. मीच विठ्ठलरूप आहे.'

या चार गाथांत जनाबाईच्या भक्तीची चढणच जणू व्यक्त झाली आहे. पहिल्या गाथेत जनाबाईचे व विठ्ठलाचे देव-भक्तांचे जिव्हाळ्याचे नाते आले आहे. ती दळताना ओव्या गाऊन तो जिव्हाळा व्यक्त करते आहे. दुसऱ्या गाथेत ती विठ्ठलाची धाकटी बहीण आहे. म्हणजे आता भक्ताचे नाते संपून आपलेपणाचे हक्काचे भावबंध निर्माण झाले आहेत. तिसऱ्या गाथेतील त्यांचा बरोबरीच्या भावबंधाचा संवाद पाहून दोघांमध्ये हक्काच्या जाणिवेपेक्षा सख्याचे नाते निर्माण झाले आहे असे वाटते. शेवटच्या गाथेत हे सर्व भावबंध गळून पडले असून ती व विठ्ठल यांत अंतरच उरले नाही. हे त्याच्या हातावरील फोड त्याचे नसून माझेच आहेत असे तिला वाटते. आता दोघांतील द्वैत संपले आहे. म्हणून ती म्हणते, 'केली वैकुंठाची जोड'. असे हे जात्यातून पीठ झरते तसे विठ्ठल आणि जनाबाई यांचे भावभक्तीचे झरणारे धन— हे वेचून मालनी नादावल्या आणि आपल्या घरच्या जात्यावर या ओव्या त्यांनी गायिल्या. गात राहिल्या.

आता गिरणी आली. मालनी आपल्या ओव्या विसरल्या, तशा जनाबाईच्याही विसरल्या असतील. पण अजून पंढरपुरात गोपाळपुरी जनाबाईचे जाते भाविकांना आपले दर्शन देते; आणि त्या मालनींच्या ओव्या भक्तांच्या मनांत घुमत असतात आणि राहतीलही. म्हणूनच मी त्याला जनाबाईचे चिरंजीव जाते असे म्हणते.

◆

गाथागंठन : २

मालनीची प्रकाशपूजा

१

सूर्यसूक्त

मालनीचे जीवनव्यवहार आणि त्यांचे भावविश्व यांची निसर्गापासून कधीच ताटातूट होत नाही. त्या स्वत:ला निसर्गाचा एक भाग समजतात. त्यांचे सर्वांत जिव्हाळ्याचे भावबंध धरणी आणि सूर्य यांच्यांत गुंतलेले असतात. मालनी या सूर्याला किती नावांनी संबोधतात! सूरया, सूर्व्या, सूरेनारायना, सूर्यनारायणा, भगवाना— नारायनबाप्पा— आणि कितीतरी. इतका तो देव असूनही माहेरच्या माणसासारखा त्यांना वाटतो. सूर्य मालनीचा सुजन मित्र असतो. नेहमी न चुकता तो तिच्या दाराशी येतो. हळद-कुंकू या सौभाग्यचिन्हांची तिच्यावर उधळण करतो. तिला शुभाशीर्वाद देतो. तीही त्याच्याकडे लहान मुलासारखी काहीबाही मागणी करते. वेळप्रसंगी मोठी बहीण होऊन त्याला फर्मानेही सोडतो. तो देव म्हणून भक्तिभावाने त्याला हात जोडते. मालनीचे आणि सूर्याचे भावबंध असे आहेत. एकूण निसर्गाशीच त्यांच्या अशा निष्ठा जडलेल्या असतात.

सकाळी उठून उगवत्या सूर्याचे दर्शन घेणे हे जणू तिचे व्रत असते. तो येणार म्हणून दळण, झाडलोट, सडासारवण ही कामे भराभर आटपायची. सूर्यनारायणाची किरणे दाराशी येतील तेव्हा अंगण सडा, रांगोळीने सजून राहायला हवे. ही कामे ती संपवते आणि अंगणाच्या दारी उभी राहून त्याची वाट पाहते. तो कसा येतो— येताना कसा कसा दिसतो, हे सर्व तिच्या ओव्यांतून वाचायला, गुणगुणायला हवे.

* **गाथा (१)**

उगवला नारायीनऽ आभाळ भडकं लालऽ
काय झोकीला गुल्लालऽ

उगवला नारायीनऽ बघा लालवा दुरूनऽ
काय भडकंऽ अगीनऽऽ

उगवला नारायीनऽ बाईऽ चांदाची गऽ कोरऽऽ
कुक्कू लाल अनीदारऽऽ

उगवला नारायीनऽ तांबडी जळंऽ जोतऽ
आला लहरा मारीतऽऽ

उगवला नारायीनऽ बाई कीरीट कीरनांचाऽ
पाखरा गऽ फूटं वाचाऽऽ

उगवला नारायीनऽ राम चढंऽ रथावरऽ
सये पाहीला डोळाभरऽऽ

(१) भडकं = जोरात तेज फाकते. (२) झोकीला = फेकला. (३) लालवा = ज्वाळेसारखा लाल रंग. (४) लहरा मारीत = ठुमकणारी हालचाल करीत, ज्योतीसारखी हालचाल.

या गाथा वाचल्या, की वेदांतील सूर्यसूक्तांची आठवण आल्याशिवाय राहत नाही. असे सूर्यदर्शन घेताना मालनीच्या मनातील कलानिर्मितीची प्रेरणाही त्या ज्योतीसारखीच ठुमकत उजळत असते. किती प्रतिमा तिच्या मनात आकारतात! हे त्याचे येणे तिला किती प्रकारांनी भावत असते. किती प्रकारच्या रंगरूपांतून ही भावचित्रे रेखली जातात. या सर्व आनंदमय क्षणांचा उद्रेक तिच्या ओव्यांतून आविष्काररूप घेतो. निरनिराळ्या ऋतुमानांत आणि उंच, सखल, सपाट अशा जागांवरून हे उगवते रंगरूप वेगवेगळे जाणवते, याचे त्या मालनींना भान आहे.

वरील गाथा ही एक चलच्चित्रमालाच आहे. प्रत्येक दर्शन फक्त आठ शब्दांत आहे. जितके सूक्ष्म तितकेच प्रत्ययकारी. रूपरंगाची जाण जितकी रेखीव, तितकीच भरीव. अरुणाचा लाल गुलालासारखा दाट असा उगवतीवर पट्टा बाजूच्या अंधाराने अधिकच गहिरा लाल होतो. मग तो ज्वाळेसारखा उजळता आणि पिवळट-लाल झळाळीचा होतो. तेवढ्यात क्षितिजाशी सूर्याची लाल कडा चंद्रकोरीसारखी रेखली जाते आणि लगेच तिची ज्योत होते. सूर्याला ज्योत म्हणायचे, म्हणजे ती ज्योत धरित्रीच्या पणतीमधील, ही कल्पनाच केवढी भव्य वाटते! ती ज्योत ठुमकते, हेलकावे घेते आणि एक चमत्कार झाल्यासारखा किरणे पसरलेला झगमगीत सूर्य दिसायला लागतो! किरणांचा मुकुट घातलेला. कारण तो आता नृपवर आहे. त्याच्या आगमनाने चराचराला इतका आनंद होतो! त्या आनंदोद्रेकाने पाखरांना कंठ फुटतो. आता त्या नृपवराची रथात बसून प्रवासाला सुरुवात होते. त्या सूर्यनारायणाला स्थिर नसलेला पाहण्यातच मालनींना आनंद आहे! सूर्योदयाचे असे गहिरे वर्णन मी

तरी इतर कुठल्या कवितेत वाचले नाही.

✻ गाथा (२)

उगवला नारायनऽ आला पहाड फोडूनऽ
दिला सुरुंग लावूनऽऽ

उगवला नारायनऽ लाल शेंदराचा खापाऽऽ
फुलं अंगणात चाफाऽऽ

उगवला नारायनऽ अगिनीचा गऽ पूडकाऽऽ
आत मोत्याच्या सडकाऽऽ

उगवला नारायनऽ पिवळी तीरीपऽ नींघालीऽऽ
रानं मखमलऽ येंगलीऽ

उगवला नारायनऽ माझ्या अंगनात आलाऽऽ
हळदी कुक्कूवालाऽ वटा शालूचा पसरलाऽऽ

(१) सडका = लांब, सरळ दोऱ्या. इथे मोत्याचे सर, लांब किरण (२) तिरीप = किरण, छटा. (३) येंगली = आलिंगन दिले.

पहाडाआडून आलेले सूर्यबिंब त्या मालनीला सुरुंग लावून, पहाड फोडून आल्यासारखे वाटले. एकदम लाल-पिवळा तेजस्वी प्रकाश उसळला. सूर्योदय पहाडाआडून शेंदराच्या खाप्यासारखा दिसणारा आणि मालनीच्या अंगणात फुललेला चाफा! हे एक सुंदर, रंगमनोहर चित्रच वाटते. चाफ्याचे पांढरे-पिवळट तुरे नभसंमुख असतात. सूर्याच्या शेंदरी, पिवळ्या तेजस्वी किरणांची प्रभा त्या चाफ्यावर पडली की रंगमिश्रणाने चाफ्याचे झाड एकदम सोन्याच्या झळाळीने उठून दिसते. हे एक मोठ्या कलाकाराने काढलेल्या चित्राचा भास देणारे वर्णन आहे. ते सुद्धा सूचकतेने आणि आठ-दहा शब्दांत. 'खापा' आला म्हणून 'चाफा' आला इतके ते क्षूद्र नाही. लाल सूर्यबिंबाला अग्नीचा पुडा म्हटले आहे आणि त्या पुड्यातून मोत्यांचे सरच्या सर सुटत आहेत. हे किरणांचे वर्णन आहे. पुढची कल्पना तर आणखीनच सुरेख आहे. सूर्य पुरा उगवल्यावर त्याची लाली कमी झाली. त्या तिरिपीने रानाडोंगरांना आलिंगन दिले. हिरव्या रानावर पसरल्याने रानाडोंगरांना मखमली पिवळी झळाळी चढली... आणि पुढे तर फारच सुंदर शेवट— तो तिरिपीचा सोनेरी झळाळ मालनीच्या अंगणात आला— पसरला. मालन फार चतुर आहे. कामाधामांत ती

काय शालू नेसते? जे लुगडे ती नेसली होती— त्याच्या भडक तांबड्या व पिवळ्या रंगावर झोत आल्याने त्या नेसण्याला शालूची कळा आली आणि या शालूचा पदर तिने हळद-कुंकू घेण्यासाठी सूर्यापुढे पसरला.

ही गाथा म्हणजे रंगांचा 'गोफ' हा खेळ चालला आहे असे वाटते. लाल-शेंदरी-पिवळा-सोनेरी चाफा व सूर्य या चित्राचे रंग, ज्वाळेचा लाल रंग आणि त्यातून मोत्याचे शुभ्र रंगाचे सर हे रंगमीलन, हिरवा-पिवळा-शेंदरी-सोनेरी हे तिरिपीचे रंग आणि अंगणातील झळकणारे शालूचे हळद-कुंकू यांचे भडक रंग, हे सर्व रंग त्या सुरुंगाच्या स्फोटातून जे तीव्र रंग उधळले, त्यांचा पालटत सौम्य व कोवळा होत गेलेला रंगझळाळ निर्माण होतो. कॅनव्हास तरी केवढा मोठा. क्षितिजाशी पहाड आणि अंतराळ आणि राने-वने आणि लहानसे अंगण, त्या अंगणाच्या दारात उभी शालूने झळकणारी मालन— सूर्यापुढे पदर पसरून नम्रतेने उभी. या गाथेत हे भव्य चित्र केवळ मोजक्या शब्दांतून निर्माण झाले आहे.

वरील दोन गाथांत मालनीने सूर्योदयाची जिवंत चित्रे रेखली आहेत. आता तिला तो सूर्य निरनिराळ्या रूपांत रंगढंगांत भावतो आहे. खालील गाथेत तिला तो 'रानूबाईचा कंथ' भावतो आहे. सूर्य हा वनश्रीचा पती, हा इथे भावबंध आहे. वनश्रीला रानूबाई, रानदेवी, वनदेवी, लक्ष्मी या नावांनी संबोधतात.

✻ गाथा (३)

उगवलंऽ नारायीनऽ लाल लाल गऽ भडकऽ
अशा या सोनीयाच्याऽ तेजी लवला मंडपऽऽ

उगवलं नारायीनऽ झाडा ग झूडावरऽ
बाई उजेड पडलाऽ लक्षेमीच्या चूड्यावरऽऽ

उगवलं नारायीनऽ रानूबाईऽ तूझा वरऽ
राजाच्या दीपकानंऽ झाले पीवळे डोंगईरऽऽ

उगवलंऽ नारायीनऽ रानूबाईचा गऽ कंथऽ
तेच्या रथामूळंऽ झाला सोनीयाचा ग्रंथऽऽ

उगवलं नारायीनऽ तुझा रानदेवी पतीऽ
उगवत्या नारायेनाऽ हाती ओवाळ आरतीऽऽ

(१) तेजी = घोडा, सूर्याच्या पूर्वी येणाऱ्या अरुणाची झळाळी. (२) लवला = दबला-झाकला. (३) मंडप = आकाश. (४) लक्षेमी = वनदेवी, रानूबाई. (५) दीपक =

मशाली. (६) ग्रंथ = विस्तार, इथे आसमंत भावार्थ.

या गाथेत सूर्य एक राजा म्हणून वनश्रीला भेटायला येतो आहे. रथातून येतो आहे. रथाचा घोडा तप्त सुवर्णाच्या रंगाचा आहे. या राजाला पेटणाऱ्या मशालीचा मान आहे. या सर्व थाटात तो येतो, याचे वर्णन सुरेख आहे. क्षितिजाशी येताच त्याच्या घोड्याच्या कांतीने आकाश झळाळले आहे आणि त्याच्या टापांच्या दबावाने वाकलेही आहे. सूर्यासमोर आकाशाने नमावे हे साहजिकच आहे. आता डोंगर पिवळे, कांतिमान दिसतात ते त्या सूर्योदयाच्या वेळच्या पिवळ्या-लाल रंगामुळे. वनदेवीचा चुडा म्हणजे झाडाझुडांवर बहरलेला मोहोर आणि फुलांचे घोस. तेही कांतीने झळाळतात. मालनींनी त्या बहराला वनदेवीचे चुडे म्हटले आहे. आधीच ते चमकदार असतात. त्यात त्यांवर सूर्याचा प्रकाश पडतो आणि यात त्या चुड्यांच्या आनंदाचीही भर पडते. म्हणजे मग ते किती झगमगत असतील त्याची कल्पनाच करावी!

मालनी म्हणतात, 'रानूबाई, अवघा आसमंत सोन्याचा झाला आहे. तुझा राजा येतो आहे. त्याला हातांनी आरती कर. त्याला ओवाळ, त्याचे स्वागत कर.' हे क्षण केवढे आनंदाचे. अगोदरच ती सौंदर्यसंपन्न वनश्री. तिच्या हातचा चुडाही झगमगणारा. हातांतील तबकात सोनेरी झळाळ देणारी तेवती निरांजने. तेजाने तेजाची आरती करावी असे हे क्षण. साऱ्या दुनियेवर तेजाची, रंगारंगांची उधळण करणारे हे क्षण. मालनीला हे दृश्य प्रत्यक्ष पाहताना असेच काही अननुभूत वाटले असेल.

पुढील गाथेत सूर्योदयाचे दर्शन नाही किंवा नृपवराचेही दर्शन नाही. सूर्यनारायण उदयाला येणे आणि त्या आनंदात निर्माण होणाऱ्या मालनीच्या मनाच्या भाववृत्तीत उमटणाऱ्या आणि आविष्कार-रूप घेणाऱ्या सूर्यनारायणाच्या भावरूपाचे वर्णन त्यात आहे. या गाथेत सूर्यनारायण मालनीला विविधरूपांत भावलेला आहे. सूर्योदयाची वेळ ही मालनी 'रामधरमाची वेळ' समजतात. या वेळी भजने म्हणणारे पांगूळ, कुडबुडे वाजवून भविष्य सांगणारे ज्योतिषी, नाथपंथी, कानफाटे, वासुदेव असे लोक आपापल्या वाद्यावर देवाची भजने, गाणी म्हणत येतात. दारात उभे राहतात. त्यांना भिक्षा वाढण्याची ही वेळ म्हणजे रामधरमाची वेळ.

या वेळेत मालनही घरकामांत दंग असते. दळण, झाडलोट, शेणगोठा, सडा-सारवण ही याच वेळची कामे. शिवाय सूर्यनारायणाचे दर्शन घेण्याची तिची भक्तिभावाची ओढ. दळणसारवणाच्या कामात ती असते, तो दारात भगवी कफनी दिसते. त्या सूर्यदर्शनाच्या भक्तिभावाने तो भगवा रंग पाहून तो गोसावी तिला सूर्यदेवच वाटतो. ही तिची भावनिक लगबग या गाथेत मालनीने गायली आहे.

* **गाथा (४)**

देव नारायनऽ	*उगवता दारी लालीऽ*
दानाधरमाचीऽ	*नगरात येळ झालीऽऽ*
फाटंऽच्या गऽ पारीऽ	*हात माझा जोंधळ्यांतऽ*
देव नारायनऽ	*उगवला कंबळातऽऽ*
फाटंच्या गऽ पारीऽ	*सडा टाकीते हासतऽ*
देव नारायनऽ	*आला शिंग्या नाचवीतऽऽ*
फाटंच्या गऽ पारीऽ	*सये गुत्तले कामालाऽ*
देव नारायनऽ	*वीना वाजवीत आलाऽऽ*
उगवला नारायनऽ	*माझ्या अंगनी येऊनऽ*
बाळाच्या आऊखाचीऽ	*घेते पतरीका लेहूनऽ*
फाटंच्या गऽ पारीऽ	*आला दारी भगवानऽ*
हात जोडू कसं बाईऽ	*हात भरलं शेनायानंऽऽ*
उगवला नारायनऽ	*बाई उगवता पाह्यलंऽ*
देवा माझ्या नारायनाऽ	*फूल जाईचं व्हायलंऽऽ*

(१) कंबळात = लाल शाल वा घोंगडी पांघरून आलेला सूर्यदेव. (२) शिंग्या = शिंगी. कानफाटे गोसावी भिक्षा मागताना वाजवतात ते वाद्य. वाजवताना ते वाद्य खाली-वर करतात म्हणून नाचवीत असे म्हटले. (३) वीना = किंगरी वा एकतारी.

या गाथेतील भिक्षेकरी त्यांच्या वाद्याने किंवा कपड्यांनी ओळखावे असे मालनीचे वर्णन आहे, हे लक्षात ठेवायला हवे.

◆

२

सूर्यगुंफेतील मालनींची चित्रमाला जितकी भावभक्तीची रूपे चितारते, उगवत्या सूर्याचे वर्णन करते, तितकीच ती सूर्याला आपल्या भावजीवनात सामावून घेऊन त्याची चित्रे रेखाटते. सूर्याच्या वर्णनाप्रमाणेच कुटुंबातील त्याचा जिव्हाळाही रंगवते. हे एक सूर्याचे वेगळेच रूप आहे. या तिच्या भावविश्वात तो तिचा जिव्हाळ्याचा मोठा भाऊ आहे. तिचा तारणहार आहे. तिच्या लेकराबाळांना माया लावणारा आहे

आणि तिच्यावरील संकटेही दूर करणारा आहे. या सर्व गाथांतून त्याचे उगवतीचे रूप आणि त्याचा हा जिव्हाळा मालनींनी उत्कट रीतीने गायिला आहे.

हा तिचा बंधुराज शेंदरी-पिवळ्या रंगात झळाळत येतो. हा त्याचा पिवळा-लाल रंग पहिल्या दर्शनातच तिला सौभाग्यचिन्हाची जाणीव करून देतो. तोही ती अंगणात येताच तिला हळदी-कुंकवाने माखतो. हा तिला त्याचा आशीर्वाद वाटतो. सूर्य हा असा एकच देव आहे, की जो आपण होऊन मालनीच्या दारात येतो. तिने मागण्यापूर्वीच तिला सौभाग्याचे लेणे चढवतो; आणि इतर देवाप्रमाणे या सूर्याची ती प्रार्थना करीत नाही. धाकट्या बहिणीच्या हक्काने त्याच्याकडे मागणे मागते.

खालील गाथेत सूर्याच्या उगवण्याची झळाळी आणि तिची मागणी या दोन्ही गोष्टी एकमेकींत मिसळून गेल्या आहेत.

✳ गाथा (५)

उगवला नारायेनऽ लाल अगनीचा भडकाऽ
झळाळतोऽ त्योऽ गऽ त्यो गऽ दुनियाचा लाडकाऽऽ

उगवला नारायेनऽ सारी उजळंऽ दूनीयाऽ
अशा ग झळाळालाऽ किती लावाव्या समयाऽऽ

उगवला नारायेनऽ पीवळ्या झाल्या भिंतीऽऽ
दरशनाला तेच्याऽ हात जोडून उभ्या ऱ्हातीऽऽ

उगवला सूरेदेवऽ सोन्याच्या संदूकातऽ
जतन करा नारायेनाऽ कुकू बेलाच्या पानायातऽऽ

देवा सूरेनारायेनाऽ नितनेमानं ऊगवाऽऽ
माझ्या कपाळीचं कुकूऽ साता जलमाला टीकवाऽऽ

(१) संदूक = पेटी. (२) भडका = मोठा प्रकाश, झळाळी.

या गाथेत मालनीने पहिल्या चार ओव्यांत सूर्योदयाचे वर्णन केले आहे. पूर्वेकडे प्रथम लालभडक आकाश दिसते. मग हळूहळू पिवळा प्रकाश पडू लागतो. या पिवळ्या प्रकाशाचा आणि समईच्या प्रकाशाचा मालनीने फार सुंदर उपयोग केला आहे. इतक्या प्रकाशाला किती समया उजळाव्या लागतील, या प्रश्नाने त्या पिवळ्या रंगाचे चित्र उभे केले आहे. भिंतीवर पिवळा प्रकाश पडला की त्या उठून

दिसतात. वाटते, त्या सूर्यदर्शनाला हात जोडून उभ्या आहेत. ही कल्पना मला सुरेख वाटली.

या लाल-पिवळ्या प्रकाशात मधेच तिला सूर्यबिंब दिसते. जणू काही तो पेटीतूनच बघतो आहे; आणि त्याबरोबर कपाळावरील लाल कुंकुवाचीही आठवण होते. माझे सौभाग्य असेच पेटीमध्ये रक्षण कर असे ती सूर्याला सांगते. मालनीची संदूक बेलाचे पान, म्हणजे त्रिदळ हे आहे. बेल हा देवाचा वृक्ष आहे. लक्ष्मीला, महादेवाला प्रिय असा आहे. शिवाय तो औषधीही आहे. त्याची पाने आरोग्यवर्धक आहेत. मालनी नेहमी सूर्याला बेलाचे पान वाहतात. त्या बेलाच्या पानात माझे कुंकू सांभाळ असे ती त्याला विनवते. 'बिल्वदळाची टीक्का' असा एक गळ्यातला दागिना असतो. त्या सोन्याच्या बिल्वपत्रात सोनार कुंकू भरतो असे म्हणतात. हा सौभाग्याचा आशीर्वाद रोज मिळावा म्हणून तिला रोज सूर्याने उगवावे असे वाटते. अशी ही भावसुंदर गाथा.

✳ गाथा (६)

सूरया ऊगवलाऽ — जनलोक पाया पडीऽऽ
नऊ लाख पीरीथीमीऽ — तेच्यासाठी झाली वेडीऽऽ

सूरया ऊगवलाऽ — उगवता गऽ पाह्यलाऽऽ
जोडून हात तेलाऽ — दवना गुल्लाल वाहीलाऽऽ

सूरया ऊगवलाऽ — माझ्या अंगनी पैसावीलाऽऽ
हळदी-कुंकवालाऽ — मीया पदर पसरीलाऽऽ

सूरया ऊगवलाऽ — लाल शेंदराच्या फोडीऽऽ
राजसा बंधूजीलाऽ — औख मागते वाढीतीढीऽऽ

सूरया उगवलाऽ — काय मागू मी सूरयालाऽऽ
धनसंपद बंधूजीलाऽ — जलम-चूड्याचं राज मलाऽऽ

(१) पैसावीला = पसरला, विस्तारला. (२) नऊ लाख पृथ्वी = विस्तीर्ण अशी पृथ्वी.

सूर्य केव्हा उगवेल याची लोक वाट पाहत आहेत, अवघी पृथ्वी त्याच्यासाठी वेडी झाली आहे. मग तो उगवल्यावरचा आनंद काय सांगावा! सर्वांनी त्याप्रमाणे मालनीनेही त्याला दवणा व गुलाल वाहून नमस्कार केला. पुढच्या ओवीतील वर्णन

सुंदर आणि चित्रवाण आहे. तो मालनीच्या अंगणभर आपला लाल झळाळ फेकतो आणि या कुंकवाला झेलण्यासाठी मालन पदर पसरून सौभाग्यदान घ्यायला उभी आहे.

पुढची ओवी वाचली की, दोन ओळींचा संबंध काय असा प्रश्न मनात उभा राहतो. फारच समर्पक आणि सुंदर संबंध आहे. उगवत्या सूर्याचे हे वर्णन आहे. सूर्य उगवताना अवतीभोवतीची झळाळी नेहमीच वेगळी वेगळी असते. या ओवीत सूर्याचे जे दर्शन होते, ते शेंदराच्या फोडीसारखे. वाट पाहणाऱ्याच्या लक्षात येते— क्षितिजरेषेवर प्रथम लहान खाप, मग जरा मोठी खाप, असा तो खापाखापांनी वर येऊन पूर्ण होतो. माळावर हे दृश्य स्पष्ट दिसते. त्याची ही वाढ पाहताना मालनीला आपला भाऊ असाच वाढू दे असे वाटले तर नवल ते काय? सूर्याकडे मागताना तिने भावाला समृद्धी आणि आपल्याला फक्त अहेवपण अशी मागणी केली आहे, हे लक्षात घेण्यासारखे आहे.

✳ गाथा (७)

सकाळच्या पारीऽ दिवस ऊगवं कोन्या येळूऽ
उगवता हिल्लायाळूऽ कुन्या मातेचं चिल्लायाळूऽ

उगवला नारायेनऽ उगवता लाली लालऽ
मावली मातूसरीऽ राधा बाळाला पानी घालंऽऽ

उगवला नारायेनऽ उगवताना ग पीवळाऽऽ
तेच्या दरशनाला माझाऽ नाग डूलतो कवळाऽऽ

उगवला नारायेनऽ उजेड पडला धरनीऽ
देवाच्या रथाला गऽ किती नाजूक हरीनीऽऽ

सकाळी उठून मीऽ मी गऽ अंगनऽ सारयीलंऽ
सुरे गऽ देवानंऽ वर कासरं ओढयीलंऽऽ

दिवस ऊगवलाऽ किरनं पडली केळीवरीऽऽ
हळदी-कुक्कवाचीऽ वाणंऽ येत्याता माझ्या घरीऽऽ

(१) येळू = वेळेला. (२) हिल्लायाळू = लहान अशी मशाल. (३) चिल्लायाळू = लहान लाडका मुलगा. (४) कासरं = दोर, किरणांच्या रेघा, रांगोळी.

आतापर्यंत मालनीने जे सूर्याचे उगवते रूप रेखले, त्यापेक्षा या गाथेतील रूप काहीसे वेगळे आहे. उगवतानाचा सूर्य लाल मशालीसारखा दिसला. जसा काही

कुणाचा लाडका मुलगाच. पण मालनीची कल्पना इथेच थांबत नाही. या बाळाला त्याच्या आईने न्हाऊ घातले आहे म्हणून तो लाल दिसतो आहे, अशी कल्पना केली आहे. बहुतेक हा पावसाळ्यातील सूर्योदय असावा. लाल-केशरी ढग भोवती जमलेले. ते लाल सूर्यबिंब आणि पाण्याच्या धारा असा या मालनीचा गोड आविष्कार आहे. सूर्याच्या आईचे नाव राधा आहे— मालनींच्या लोककथेतील हा संदर्भ आहे.

या सूर्यबाळासारखाच मालनीच्या घरीही एक कोवळा बाळ आहे. तो सूर्याला पाहून नागासारखा डुलतो आहे. कदाचित पहाटे याच बाळाला अंघोळ घालताना क्षितिजावरचे चिल्लाळूही तिला न्हाते आहे असे वाटले असेल.

धरणीवर उन्हे आली आणि सूर्याचे बाळपण संपले. तरी तो नेहमीसारखा नाही. लहान मुलगा गाडी चालवायला लागला की वासरं जोडतात. इथे सूर्याच्या रथाला हरिणी जोडल्या आहेत. नेहमी घोडे असतात. सोनेरी ढगातून मंद प्रकाश टाकणारा हा रथ भरलेल्या आभाळातील आहे. फक्त पाऊस नाही एवढेच. कारण मालनीने अंगण सारवले आहे. इथे कल्पना मोठी छान आहे. या अंगणावरून जाताना सूर्याने आपल्या हातांतील कासरे ओढले आहेत. उन्हे लांब लांब पट्ट्यासारखी पडली आहेत. पुढल्या ओवीतील कल्पना आणखीन मनोहर आहे. दारच्या केळीवर, केळीच्या भिजल्या टपकत्या पानांवर सूर्याची किरणे पडली आहेत— लाल-पिवळी किरणे, चमकत्या ओल्या पानांवर ही शोभा— दारात हळदी-कुंकवाची वाण घेऊन केळच आल्यासारखे वाटते. बाळसूर्याची ही उदयवर्णने आहेत.

पुढील गाथेत स्नानसंध्या करून पीतांबर झळकवीत सोन्याच्या रथातून निघणाऱ्या सूर्याचे वर्णन आहे.

❊ गाथा (८)

उगवलं नारायेनऽ चाकाची घळयीनऽ
त्याहीले नमस्कारऽ दोनी हाताचं नमयीनऽ

उगवलं नारायेनऽ उगवतऽ संध्याकरीऽ
नवरतनाचं जानवंऽ तेच्या डाव्या भूजंवरीऽऽ

उगवलं नारायेनऽ तुले ऊगना कोने देखाऽ
धवया घोड्यायालेऽ सोनीयाना मेखाऽऽ

निंघाला नारायेनऽ पीतांबर झळकीलाऽऽ
सोनाना रथमानंऽ दारे भगवान आलाऽऽ

उगवला नारायेनऽ साऱ्या सिरिष्टी खालतीऽऽ
यानला पांघरायाऽ आगिन पासोडी दूमतीऽऽ

(१) घळयीन = चाकाची उमटलेली खूण, जात्यावरचे निघळण, शेवटचा घास. (२) नवरत्नाचं जानवं = रंगीबेरंगी प्रकाशधारा हा भावार्थ. (३) मेखा = खुंट्या. (४) आगिन पासोडी = उन्हाची उबदार पासोडी. (५) दुमती = दुमडलेली.

मालनीने या गाथेत सूर्योदयाची एक वेगळीच कल्पना मांडली आहे. उगवतीवर सूर्य येऊन थांबला आहे— स्नानसंध्येसाठी— त्याच्या रथाच्या चाकाच्या खुणा दिसत आहेत. नेमके याच वेळी मालनीच्या जात्याचे निघळण संपले आहे. तेव्हा ती दोन्ही हातांनी त्या क्षितिजावरील सूर्याला नमस्कार करते आहे. 'चाकाची घळयीन' या एका शब्दाने हे दोन अर्थ भावतात— आणि आनंद होतो.

सूर्याने स्नान केले. जानवे घातले. पीतांबर लेवून संध्या केली... तोपर्यंत त्याच्या रथाचे घोडे— शुभ्र घोडे सोन्याच्या खुंट्यांना बांधले होते. ही सर्व कल्पनाच सूर्योदयाच्या वर्णनाचे इतके कल्पनारम्य चित्रण करते की मन कसे प्रसन्न होते. मालनीच्या कल्पनाशक्तीचे कौतुक वाटते. सूर्याचे तेजस्वी बिंब— भोवतालची रंगीत किरणे— शुभ्र उन्हाचे कवडसे, पावसाची वा दवाची चाहूल, या दृश्यावर उभारलेले ते कल्पनाचित्र आहे.

शेवटी तो रथात बसून निघाला— आणि त्याचा पीतांबर झळकला— ढगातून प्रकाशित होणारे ते उन्हाचे तेजदार रूप असावे... असा तो देदीप्यमान सूर्य मालनीच्या दाराशी आला— हे तिने पाहिले आणि ती धन्य झाली. त्याने येताना सर्व सृष्टीला पांघरायला दुमती पासोडी बरोबर आणली आहे— या पावसाच्या थंडीत सृष्टीवर तो उन्हाची उबदार पासोडी पांघरीत निघाला आहे.

मालनीची ही गाथा फार कल्पनारम्य आणि सुंदर अशी मला वाटली. सूर्यापुढे आपली कुटुंबाची खुशाली मांडणाऱ्या सूर्याची तो सृष्टीचीच घेत असलेली काळजी पाहून ती मनातल्या मनात तृप्त झाली असावी.

◆

३

मार्तंड, भास्कर अशी नावे सार्थ करणारा तेजोनिधी सूर्य या गाथांतून पिवळ्या उगवतीच्या रंगाइतक्याच प्रेमळ-कोमल मनाचा समूर्त केला आहे. घरच्या मुलांबद्दलचे त्याचे वात्सल्य, मालनीविषयी त्याची आस्था आणि त्याची एकूण प्रेमळ वागणूक

याचे तिने वर्णन केले आहे. जसा तो तिचा पाठीराखा मोठा भाऊच आहे.

खालील गाथा तिच्या लहान मुलाबद्दल आहे. सूर्य उगवतो, तेव्हाही तो तिला असा लहान बाळच दिसतो.

✳ गाथा (९)

उगवला नारायनऽ उगवता गऽ कवळाऽऽ
चाफ्याच्या फुल्लावरऽ नाग डोलत पीवळाऽऽ

उगवला नारायनऽ उगवलं तानं बाळऽऽ
बाई काय सांगूऽ तेला सोन्याचं जावईळऽऽ

उगवला नारायीनऽ हात जोडीती यीळऽयीळऽऽ
बाळ माझ्या नेनंत्यालाऽ तुझी सख्याची पायधूळऽऽ

आरंऽ नारायन बापाऽऽ तू सरव्यांचं कर बरंऽऽ
माझ्या नेनंत्यालाऽ शेवटाला हाती धरऽऽ

उगवला नारायेनऽ केळीच्या कोक्यातून
धुंडीतो बाळ माझाऽ बाई हिंडतो मळ्यातूनऽऽ

उगवत्या नारायेनाऽ आदी ऊगव माझ्या दारीऽऽ
माझ्या त्या बाळासंगंऽ दूधातुपाची कर न्हारीऽऽ

(१) पायधूळ = सूर्याची किरणे अंगणात येतात— उन्हे पसरतात, त्या उन्हात बाळ खेळतो— त्याला पायधुळीचा प्रसाद लाभतो, हा भावार्थ. (२) यीळ = रोज, वारंवार.

या गाथेतील पहिल्या दोन ओव्यांत सूर्याचे सुंदर वर्णन आहे. तो सूर्य उगवताना दिसतो कसा? अंगणातील चाफ्याच्या तुऱ्यावर पिवळा नाग डुलावा तसा. हे सूर्याचे रंगदर्शन मोठे देखणे, कोमल आणि प्रसन्न तर खरेच. दुसरी ओवी वाचली की चाफा आणि नाग यांची प्रतिमा दुहेरी अर्थाची वाटते. सूर्य हा बाळ आहे आणि त्याच्या मागची पिवळी आभा ही नागाची फणा आहे. चाफ्याच्या फुलावरही ही पिवळी आभा झळकते— का कुणाला ठाऊक, मालनीला नागाचे आणि तान्ह्या बाळाचे साहचर्य फार प्रिय आहे— नाग हा बाळाचा खेळगडी आहे. अंगणात बाळाबरोबर पाच फड्यांचा नाग खेळतो अशा अर्थाचीही एक ओवी आहे.

या प्रतिमेचे दुसरे भावनही असेच सुंदर आहे. अंगणात तिचा गोरापान बाळ उघडाच खेळतो आहे आणि त्याच्या मस्तकावर सूर्याचा पिवळा प्रकाश नागफणीसारखा

शोभतो आहे. ही कल्पना सुचताच तिला वाटले, सूर्याची पिवळी किरणे हे सूर्याचे जावळच आहे. अशा एका प्रतिमेतून दोन-तीन भाव व्यक्त करणाऱ्या या ओव्या आहेत.

सौंदर्यदर्शनात गुंग झालेल्या मालनीला आता सूर्य हा बाळ असला, तरी आपल्या मुलाचा रक्षक आहे याचे आता भान आले आहे. पण ही मागणीही ती मोठ्या चतुरपणाने करते. प्रथम सूर्याला 'तू सर्वांचे बरे कर' असे सांगते— आणि नंतर म्हणते, 'माझ्या बाळाचा हात शेवटी धर'— म्हणजे सोडावा लागणार नाही आणि बाळ सतत त्याच्या आशीर्वादाखाली राहील. मळ्यातून हिंडणाऱ्या बाळाला बघताच तिला त्याच्या न्याहरीची आठवण होते आणि ती सूर्यालाही सांगते, 'आधी माझ्या दाराशी ये आणि बाळाबरोबर दुधातुपाची न्याहरी करायला बैस.' सूर्याच्या पहिल्या ओवीतील बाळरूपाला साजेसाच या ओवीचा थाट आहे. ही मालन जशी यशोदा आहे!

✻ गाथा (१०)

उगवलं नारायीनऽ तांबडी तेची कायाऽऽ
लाडकी माझी सयाऽ कुक्कू मागती गऽ लेयाऽऽ

उगवलं नारायीनऽ माझ्या गऽ वाड्या आलंऽऽ
सया मालनीलाऽ कुक्कानं लाल केलंऽऽ

उगवलं नारायीनऽ माझ्या अंगनी झळकीतऽऽ
सयाच्या गऽ माझ्याऽ वटा शालूचा माखयीतऽऽ

उगवलं नारायीनऽ उगवता ऊन पडंऽऽ
सया माझ्या मालनीच्याऽ कुक्काला तेज चढंऽऽ

नारायीन बापाऽ सूर्या तुझी तंऽ लाडकीऽऽ
आंदन मागीतीऽ हळद-कुक्काची पालखीऽऽ

वरील गाथेत दाराशी आलेल्या सूर्याकडे— मामाकडे लहान भाची 'कुंकू दे' म्हणून ती मागणे मागत आहे. सूर्योदयाची लाली आणि कुंकू यांच्या साधर्म्यावर ही गाथा गायिली आहे. सूर्यही लाडाने तिच्या अंगावर लाली उधळतो आहे. शेवटी मालन म्हणते, सूरेदेवा— तुझी लाडकी सया आता तुझ्याकडे आंदण म्हणून हळदी-कुंकवाची पालखी मागते आहे. अगदी घरगुती वात्सल्याचा गोडवा या गाथेला रंगवून गेला आहे.

सूर्य उगवला की विश्वाला जाग येते. प्राणी, पाखरे, माणसे आनंदाने आणि उत्साहाने आपापल्या कामाला लागतात. कोवळ्या उन्हातील ही मालनीच्या अंगणातील

लगबग आल्हाददायक आहे. तिचे वर्णन पुढील गाथेत आहे.

⁕ गाथा (११)

उगवला नारायेनऽ किरनं टाकी झपाझपाऽऽ
तानी गऽ मैना माझीऽ चांदनी लोटी सोपाऽऽ

दिवस ऊगवलाऽ केळीच्या कोक्यातूनऽऽ
माझा बाळराजऽ हात जोडीतो सोप्यातूनऽऽ

दिवस उगवलाऽ दारी पेरवी पीकलीऽऽ
हिरव्या गोजीऱ्यांचीऽ येरझार सुरू झालीऽऽ

दिवस उगवलाऽ दारी फुलला गऽ चाफाऽऽ
नाचतो दारी माझ्याऽ राघू मईनांचा ताफाऽऽ

उगवला नारायेनऽ पिरथीमी नंदनऽऽ
देली बाई गऽ सोडूनऽ तेनी गायीची दावनऽऽ

जगाच्या व्यवहाराची गतिमानता सूर्याच्या 'किरनं टाकी झपाझपा' या पदातच सूचित झाली आहे. पुढील सगळ्या गोष्टी मालनीच्या घरच्याच आहेत. तिची मुलगी झाडते आहे. लहान बाळ वळण लावल्यामुळे दारात सूर्य दिसला की त्याला हात जोडतो आहे. राघूंना 'गोजिऱ्यांची येरझार' असे म्हटले आहे. राघू गोजिरे असतातच, पण त्यांचे डहाळीवर बसून पेरूला चोची मारणेही तेवढेच गोजिरे असते. दारातील चाफा फुलला आणि चाफ्याखाली मुले जमली असा अर्थ आहेच. पण चिमण्या-कावळेही नाचू-बागडू लागले असाही भाव जाणवतो. शेवटची ओवी फार काव्यमय वाटते. सूर्य हा पृथ्वीचा मुलगा आहे. त्यानेही एक काम केले आहे. गाईंची दावण सोडली आहे. गोठ्यात बांधून ठेवलेल्या गाई दावी सोडून मोकळ्या केल्या आहेत. या गाई म्हणजे रात्र तर नव्हे? रात्र आणि गाईंचा कळप अशी ही प्रतिमा आहे. ही कल्पना मला फार आवडली.

सर्वच मालनींना सूर्योदय आनंद देतो असे नाही. काही दुर्दैवी असतात. त्यांना आपली अडचण दूर करण्यासाठी सूर्याला गाऱ्हाणे घालावे लागते. मालनीची दुःखे किती तरी— पुढील गाथा एका दारिद्र्याने गांजलेल्या मालनीच्या दुःखाची आहे. किंवा पतीने टाकलेली वा विधवा मालन— जी सासुरवासाने हैराण झाली आहे, तिची आहे.

❋ गाथा (१२)

उगवला नारायेनऽ पाताळ फोडूयीनीऽऽ
सकाळच्या पारीऽ उभी हात मी जोडूयीनीऽऽ

नारायेन देवाऽ धरीते तुझं पायऽऽ
करा माझी सोयऽ मग रथाकडी जायऽऽ

नारायन देवाऽ चरनं धरीते बळकटऽऽ
लावा माझी वाटऽ मग रथाकडी वाटऽऽ

नारायन देवाऽ आईका माझं थोडंऽऽ
माझं करा कामऽ मग रथाला जुप्पा घोडंऽऽ

दोन्ही माझं हातऽ तिसरा माझा माझाऽऽ
नारायन देवाऽ नेतरं उघडा आताऽऽ

दोन्ही माझं हातऽ तिसरं माझं निढळऽऽ
नारायन देवाऽ इंती करते मी वाढूळऽऽ

(१) इंती = विनंती. (२) वाढूळ = बराच वेळ. (३) निढळ = कपाळ, दुर्दैव.

ही मालन विलक्षण गांजलेली दिसते. सूर्याला अडवून त्याला आपले संकट निवारण्याची तिची विनंती त्याने आजवर मनावर घेतली नसावी. 'आला पाताळ फोडून' ही ओवी सूचक आहे. एवढे पाताळ फोडून येणारा तो सूर्य, त्याने हिचे संकट दूर करणे कठीण कसे मानावे?

म्हणून ती त्याला विनवते, 'माझे काम कर, मग तुझा रथ पुढे ने.' रोज पोटाची सोय पाहायची— सासुरवास सहन करण्याची त्या मालनची शक्ती आता संपली आहे. म्हणून तिने त्याचे पाय धरले आहेत. सूर्यनारायण आपले संकट दूर करणार, या भावनेने ही गाथा गायिली आहे.

◆

४

मालनींची पंचेद्रियांची सूक्ष्म तरल संवेदना, चित्रकारासारखी तिची रंगांची सूक्ष्म जाण आणि हे दोन्हीही शब्दरूपात जिवंत चित्र निर्माण करण्याची शब्दकळा या प्रकाशपूजेत व्यक्त झाली आहे. शिवाय निसर्गाचा एक चमत्कार आणि त्याची व

मनाची मिळून येणारी भावस्पंदनेही तिने साकार केली आहेत. सूर्याचे आणि मालनीचे परोपरीचे सौहार्द या गाथांतून व्यक्त झाले आहे. गाथेमधील चित्रशिल्पेच हे आपल्याला प्रभावीपणे सांगतात.

पुढील गाथेमध्ये एक सौहार्दाचाच पण वेगळा असा भाव आहे. येथवर सूर्याचे कौतुक वर्णिले आहे— तो राजाधिराज आहे, हे त्याच्या घोड्यांच्या रथावरून, त्याच्या रत्नजडित प्रकाशमान किरणे टाकणाऱ्या झोतावरून प्रकट केले आहे. पण पहिल्या दोन गाथांत— त्याची राजाची कर्तव्यतत्पर भूमिका उभी केली आहे. राजा व प्रजा यांचे सौहार्द, राजाचे प्रजेविषयी वाटणारे प्रेम, त्याचे प्रजेवरील लक्ष या गोष्टी चित्रित केल्या आहेत. मला फार कौतुक वाटते ते या गोष्टीचे— सूर्यदेव इथे राजा आहे; पण तो शृंगारलेला राजा नाही. राजसंन्यास नाटकातील राजा आहे. डोक्यावर किरीट नाही. शाल पांघरलेला खेडुतासारखा राजा. खेड्याच्या चौकशीसाठी आलेला आहे. चौकशीला त्याला चावडी लागत नाही. दुरूनच तो एखाद्या निष्णात हेरासारखा सर्वांची सुखदु:खे ओळखतो आणि नंतर घरोघरी प्रवेश करतो.

खालील गाथा त्याचे आपल्या प्रजेवरील प्रेम दाखवते. मालन आजारी असणार, तिला त्याचे दर्शन घेऊन मन खोलायला शक्य होत नसणार. मालन म्हणते, ‘आपण होऊन तो माझ्या घरात येऊन मला दर्शन देतो.’ दुबळ्याकडे असा जिव्हाळ्याने पाहणारा हा सूर्यदेव आणि ती त्याचा आदर राखण्यासाठी अंगणात उभीही.

※ गाथा (१२)

शिनगारीला रथऽ — रथा जुप्पीले सारंगऽऽ
माझ्या दुबळी कारनऽ — येनं देवानं केलं अंगंऽऽ

उगवला नारायीनऽ — हमकत ठुमकतऽऽ
आला माझ्या वाड्या नीटऽ — लिंबू नारेळ झेलयीतऽऽ

उगवला नारायीनऽ — म्या गऽ अंगनात ऊभीऽऽ
सुख तेला ग चिंतीतेऽ — वर येवऽ बीगी बीगीऽऽ

उगवला नारायीनऽ — चढं झाडाझुडावरीऽऽ
तेच्या नी कीरनाचंऽ — तेज पडलं चुड्यावरी

उगवला नारायीनऽ — उगवून आला वरऽऽ
हळदी-कुक्काची माझी पूजाऽ — घेतो तूळशीबराबरऽऽ

नारायीन बाप्पाऽ मागत न्हायी कायीऽऽ
माझ्या जलमालाा जाऊऽ चुडा चोळी मायबाईऽऽ

(१) सारंग = घोडा-घोडे. (२) अंगं = आपण होऊन. (३) हमकत = सर्व लोकांसमोर. (४) ठुमकत = नाजूक झोले घेत, डुलत.

हा सूर्यदेव माझ्यासाठी तातडीने माझ्या वाड्यात येतो आहे, या भावनेने तिचे मन भरून आले आहे. तो कसा येतो? याचे तिने अप्रतिम वर्णन केले आहे. सूर्य उगवताना कसा ज्योतीसारखा ठुमकत येतो— येताना किरणांनी वाटेवरची लिंबू-नारळीची फळे झेलीत येतो— किरणे वर येत येत झाडावरून फळे-फुले किरणांनी उजळत येतो— ते कसे झेलत, कुरवाळत आल्यासारखे दिसते. सूर्योदयाचे इतके गोड वर्णन मी कुठे वाचलेले नाही. शिवाय हमकत येतो— सर्वांसमोर असा हसत खेळत येत असतो.

त्या वेळी मालन अंगणात भक्तिभावाने उभी आहे— ताकद नसली तरी उभी आहे. 'लवकर वर ये— मला बरे कर (सुखी कर)' असे त्याला मनोमन सांगते आहे. जिवाला किती जरी बरे नसले, तरी मालनी नेहमीचे नेमधर्म चुकवीत नाहीत. तसेच हिचे आहे. सूर्यदर्शन, तुळशीची पूजा हे झालेच पाहिजे. तुळशीबरोबर पूजा घेण्यासाठी तर तो सरळ तिच्या वाड्यावर आला नसेल ना? तिला पुन्हा दगदग नको, असे त्याला वाटले असावे.

शेवटची ओवी मला फार आवडली. ही मालन सावित्रीचीच वारसदार आहे. सावित्रीने सत्यवानाला जिवंत कर म्हटले— पण ते मागणे किती व्यापक होते— तसेच, तिचे सर्व सुख ज्याच्यात सामावले आहे तीच माणसे मला शेवटपर्यंत मिळावीत असे तिने सूर्याला सांगितले. 'मागत नाही तुझ्याकडे काही, पण तेवढी चुडा-चोळी मायबाई मला जन्मभर दे', असे ती सांगते. पती-बंधू आणि आई यांची संरक्षक, सुखी सोबत असली म्हणजे आणखीन काय हवे? असा हा आपल्या प्रजेची काळजी घेणारा राजा आणि त्याला पित्यासमान जिव्हाळा लावणारी ही मालन— प्रजासागरातील एका बिंदूसारखी!

पुढील गाथा— या सूर्यदेवाची राजा म्हणून कर्तव्यतत्परता दाखवणारी आहे. फार पूर्वी प्रत्यक्ष राजा किंवा त्याचा सेवक— प्रजेच्या सुखदु:खाच्या चौकशीसाठी रात्री गावातून वेष पालटून फिरत— बोलणी ऐकत— आणि राजा त्या सर्व गोष्टींकडे तत्परतेने लक्ष देत असे. 'रामाचा सीतात्याग' याच प्रजाप्रेमातून झाला आहे. सूर्याला सेवक लागत नाही. कारण तो दिव्यचक्षू आहे. त्याचे वर्णन इथे मालनीने जिव्हाळ्याने गायिले आहे.

* गाथा (१३)

उगवलं नारायेनऽ उगवत लाल लालऽऽ
पांघुरली पिवळी शालऽ वरे फेकीला गुल्लालऽऽ

उगवलं नारायेनऽ बाई बसलंऽ गावकोशीऽऽ
पाह्यतात कवतीकऽ दुनिया वागती गऽ कशीऽऽ

उगवलं नारायेनऽ आलं बसलं आदमासीऽऽ
बघीती गऽ हालऽ हवाऽ दुनिया वावरती कशीऽऽ

उगवलं नारायेनऽ जसं गाडीचं गऽ चाकऽऽ
जतन करा देवाऽ पिरथमी नव लाखऽऽ

उगवलं नारायेनऽ पिरथमीचा राजाऽऽ
तेला गऽ नमस्कारऽ दोनी हातांनी गऽ माझाऽऽ

उगवलं नारायेनऽ थांबा वंऽ माझ्या दारीऽऽ
धयी भाताची देते न्हयारीऽ मग पिरथमी धुंडा सारीऽऽ

(१) गावकोशी = गावाभोवतीच्या तटावर. (२) आदमासी = परिस्थिती पाहताच चटकन अंदाज घेण्यात पटाईत, असा. (३) पिरथमी नवलाख = नवखंड पृथ्वी, नवलाख नक्षत्रांसहित.

या गाथेत मालनीला सूर्य हा नवलाख सृष्टी जतन करणाऱ्या सर्वसाक्षी राजाच्या रूपात भावतो. हे त्याचे राजेपण वैभवाच्या दर्शनासाठी नाही. ते त्याच्या कर्तव्यदक्षतेने उजळून गेले आहे. या गाथेत राजाच्या कर्तव्याला अनुसरून त्याचा वेष, त्याचे काम व त्याचा प्रवास याचे प्रत्ययकारी दर्शन होते.

ही मालन भोवताली तट असलेल्या गावात राहते. पालनकर्ता सूर्यनारायण पिवळी शाल पांघरून, गुलालाने माखलेला असा तटाशी येऊन गावात लोकांचे कसे काय चाललेले आहे याचा अंदाज घेतो. ज्या गावाला तो न्याहाळतो आहे त्या गावचे लोक कृषिवल आहेत. गरिबांची संख्याच फार आहे. तेव्हा त्या शेतकऱ्यांत शोभेल अशीच साधी, पिवळी शाल तो पांघरतो. उगवतीने शालीवर गुलाल फेकलेला तसाच असतो. किरीट-कुंडल त्याने बाजूला ठेवले आहे. इथे एका ओवीत चाकाचा उल्लेख आहे, पण ते रथाचे चाक नव्हे. चाक हे गतीचे प्रतीक आहे. तो असा निरीक्षण करीत सर्व पृथ्वी पालथी घालणार आहे. प्रजेची हालहवाल पाहणार आहे. दुसरे महत्त्वाचे म्हणजे चाक-चक्र हे सूर्यरूप आहे. चाकाचे आरे, तसे सूर्याचे

किरण. या दोन्ही प्रतिमा एका 'चाक' या शब्दात मालनीने चितारल्या आहेत.

पुढील दोन ओव्यांत मालनीचे बंधुप्रेम, मातृप्रेम उसळून आले आहे. तो देव आहे, राजा आहे. मग त्याला ती हक्काने सांगते— जसे आईने मुलाला सांगावे, बहिणीने भावाला सांगावे, या अभिनिवेशाने सांगते, 'थांबा माझ्या दारी' तेवढी दहीभाताची न्याहरी देते, ती खा आणि मग 'पिरथीमी धुंडा सारी.' मालन मोठी चतुर आहे आणि वत्सलही आहे. कामासाठी हिंडणारा हा सूर्यदेव सकाळी आपल्या दारी आला. 'ठीक ना सर्व' हे पाहायला आला. त्याला न्याहरी देणे हे स्त्रीच्या मनात सहज भावते, तसे तिला भावले आहे आणि ती चतुर यासाठी की, त्या आदमासी सूर्यराजाला न्याहरीवरूनच मी किती सुखात आहे हे कळेल. माझ्या घरात रांजण तांदळाने भरलेले आहेत. माझ्या गोठ्यात गाई आहेत— मी सुखी आहे हे तो क्षणात ओळखून आनंद मानेल— जो आनंद बहिणीचे सुख पाहून भावाला होतो, आईला होतो! जसे ती सांगते, 'सूर्यनारायणा, आधी तुमच्या या गरीब बहिणीचे सुख पाहा आणि मग सारी पृथ्वी धुंडाळायला निघा.'

असा हा सूर्यनारायणाचा आणि मालनीचा जिव्हाळा— त्या जिव्हाळ्याच्या फलकावर मालनीने रेखलेली ही सूर्योदयाची अभिनव चित्रमाला!

✳ गाथा (१४)

उगवला नारायेनऽ — दिसतो ताना बाळऽऽ
आला जानीमंदीऽ — मग झाला पायपोळऽऽ

सूरेनारायनाऽ — काहून तपत येवढाऽऽ
भरतार माहाऽ — फूल कोमळ केवडाऽऽ

सूरेनारायनाऽ — तू हळू हळू तपऽऽ
कोमावलं माह्याऽ — भरताराचं रूपऽऽ

सूरेनारायनाऽ — काहून तपत जोरानंऽऽ
भरताराला आला घामऽ — वारा घालीते पदरानंऽऽ

उगवला सूरयाऽ — गेला उच्च गंगनालाऽऽ
सुखी ठेव देवाऽ — चुड्या माझ्या सजनालाऽऽ

तपतो सूरेदेवऽ — ऊन लागतंऽ चणाचणाऽऽ
सांगते मी राजईसाऽ — चल जाऊ चाफेबनाऽऽ

एखाद्या चित्रकाराला मोहात घालणारा हा प्रसंग आहे. माथ्यावरचा तापणारा सूर्य, खाली वाटेवर नवऱ्याला एका हाताने वारा घालीत, दुसरा हात सूर्याकडे करून किंचित त्रस्तपणे पण मायेने सूर्याला जरा मान वर करून प्रश्न विचारणारी मालन. तिच्या चेहऱ्यावरील उन्हाचा त्रास, पतीची काळजी आणि सूर्यावरचा कृतककोप— त्याला हाताला धरून चाफेवनात निघालेली सूर्याचा निरोप घेणारी मालन— त्याच्यावर रुष्ट झालेली. म्हणूनच त्याला 'आला जानीमंदीऽ मग झाला पायपोळ' असे ठणकावणारी ही गाथा म्हणजे एक चित्रच आहे.

एकूण गाथासंपत्तीत— सूर्याच्या मध्यान्हीच्या वर्णनाच्या ओव्या अगदीच कमी. त्या उन्हाने भावाची अवस्था कशी झालीये हे त्या सांगतात. पण प्रतापी भास्कराचे वर्णन करत नाहीत. त्याच्याकडे पाहता येत नाही हे खरे; पण कल्पनेनेही त्याचे मध्यान्हीचे रूप त्यांनी शब्दरूप केलेले नाही. एकूण मला मिळालेल्या गाथांत याच ओव्या तेवढ्या 'सूर्यावर' अशा सापडल्या.

❋ गाथा (१५)

उगवला नारायेनऽ	*केळीच्या कंबळातऽ*
मावळाया गेलाऽ	*नारळी सुंदरीतऽऽ*
दीवस मावळलाऽ	*झाडाझुडपांच्या आडोशालाऽ*
ताईता माझा बंधूऽ	*चंद्र नीघाला कडूशालाऽऽ*
मावळाया गेलाऽ	*कोकनीचा राजाऽ*
आडवी गऽ आलीऽ	*बहीना कंबळजाऽऽ*
दिवस मावळलाऽ	*तेला जाऊ दी मावळायीऽऽ*
चंद्र सागरा तेची आईऽ	*उभी राह्यली ओवाळायीऽऽ*
देवबापाऽ नारायेनाऽऽ	*तुमी अस्तमानी जाऽ जाऽऽ*
तुमच्या वऽ हुरूद्यातऽ	*याद माझी ऱ्हाऊ दे जाऽऽ*

(१) कंबळात = केळीच्या केळफुलात, कोक्यात. (२) कंबळजा = लाल कमळाच्या रंगासारखी संध्याकाळ, संध्या. (३) कडूशाला = कोवळ्या तिरिपिला.

वरील गाथेतील पहिलीच ओवी किती सुंदर आहे! मालनीच्या नारळीच्या सागराच्या उल्लेखावरून वाटते, ही ओवी कोकणच्या सीमेवरील मालनीची आहे. सूर्य नेहमी केळीच्या कोक्यात उगवतो असे मालनींनी नेहमीच गायिले आहे. सूर्य,

केळीचे झाड व केळफूल यांची काही पुराणकथा असल्यास मला माहीत नाही. शोध घ्यायला हवा. पण एक कल्पना या दृष्टीनेही सुंदरच आहे. सूर्योदयाचे पृथ्वीवरील चित्र उभे करणारी आहे. हे चित्र तितकेच प्रभावी आहे. मालनीच्या दारात केळी लावलेल्या असतात. त्यांचे फूल केवढे मोठे आणि लाल असते— पुष्कळदा त्याच्या लाल जाड पाकळ्या उमललेल्या असतात— ही केळ पहाटेच्या दवाने पूर्ण ओली झालेली असते. क्षितिजावरील सूर्याची लाल प्रभा व त्याचे बिंब यांचे तेज या ओल्या केळीवर पडून विस्तारलेली ती केळीची पाने आणि मधील केळफूल हे कसे सूर्योदयाच्या वेळचे बिंब आणि त्याची लाल किरणे अशा स्वरूपात मालनीला दिसते— दारातच सूर्य उगवला— केळीच्या कोक्यात उगवला— असे शब्द मालनीच्या तोंडून निघतात आणि ते ओवीत येतात.

आता सूर्यास्तही समुद्राकाठच्या नारळीच्या रांगांतून तिला दिसतो. झाडाच्या मागच्या बाजूने सूर्यकिरणे नारळीच्या पानापानांमधून झळकत येतात. नारळी आधीच देखणी, त्यात अशी सोन्याची झालेली, म्हणून ती सुंदरी. उगवला केळीत आणि मावळला नारळीत!

याच मावळतीच्या सौम्य प्रकाशात आता चंद्रही दिसतो आहे. हा मालनीचा भाऊच. तोही निघाला आहे. पुढील ओवीत सूर्य हा नारळीमध्ये मावळायला निघाला म्हणून त्याला मालनीने कोकणचा राजा म्हटले आहे; आणि क्षितिजावरची लाल प्रभा ही संध्या जणू भावाला सामोरी आली आहे... इतकेच नव्हे, तर सूर्यनारायणाची आई चंद्रसागरा त्याला ओवाळायला आरती घेऊन उभी आहे. आईला चंद्रसागरा म्हटले आहे. तिचा चंद्र हा लाडका आहे म्हणून तिला हे नाव. मालन निरोप द्यायला दारात उभी आहे आणि क्षितिजावर हा स्वागत-सोहळा रंगला आहे. गाथाही अशीच रंगतदार आहे. मालन निरोप देताना म्हणते, 'सूर्यनारायणा, तू जा पण माझी आठवण ठेव.' आठवण उद्या सकाळी तिच्या दारात तिला हळदी-कुंकवाने न्हाऊ घालण्यासाठीची.

◆

५

मालनींनी उगवत्या सूर्यबिंबाची, त्याच्या निरनिराळ्या रंगारूपांची इतकी विविध तऱ्हेची चित्रे रेखली आहेत! उगवत्या सूर्याच्या उजळत चाललेल्या आभेसारखी त्यांची शब्दकळा. त्यांच्या कल्पना आणि त्यांच्या आशयगर्भ प्रतिमा याही त्या त्या चित्राला उत्कटपणा आणि सौंदर्य देणाऱ्या आहेत. सूर्याला त्या देव मानण्यापेक्षा सुहृद मानतात. त्यांचा पाठीराखा भाऊ असा त्यांना तो वाटतो. हा जिव्हाळाही

मालनींनी उत्कट अशा शब्दांत व्यक्त केलेला आहे. निसर्गप्रेम, श्रद्धा, कल्पनासौंदर्य आणि सौहार्द यांचे रसायन म्हणजेच हे सूर्योदयाचे चित्रलेखन होय. ही एक प्रकारे मालनींनी गायिलेली सूर्यसूक्तेच आहेत.

सूर्योदयाइतका सूर्यास्तही सौंदर्यभावना परिपूर्ण असतो. तितकेच आकाश सोन्याच्या द्वारकेसारखे झळाळणारे असते. सूर्यनारायण आता मालनींचा निरोप घेणार असतो. या प्रसंगाचे आलेखन मात्र मालनींनी केलेले नाही. कित्येक ओव्या चाळल्या तेव्हा मला एकच सूर्यास्ताची सुंदर अशी गाथा मिळाली. असे का व्हावे? मला वाटते, पहाटेच्या वेळी मालनींचे काम एकटीनेच करायचे असते. आजूबाजूला गजबजाट नसतो. काम करताना मन भरून उगवतीचे रंग न्याहाळता येतात— त्यांच्यामुळे मालनींच्या भाववृत्ती फुलून येतात. पक्ष्यांना जसे कंठ फुटतात, तसे मालनींच्या ओठांवर सूर्यनारायणासाठी सौहार्दपूर्ण शब्द उमटू लागतात.

संध्याकाळ किंवा सूर्यास्त हा पृथ्वीवर अंधाराचे साम्राज्य पसरणारा असतो. गावाशिवाराच्या झाडीतून त्याची झळाळ दारात न येता सावल्याच उतरतात. गुरेढोरे घरी येण्याची गडबड असते. दिवस मावळण्यापूर्वी मुलेबाळे घरात यावी लागतात. गाईंच्या धारा काढण्याची घाई असते. तेव्हा संधिप्रकाशापेक्षाही घरची कामे त्यांना गुंतवून ठेवतात. दिवे लावणे हेच त्यांचे महत्त्वाचे काम असते. तरी पुढील गाथेत सूर्यास्ताचे रंगतदार आणि सुंदर प्रतिमांनी काव्यात्म झालेले वर्णन मालनीने केले आहे.

संध्याकाळ ही सर्वांनी घरात जमायची वेळ आहे. कातरवेळ ही जरा गूढ भीती दाखवणारी आहे. बाहेर काळोख वाढतो आणि घरात कुणी आले नाही तर काळजी वाटू लागते. पुढील गाथेत एका मालनीने तिन्हीसांज झाली असून, तरी शेतावरून घरी न आलेल्या भावाची काळजी वर्णिली आहे. 'सांजबाई, इतक्यात जाऊ नको. माझा भाऊ घरी येऊ दे,' असे ती म्हणते.

※ गाथा (१६)

मावळला दीसऽ झाडाझूडात दंग झालाऽऽ
चतुर बंधूजीच्याऽ खंड नांगरा पडीयलाऽऽ

सांज सांजळलीऽ सांजबाई जरा थांबऽऽ
माझा बंधूरायाऽ शेती दौलतीचा खांबऽऽ

मावळला दीसऽ झाडीझूडी झाली लालऽऽ
भाऊ माझा तू ताईताऽ पाय उचलून चालऽऽ

दीस मावळलाऽ दिसापाशी माझं कायऽऽ
चातुर बंधूजीचीऽ दिवा लावून वाट पाह्यऽऽ

भरल्या तीन्हीसांजाऽ दिवा लावून ऊभी ऱ्हातेऽऽ
चातुर माझा बंधूऽ तुझ्या राज्याची हवाऽ पातेऽऽ

उगवत्या नारायेनाऽ हात जोडीते मी रोजऽऽ
नेनता बंधू माझाऽ सांभाळा पाठभूजऽऽ

सूर्य मावळला आहे. पण त्याची किरणे झाडाझुडपांतून रंगली आहेत. रेंगाळली आहेत. तरी शिवारात अंधार पडत चालला आहे. अंधारत्या वेळी पायाखाली साप-विंचू येईल, म्हणून मालन भावाला पाय उचलून टाक म्हणते आहे. सांजेला 'जरा थांब' असे विनवते आहे. बहीण दिवा हातात घेऊन उभी आहे पण वर ही काळजी न दाखवता— भावाला म्हणते, तुझ्या शिवाराची शोभा पाहते आहे— येणारा— अंधारातून येणारा भाऊ त्याच्या राज्याची शोभाच नाही काय? शेवटची ओवी हृदयस्पर्शी आहे. या वेळेसाठीच ती रोज उगवत्या सूर्याला हात जोडते. माझी पाठभूज सांभाळ म्हणून मागणी करते. पाठीराखा, पाठचा भाऊ यासाठी योजलेला पाठभूज हा शब्द फार देखणा वाटतो.

◆

६

सांजवात

मालन पंचमहाभूतांतील तेजोनिधी सूर्याची जितकी उपासक आहे, तितकीच सूर्यास्तानंतर प्रकाश पुरवणाऱ्या मानवनिर्मित दिव्याच्या ज्योतीचीही ती उपासक आहे. एकूण सूर्य, चंद्र, तारे, वीज आणि दिवा या प्रकाशरूपांची ती उपासक आहे. सूर्य हा तिचा सुहृद आहे, तर चंद्राला ती आपला भाऊ मानते. निसर्गाचे आणि तिचे हे नाते विलक्षण गोड आहे. बाळाला ती गाणे गाते, त्यात ओव्यांच्या अगोदर चंद्राचा मान असतो. तिच्या बाळाचा तो मामा असतो. बाळ डोळ्यांच्या जाणतेपणाची जाणीव अनुभवू लागला की आई गाते— म्हणते, 'आंदा मांदा, गिर गिर चांदा, सगळी भाकरी अर्धा कांदा', 'चांदूमामा चांदूमामा भागलास का, निंबूणीच्या झाडामागे लपलास का...' अंगणात अशा गाण्यांनी ती चंद्राकडे आपल्या बाळाचे लक्ष वेधते. तर घरात दिव्याकडे बाळ टुकूटुकू बघू लागले की तिचे गाणे सुरू होते— 'अडगुलं

मडगुलं, सोन्याचं कडगुलं... रुप्याचा वाळा, तान्या बाळा टी ट्यो (तीट लावू)', अशी दीपज्योतीची ती ओळख करून देते. बाळाला दिव्याचे जरा चमत्कारिक वाटते. दिवसा कसा सगळीकडे प्रकाश असतो. रात्री इतर बाजूला अंधार आणि मधेच हे लालसर तेज. ते बिचकते. म्हणून त्या दिव्याभोवती बोट फिरवून बाळाला ती तीट लावते. त्यांची गट्टी करून देते.

खूप दिवसांनी माहेरी आले की अंगणात बाज टाकून मायलेकींचे जे गूज चालते, त्यात चंद्र माथ्यावर येतो— केव्हा केव्हा तर शुक्रतारा दार उघडत येतो. असे अंधारातील प्रकाशाशी त्यांचे जिव्हाळ्याचे नाते. दीप आणि चंद्र ही त्यांना देवतारूपानेही अतिशय प्रिय आहेत. पण सूर्य अस्ताला गेला आणि चंद्र वा तारा आकाशात नसला, की ती अस्वस्थ होते. त्याच का, अवघी सृष्टीच अस्वस्थ होते. या संध्यासमयाचा पहिला अनुभव ज्यांना जाणवला, त्याची सूक्ष्म थरथर अजून ग्रामीण मनात जागी आहे. या वेळेला कातरवेळ असे म्हणतात. ही वेळ अशुभ असते, मनाला कातर करणारी असते. या वेळेला सासर-माहेरच्या काळजीच्या गोष्टी गडद सावल्या पांघरून येतात. ही वेळ बाधिकही असते. लहान मुलांना या वेळी बाहेर सोडत नाहीत. अशा या कातरवेळी अंधाराच्या पहिल्या पावलापूर्वी जो प्रकाशाचा शेवटचा किरण, तो मंगल गणला जातो. गोरजमुहूर्त असे त्याचे नाव.

नंतर सूर्याची जागा दिवा घेतो आणि देवरूप पावतो. त्या दिव्याच्या पूजनावरील या काही गाथा. सांजेची गोडी आणि सांजेनंतरची व्याकूळता वर्णन करणाऱ्या या गाथा दिव्याच्या ठाणवई, समई, निरांजने, चिमणी, मशाल, कंदील, गॅसबत्ती आणि विजेचे दिवेही अजून मालनीचा नमस्कार स्वीकारतात.

पुढील गाथा दिवेलागणीची आहे. अजून सूर्याने दर्शन दिले नाही, तरी त्याचा चमकदार लालिमा व त्याचा झोत धरणीवर येतो आहे, त्या वेळची ही गाथा आहे.

मालनीची गावातील चावडी पश्चिमाभिमुख असावी. तिच्या भावाचे अजून चावडीत लेखणीचे काम चालले आहे. सूर्याचा लालिमा चकचकीत असलेल्या पितळी कलमदानावर पोहोचला आहे आणि ते हिऱ्यासारखे लखलखते आहे. ही पहिली ओवीच संध्येचे सौंदर्य परावर्तित करणारी अशी आहे.

त्याच वेळी त्याच्या वाड्यात आईची, बहिणीची गडबड चालली आहे. दिवे लावायची— त्याचे वर्णन सुरेख आहे. कुणीतरी, कुणाला तरी दिवे लावायला सांगते आहे. सासू आणि मोठी बहीण आपल्या जावांना, सुनांना, भावजयांना सांगताहेत. कुठे कुठे दिवे लावायचे, कसले लावायचे, सर्व समजावून देताहेत. ही सांगणाऱ्यांची आणि दिवे तयार करून ठिकठिकाणी ठेवणाऱ्यांची लगबग ओवीओवींतून व्यक्त होते आहे.

✳ गाथा (१७)

मावळला दीसऽ	*बाई चावडीच्या कोनाऽऽ*
माझ्या गऽ बंधूजींच्याऽ	*हिरं जोडीलं कलमदानाऽऽ*
मावळला दीसऽ	*आदी दिव्याला घाला वातऽऽ*
माझ्या बंधूजीलाऽ	*सदरी बसाया झाली रातऽऽ*
मावळला दीसऽ	*दीवा लावावा तूपायाचाऽऽ*
माझ्या गऽ देवाऱ्यातऽ	*उजड पडू दी सोन्यायाचा*
मावळला दीसऽ	*दिवं लावा ढालजंतऽऽ*
माझ्या बंधूजीचेऽ	*बैल आलं उधळतऽऽ*
मावळला दीसऽ	*दिवं लावा खणोखणीऽऽ*
आलं आलं गोठ्यामंदीऽ	*बाई लक्ष्मीचं धनीऽऽ*
मावळत्या दीसऽ	*दिवं लावून काय केलंऽ*
घरच्या लक्ष्मीनंऽ	*सोनं मंदिरी साठवीलंऽऽ*

(१) कलमदान = एक लांबट तीन खणांची पितळेची पेटी. दौत, लेखण्या व वाळू ठेवण्यासाठी. (२) सदर = ओसरीवरील बैठकीची जागा. (३) ढालज = देवडी.

शेवटची ओवी सुंदर आहे. ही दिवेलागणीची वेळ घरात लक्ष्मी येण्याची आहे. लक्ष्मी ही अंधाराने येणारा मनावरचा झाकोळ दूर करणारी प्रसन्न देवता. म्हणजेच सांज ही लक्ष्मी घरात येण्याची वेळ. या शब्दाचा अर्थ व्यापक आहे. मालनीची एक कल्पना अशी की, घराला समृद्धी ज्यांच्यामुळे मिळते तीही लक्ष्मीचीच रूपे असतात. घरातील कर्ता पुरुष, देवघरातील देवाच्या मूर्ती किंवा टाक, गोठ्यातील शेतावर कष्ट करून मालकासह आलेले बैल, रानातून चरून आलेल्या गाई, म्हशी आणि राहता वाडा ही सर्व लक्ष्मीचीच रूपे आहेत. ती जिथे आहेत, तिथे दिवे उजळा, लक्ष्मीला लक्ष्मी भेटवा. असे सर्वांनाच देवतारूप दिल्याने सर्व घरच देव्हाऱ्यासारखे झाले. म्हणून त्याला मंदिर असे म्हटले आहे आणि या मंदिरात जागजागी दिवेलागणीने सोने साठवल्यासारखे दिसते आहे आणि घरच्या लक्ष्मींनी ही दिवेलागण केली आहे. एवढे सर्व सोने या पाच ओव्यांत साठलेले आहे!

पुढील गाथेत जी सांजलक्ष्मी घरात सांजेला येणार आहे, तिची स्वागताची तयारी आणि तिची लगबग गायिली आहे.

* गाथा (१८)

भरली तीनीसांजऽ दिवा लावावा सूनबाळऽ
लक्ष्मीची झाली येळऽऽ

भरली तीनीसांजऽ सांजबाई गऽ फूलली
दारी लक्ष्मी बोललीऽ

भरली तीनीसांजऽ लक्ष्मीमाय आली घरा
दिव्याची जलदी कराऽऽ

भरली तीनीसांजऽ दिव्याला भर वनऽऽ
दादा वाचीतो रामायेनऽऽ

तीनीसांजा झाल्याऽ घाला चुलीत इस्तवऽऽ
लेकरू गऽ मांडी घ्यावंऽऽ

तीनीसांजा झाल्याऽ दिव्यात वात डूलंऽऽ
ताना राघू गूज बोलंऽऽ

या गाथेतही लक्ष्मीसाठी दिवे लावा, तिची यायची वेळ झाली हेच सांगितले आहे. दुसऱ्या ओवीतील कल्पना चांगली आहे. मालनीने एका गाथेत संध्याकाळला कंबळजा म्हटले आहे— लाल कमळ. या गाथेतही 'सांज फुलली' म्हटले आहे. तिन्हीसांजेचा लालपिवळा कडूसा दारापर्यंत आला आहे. त्याचे ते उमलणे लक्ष्मीच्या प्रसन्न शब्दासारखे तिला वाटते.

तिन्हीसांजेची लक्ष्मी आली की दोन कामे करायची असतात. तान्ह्या मुलाला मांडीवर घेऊन बसायचे असते. कातरवेळी त्याला एकटे ठेवायचे नसते आणि चुलीत विस्तव घालायचा असतो. ग्रामीण मालनीच्या चुलीत नेहमीच एक शेणी राखेत खुपसून ठेवलेली असते. ती वर काढली की दबलेला अग्नी हवेने फुलतो. मग तिच्यावर आणि शेणकुटे, लाकडे वा फाटे टाकायचे, म्हणजे थोड्या वेळाने ती पेट घेते. मालनीची ही एक वैश्वदेवाची उपासनाच.

गाथेतील शेवटची ओवी फारच सुंदर आहे. दिवे लावून, चूल पेटत घालून, मालन मांडीवर बाळ घेऊन बसली आहे. दिव्याजवळ बसली आहे. दिव्याची ज्योत झुलते. तसाच बाळही दिव्याकडे पाहत हात नाचवीत तोंडाने हुंकारतो आहे. त्या दिव्याच्या झुलण्यासारखाच!

सांजलक्ष्मी आली आहे. तिच्यासाठी दीपोत्सव मांडलेला आहे. रामायणाचे वाचन सुरू आहे आणि ही घरची लक्ष्मी तिन्हीसांजेची बाळाला मांडीवर घेऊन

त्याला खेळवते आहे; आणि बाळही ज्योतीसारखाच लुगुलगु बोल काढतो आहे! हे सर्व मिळूनच एक लक्ष्मीचे गोड चित्र सजले आहे.

■

७

रामप्रहर जसा मालनींच्या संसाराच्या बागशाहीत गडबडीचा जातो, तसा सांजेचा प्रहरही गडबडीत जातो. ही गडबड असते चरून वा शेतावरून काम करून आलेल्या गोठ्यातील संपदेला पुन्हा गोठ्यात दाखल करून घेणे, भुकेजलेल्या वासरांना सोडून गाईच्या धारा काढणे, गुरांचे खाणे-पिणे बघणे याची गडबड असते. प्रथम दिवे लावणे हे फार महत्त्वाचे काम असते. पूर्वीचे दिवे म्हणजे गोडेतेलात भिजलेल्या कापसाच्या वातींच्या पणत्या. त्या जरूरीप्रमाणे जमिनीवर वा ठाणवईवर ठेवायच्या. रॉकेलच्या चिमण्या आणि कंदील हेच दिवे असत. कंदील खुंटीला टांगता येत असे. देवापुढे मात्र निरांजनात तुपाची वात असे.

झाडीझुडीने वेढलेल्या खेडेगावात सांजेची वेळ म्हणजे घरी परतण्याची वेळ. शिवारापासून घरापर्यंतचा रस्ता अंधारात. वेशीपाशी आल्यावर थोडेथोडे घराघरांतील प्रकाशाचे मंद झरोके बाहेर पडायचे. त्या उजेडात गुरेढोरे धावत पळत आपापल्या घराकडे वळायची. मागे त्यांना आवरणारा गुराखी असायचा. शेतातील बैल, कासरे लावलेले व मोकळे आणि मागे शेतकरी अवजारे घेऊन अशी ही मिरवणूक असायची. सूर्यास्त होताच, पश्चिम प्रकाशित आहे तोपर्यंत गोठ्यात सुखरूप जायचे हे या साऱ्यांचे लक्ष्य. पण साऱ्या गावाची गुरे एकाच पाणंदीतून यायची म्हणजे त्यांची ढकलाढकली, मारामारी व्हायची. गुराखी हाकारे द्यायचे आणि यात वेळ जायचा. या गुरांच्या निघण्याच्या वेळेलाच गोरजमुहूर्त असे नाव आहे. गाईच्या पावलांनी उधळणारी धूळ त्या पश्चिमेच्या प्रसन्न लाल प्रकाशात सोन्यासारखीच दिसते. ही मंगल वेळा. घराकडे गोठ्यातील धनलक्ष्मी घरी येण्याची वेळा. म्हणून याला मंगलमुहूर्त म्हणतात.

पण हा तिन्हीसांजेचा वेळ संपत आला, की पश्चिमा काळवंडते— अंधार उतरू लागतो. जमिनीवरचे दिसेनासे होते— ही कातरवेळ— भरलेली तिन्हीसांज. ही कातरवेळ गुरावासरांना, मुलांना व मोठ्या माणसांनाही थोडी भीतीने अस्वस्थ करते. एक कारण म्हणजे जमिनीवर अंधार पोहोचला की पाणंदीत, रस्त्यावर सापा-किरडांची भीती असते. रातकिडे ओरडू लागतात. त्या आवाजाने वातावरणालाही म्लानता येते. दृष्ट होणे, बाधा होणे यासाठी ही वेळ शक्यतो घराबाहेर राहणे टाळण्याची असते. या सर्वांचा मानसिक परिणाम म्हणजे लहान मुले किरकिरू

लागतात. गुरे-वासरे गोठ्यात जाण्याची घाई करतात. मालनी मुलांना घरात आणून, जवळ घेऊन बसतात... आणि मन अस्वस्थ असल्याने माहेरची सासरी कोणती तरी काळजी मनात घेऊन राहतात. या सर्वांचा प्रतिकार करण्याची शक्ती दिव्यात आहे. म्हणून दिवा हा देवरूप पावला आहे. दिवा लावून हात जोडणे हे भक्तिभावाने होते. हे दिवे अंगणात तुळशीपाशी, गोठ्याच्या दाराशी, ओसरीवर, देवापुढे, मागच्या पडवीत, अंगणात असे प्रथम लावले जातात. हा दीप साऱ्या घराचे रक्षण करतो. अंधारापासून दूर ठेवतो. आधार वाटतो.

या तिन्हीसांजेचे वर्णन मालनींनी मोठ्या परिणामकारक रीतीने केले आहे. ज्या मालनींची जनावरे गोठ्यात आहेत, त्या मालनींनी या तिन्हीसांजा चितारल्या आहेत. यांत घरात येणारी गुरांची धुम्माळ आणि दिवे लावणे या गोष्टी प्रत्ययकारी वाटतात.

पुढील गाथा एका मातब्बर माहेरातील तिन्हीसांजेची आहे. पहिल्या ओवीतच मालनीने लक्ष्मीचा डामडौल आणि खोल वाडा या शब्दांनी हे सूचित केले आहे.

✻ गाथा (१९)

झाल्या तीन्हीसांजाऽ लक्ष्मीचा डामडौलऽऽ
वाडा गवळ्याचा खोलऽऽ

झाल्या तीन्हीसांजाऽ लाव दीवा राहीबाईऽऽ
गायक्या बांधीतो गऽ गाई

झाल्या तीन्हीसांजाऽ आलं नंदी उकरतऽऽ
माझ्या काशीची दवलतऽऽ

झाल्या तीन्हीसांजाऽ लावा दीवा लगबगऽऽ
आलं जोड्यानं देवर दोघंऽऽ

झाल्या तीन्हीसांजाऽ भावजयी दीवा लावाऽऽ
घरी लक्ष्मीचा येवाऽऽ

(१) खोल = लांबीला अधिक— दालनामागून दालने असलेला. (२) गायक्या = गाई राखणारा गुराखी. (३) उकरत = डरकाळ्या फोडत. (४) येवा = येणे.

ही मालन माहेरी आहे. तिन्हीसांजेच्या वेळी त्यामुळे तिने कर्तेपणाने सर्व व्यवस्था पाहिली आहे. त्यातही माहेरची समृद्धी तिने गायली आहे. वाडा मोठा

आणि लांबलचक आहे. त्यामुळे प्रत्येक दालनात दिवा लागतो. खूप दिवे लावावे लागतात. या दीपोत्सवामुळे वाडा लक्ष्मीसारखा डौलाचा वाटतो. नटलेला दिसतो.

गुराखी आला आहे. गाई बांधणार, तर त्यासाठी अंगणात व गोठ्याच्या दारात दिवा लावायला ती राहीला सांगते. त्या कळपामागून बैल येतात. डरकाळ्या देत येताना, शिवारातून येताना दुसऱ्या बैलांची काढलेली खोडी अजून त्यांच्या मनातून गेलेली नाही. बैल तरणेबांड आहेत. या संपदेला ती आईची— मायबाईची दौलत असे म्हणते. त्यासाठी ओसरीवर दिवा हवा. त्यांच्यामागून दोन देव म्हणजे घरातील दोन कर्ते पुरुष– पिता-पुत्र वा बंधू-बंधू– येत आहेत. त्यांनाही हातपाय धुऊन लगेच धारेच्या कामाला लागायचे आहे.

अशी ही तिन्हीसांज म्हणजे घरात लक्ष्मीचा येवा आहे. तेव्हा सगळीकडे दिवे लाव असे ती भावजयीला सांगते आहे. पण या गाथेत गुरांचा गोंधळ नाही. मुलांचाही नाही. सारे शिस्तीत होते आहे असे वाटते. ही गाथा दिव्यांनी मात्र उजळून दिसते.

याउलट पुढील गाथेत वर्णन आहे. गाथेतील गुरांना घरी यायला जरा उशीरच झाला आहे. आता तिन्हीसांजा भरल्या आहेत. अंधाराच्या सावल्या दिसू लागल्या आहेत. गुरेही येताना गोंधळलेली आहेत. पण दिवे लागले आणि सर्व व्यवस्थित झाले. ही काळजी घरातल्या मालनीने घेतली आहे. गाथेवरून सहज कळतें की, या घरातील गोठा गाई-बैलांनी भरलेला आहे.

* गाथा (२०)

तीनीसांजा झाल्याऽ कामाची झाली घाईऽ
दिवे लावा घाईघाईऽ गायक्याच्या आल्या गाईऽऽ

तीनीसांजा झाल्याऽ दिवा लावा तुळशीपाशीऽऽ
घरच्या ग गाई म्हशीऽ आल्याता वेशीपाशी

तीनीसांजा झाल्याऽ दीपक माझ्या हातीऽऽ
माझ्या गऽ बाळायांच्याऽ बैलांच्या जोड्या येतीऽऽ

भरल्या तीनीसांजाऽ गुराढोरांचा गोंधळऽऽ
दोनी दारांशी धुम्माळऽ बाई लक्षुमीचा खेळऽऽ

भरल्या तीनीसांजाऽ दिवं लावीते जावबाईऽऽ
देर बांधीतो तान्या गाईऽ बाई धारेची झाली घाईऽऽ

भरल्या तीनीसांजाऽ दिवं लावावं कूठंकूठंऽऽ
मामाजी सासूबाईंचंऽ चिरबंदी घर मोठंऽऽ

जरा अंधार पडला की सर्व गावची गुरे एकदम यायची, म्हणजे गुरांत गोंधळ होतो. गुराखी त्यांना आवरायला हाकारे देतात, ते घरापर्यंत ऐकू येतात. लगेच घरात मालनीची, गाई वेशीत आल्या, दिवा लावा, अशी घोषणा होते. बिदीवरून अंगणात गाई-गुरे यायची म्हणजे तुळशीपाशी, ओसरीवर आणि गोठ्याशी दिवा हवाच. इथे दोन दारे आहेत, ती पुढचे-मागचे दार असे असावे. पुढे बैल व मागे पडवीत गाई बांधत असाव्यात. त्यामुळे गुरे दोन्हींकडे गर्दी करून आहेत. गोठ्याचे दार फार रुंद नसते. एकेका गुराला जायचे असते. त्यामुळे तिथे त्यांचा धुमाकूळ सुरू होतो.

त्याच वेळी मालनीचा दीर धारेच्या गाईंना त्या जागेत रोवलेल्या खुंटाला बांधतो आहे, कारण भरल्या गोठ्यात वासरे सोडून धारा काढणे कठीण. म्हणून धारांची जागा पुष्कळदा वेगळी ठेवतात. तिथे मालनीची जाऊ दिव्याची आणि धारेच्या उपकरणांची व्यवस्था पाहत आहे. खुद्द मालन, तिचा कंथ बैलांच्या जोड्या घेऊन येतो तिथे दिवा घेऊन उभी आहे. सगळी गडबड चालू आहे आणि मालन न त्रासता अगदी आनंदात आहे. हा लक्ष्मीचा खेळ चालला आहे अशी तिने कल्पना केली आहे आणि त्या गुरांचे आणि दिवे घेऊन हिंडणाऱ्यांचे कौतुक बघते आहे. त्या खेळाचा आनंद लुटते आहे.

शेवटच्या ओवीत मालनीने घराची श्रीमंती 'दिवं लावावं कूठं कूठं' अशा लाडक्या वैतागात केली असली, तरी ती घराचा व्याप दाखवल्याशिवाय राहत नाही. या मालनीची गोठ्यातील संपदा समृद्ध आहे हे या गाथेवरून दिसून येते.

पुढील गाथेत गुरांच्या गोंधळाबरोबरच मुलांचाही घरात घेण्याचा गोंधळ चाललेला आहे. बिदीवरच्या मुलांना घरात बोलावणे योग्यच आहे. कारण रानातली गुरे रस्ता भरून असणार— मुले रस्त्यावर नसावी हे कारण आहेच. पण मुलांना दृष्ट होऊ नये, कातरवेळेच्या अंधाराला त्यांनी भिऊ नये, त्यांना कसली बाधा होऊ नये हे कारण अधिक महत्त्वाचे आहे. अंधारात मुले भितात, ती घरी आल्यावर दिव्यापाशी घरच्या माणसापाशी सुखी होतात. तरी चूल पेटताच त्यांचा 'द्रिष्ट' काढणे हा कार्यक्रम असतो. गुरांनाही या सर्वांची भीती असतेच. त्यांचीही द्रिष्ट काढावी लागते. मालनीने या गाथेत मुलांच्या आणि गुरांच्या गोंधळाचे वर्णन केले आहे.

❋ गाथा (२१)

झाल्या सवंसांजाऽ	येल फुलला वाळकाचाऽऽ
माझ्या राघू मैना संगंऽ	बिदी घोळका बाळकांचाऽऽ
झाल्या सवंसांजाऽ	गुराढोराची गऽ येळाऽऽ
मी गऽ हाकारीती बाळाऽ	नीराळ्या वाटं खेळाऽऽ
झाल्या सवंसांजाऽ	गोठा हंबरऽ वासरांचाऽऽ
बीदीचा आना कोनीऽ	ताना नेनंता जावळाचाऽऽ
झाल्या सवंसांजाऽ	सवंसांजच्या गऽ पारीऽऽ
माझ्या गऽ अंगणातऽ	माझ्या गुरांची गर्दी झालीऽऽ
झाल्या तीनीसांजाऽ	सून मालनी लावऽ दीवा
गुरं जायची गोठ्यामंदीऽ	दिवं वसरीला ठेवाऽऽ

या गाथेची सुरुवातच सुंदर आहे. वाळकाचा वेल संध्याकाळी फुलतो. फुले देखणी आणि नाजूक असतात. बहर अगदी दाट आलेला असतो. या फुलांच्या मेळ्यासारख्याच बिदीवरच्या मुलांच्या मेळ्यात या मालनीची दोन मुले आहेत. त्यांना घरी बोलावण्यासाठी हाका मारणे चालले आहे. गोठ्यात वासरे हंबरू लागली आहेत. त्या अर्थी घरची गुरे जवळच आली असावीत. ती आता येऊन गर्दी करतील. तो एक गुरांचा मेळावाच. वाळकाच्या फुलांसारखा.

करकरीत संध्याकाळच्या वेळी जावळाचा मुलगा रस्त्यावर आहे, घराबाहेर आहे, याच अस्वस्थपणाने ती त्या मुलांनाच सांगते आहे, माझ्या नेणत्याला घरात आणून पोचवा हो; आणि सुनेला, अंगणात गुरे जमली आहेत, लवकर दिवा आण असेही सांगते आहे. तिचे मन दोन्हींकडे लागले आहे.

ही गाथाही साधी-सरळ असून, मालनीच्या मनाचा जिव्हाळा दाखवणारी आहे.

◆

गाथागंठन : ३

मालनीचा रामप्रहर

१

गरतीचा गरतावा

संसाराला कित्येकांनी कित्येक नावे दिली आहे. भवसागर, मायामोह, जंजाळ अशा नावांनी त्या संसाराचे भय वाटावे. 'नको नको हा संसार' असे वाटावे. पण मालनीची संसाराची कल्पनाच निराळी. सहवास, सहकार, सहभोजन आणि सौहार्द या रसायनाने त्यांचा संसार सार्थ होतो. यात कर्म हे फार महत्त्वाचे आहे. म्हणूनच त्यांना 'संसार ही बागशाही' अशी कल्पना सुचली असावी. सुखासमाधानाची बाग जर करायची, तर तिची मशागतही तितकीच जोखमीने करायला लागते. हे बागकाम बागशाहीतच अंतर्भूत असते. तिच्यातून ते वेगळे काढता येत नाही. याच बागकामाला जेव्हा सौहार्दाची, सहकाराची जोड नसते, तेव्हा ते केवळ कष्ट असतात. उपसले जाणारे कष्ट. ज्याला संसार सुखाचा वाटतो, त्याला त्यासाठी केलेले कष्टही सुखाचेच वाटतात. तो एक धर्मच आहे, असे मालनी मानतात.

या संसारचक्रातील बागशाहीच्या उगानिगेला रोज रामप्रहरापासून सुरुवात होते. पहाटेच्या अमलात मालनीची गृहकृत्ये एकामागून एक चालू असतात.

भल्या पहाटे मालन उठते. रोज मालनीला झोपेतून उठवण्याचे काम कोंबडा करतो. जणू तो सर्व जगालाच मोठ्याने आरवून सांगतो, 'उठा, जागे व्हा. आपापल्या कर्तव्याला लागा.' या कोंबड्याचे महिमान फार मोठे आहे. जर अतिशय सुबक, सुडौल पक्षी कोणता असा विचार केला तर प्रथम कोंबडाच डोळ्यापुढे येतो. त्याचे सर्व आकारमान आणि रंग ऐटबाज असतात. मान वेळावणे, चालणे हेही ऐटबाज असते. इतर कोणत्याही पक्ष्यापेक्षा याचा आवाज वेगळा असतो. त्याची बांग म्हणजे तीन-चार सुरांची एक लयबद्ध अशी हाकच वाटते. इतकी लांब हाक आणखी कुण्या पक्ष्याची नसते. दर प्रहरी विशिष्ट ठिकाणी उभे राहून, मान ताठ, वर करून, 'कुकू कूऽऽ कूऽऽ' अशी खणखणीत हाक घालून हा कोंबडा गल्लीला झोपेतून उठवण्याचे काम करतो. पण तो आपला नोकर नव्हे. वेदकाळापासून मनुष्य त्याला

पूज्यभावाने वागवत आला आहे. त्याच्या या पहाटेच्या आरवण्याने आणि त्याच्या डोकीवरील लाल तुऱ्यामुळे त्याला तेव्हापासून लोक सूर्याचा मित्र वा प्रतीक समजतात. सूर्याचा रथ धडधडायला लागला की प्रथम त्याला कळते. आपण पृथ्वीवर येईपर्यंत सर्व चराचर कसे तरतरीतपणाने कर्तव्यमग्न असायला हवे, ही सूर्याची हौस तो पुरवतो.

आपल्याकडे तीन देवता भल्या पहाटे नदीवर जाऊन स्नान करून येणाऱ्या आहेत. त्या देवता म्हणजे महादेव, मारुती आणि दत्तात्रय. हे तिघेही शांत झोपी गेलेल्या नदीला प्रथम जागे करतात. त्यांची स्नाने अशी लवकर व्हावी, ही निकड कोंबडा आरवून त्यांना पटवून देतो. नंतर मग पहाटेचे पक्षी शिळा घालतात. त्यांत पिंगळा महत्त्वाचा आहे. पूर्व दिशा जराशी उजळली की मग पक्ष्यांचा, प्राण्यांचा, मानवांचा कोलाहल सुरू होतो. हे सर्व कोंबडा अमलात आणतो. म्हणून मालनींच्या जीवनात त्याला महत्त्वाचे स्थान आहे. दत्तगुरूने त्याच्या या सूर्यसेवेसाठी किंवा तो आपल्याला पहाटे उठवतो म्हणून भक्तिभावाने त्याच्या तुऱ्यावर गुलाल टाकला आहे, अशी या कोंबड्याच्या बांगेची महती आहे. कोंबडा रात्रीच्या चौथ्या प्रहरी आरवला, की मग झोपून राहिलेली मालन दिसणार नाही. मालनीने या कोंबड्यावरही ओव्या गायल्या आहेत.

❊ गाथा (१)

फाटंऽच्या अंमलातऽ रथ सूर्याचा दन्नानीऽऽ
कोंबडा गिन्यानीऽ उतार पडंऽ हेच्या कानीऽऽ

फाटंऽच्या गऽ अंमलातऽ कोंबडा वानी बोलंऽऽ
सोन्याच्या रथावरऽ सुरे गऽ देव चालंऽऽ

राम गऽ पहाऱ्यातऽ कोंबड्यानंऽ जलदी केलीऽऽ
म्हादेव अंगूळीला गेलंऽ भीमाबाई जागी झालीऽऽ

राम ग पहाऱ्यातऽ कोंबडा आरवऽलाऽऽ
मारुती गऽ देव माझाऽऽ अंगुळीला नदी गेलाऽऽ

फाटंऽच्या गऽ अम्मलातऽ हायी कोंबडा दल्लालऽऽ
दत्तानं गऽ देला तेच्याऽ मस्तकी गुल्लालऽऽ

फाटंऽच्या गऽ पारीऽ कोंबडा आरवलाऽऽ
दत्ताचा ग बाईऽ गोसावी फेरी आलाऽऽ

(१) दन्नानी = दणाणतो. (२) उतार = वरून खाली येणारा रथाचा धडधड

आवाज. (३) गिन्यानी = बुद्धिमान. (४) वानी बोलणे = आरवणे. (५) भीमाबाई = भीमाशंकराच्या डोंगरातून वाहणारी नदी. (६) रामपहाऱ्यात = दिवस उगवण्यापूर्वीच्या प्रहरभर वेळेला रामप्रहर म्हणतात. (७) दल्लाल = मध्यस्थ, मदतनीस. (८) गोसावी फेरी आला = रामधरमाच्या वेळी दत्तपंथीय गोसावी भिक्षेला आला.

पहिल्या दोन ओव्यांत मालनीने कोंबडा कसा बुद्धिमान आहे हे सांगितले आहे. तो इथे जमिनीवर असला तरी सूर्याचा रथ जुंपून निघाला आहे हे त्याला अचूक कळते. म्हणून ती त्याला 'गिन्यानी' म्हणते आणि तो 'आरवला' असे न म्हणता 'वाणी बोलं' असे शब्द वापरते. त्याचे सूर म्हणजे भैरव रागाची तीन सुरांची लय— तालयुक्त अशी सुरावट असावी असे वाटते. संगीततज्ज्ञांनी याचा शोध घ्यायला हरकत नाही.

त्याचे ओरडणे ऐकताच महादेव, मारुती, दत्त नदीवर स्नानसंध्येसाठी गेले. नदीला जागे केले ही कल्पना अतिशय सुंदर आहे. पहाटेच्या अंधारात नदीचे पाणी, तिच्या तीरावरील भाग किती शांत-निवांत असतो, हे मुनिवर तिला हळूच जागी करतात.

दत्ताने तुऱ्यावर गुलाल घालून तो लाल केला. याचीही एखादी कथा असावी. कदाचित कोंबडा हा सूर्यमित्र म्हणून दत्ताने त्याला पाहताच त्याच्या तुऱ्यावर लाल गुलाल टाकला असावा. एक पूजाच— त्या सूर्याच्या प्रतीकाची.

तोवर झुंजुरक्याची वेळ होते. दारावर काषायवस्त्रधारी गोसावी भिक्षेला येऊन उभा राहतो. मालनीचे या वेळी दळण संपत आलेले असते. त्यातलेच पीठ ती गोसाव्याला नेऊन घालत असणार. या गाथेत पहाटेच्या अमलापासून रामधरमाच्या वेळेपर्यंत गिन्यानी कोंबड्यांनी आपल्या वाणीने झोपलेल्या चराचराला कशी जाग आणली याचे चित्रवाण वर्णन आहे.

मालनीच्या बागशाहीच्या सुरुवातीला रोज असा हा देवांच्या अधिष्ठानाचा मुहूर्त लाभत असतो.

पुढील गाथाही कोंबड्यावरचीच आहे, पण एका वेगळ्या भावबंधाची आहे. कोंबडा आरवल्याबरोबर ताडकन शेजेवरून उठणाऱ्या त्या फक्त घरातील तरुण सासुरवाशिणीच. कारण झाडलोट, सडा, गोठा, शेणी, दळण, पाणी आणणे, भांडी घासणे ही कामे त्याच वेळची. अशा वेळी सून उठल्याची जाग सासूला लागते. सुनेविषयी तिच्या मनात जिव्हाळा आहे. दिवसभर कामांत गुंतलेल्या मुलीला रात्र ही सखीसारखीच वाटते. सासूच्या मनात येते, 'देवा' म्हणून दोघे झोपले असतील आणि हा कोंबडा वैऱ्यासारखा ओरडतो. बिचारीची झोपमोड करतो

आणि ती तर झोपेची हळवी आहे. हा कोंबडा म्हणजे सूनबाईचा दुस्मानच आहे.

✻ गाथा (२)

सासूरवाशीनीलाऽ रात खरी माय भैनऽ
असा कोंबडा दुस्मानऽ बांग टाकी टवकारूनऽऽ

सून वायरीचीऽ रातरा गऽ सोयीरीऽऽ
कोंबडा देतो बांगऽ हिचा जलमाचा वईरीऽऽ

सून वायरी गऽ झोपंऽची लह्यरीऽऽ
कोंबडा आरवतोऽ बांग टाकतोऽ दुहीरीऽऽ

कोंबडा देतो बांगऽ बाई पहार पहारऽऽ
काय तेला ठावंऽ तिचं नव्हं ह्ये माह्यारऽऽ

(१) बांग = कोंबड्याचे ओरडणे. (२) टवकारून = डोळे, मान ताठ करून. (३) वायरी = वारू या नावाचे लाडके रूप वायरी. (४) लह्यरी = झोप लहरीप्रमाणे येणारी, हळवी. (५) दुहीरी = दोनदा, दोन पदरी.

सुनेची झोपमोड होऊन तिला अर्धवट झोपेत कामाला लागावे लागते याचे सासूला वाईट वाटते. त्या भरात ती कोंबड्याचे किती चित्रवाण वर्णन करते. टवकारून उभा राहतो, दुहेरी बांग ठोकतो, ती त्याला दुस्मान, वैरी म्हणते. पण मग तिलाच वाटते, तो तर गिन्यानी, पण त्याला वायरीचे हे माहेर नव्हे हे कुठे ठाऊक आहे. माहेरी असलेल्या मुली अशा कोंबड्याच्या बांगेला दाद न देता झोपतात. हिला झोपून कसे चालेल? संसाराची बागशाही फुलवायची, तर तिला उठायलाच हवे.

◆

२

वास्तविक राम हे मालनीचे दैवत नव्हे.

जेजुरीचा खंडोबा, भैरव, अंबाबाई, महादेव, जोतीबा, विठ्ठल ही त्यांची कुलदैवते, आराध्यदैवते किंवा लाडकी दैवते असतात. संकटाच्या वेळची, रोगांच्या साथीसाठी, मुलांच्या आजारासाठी अशी ही दैवते असतात. त्यांनी प्रसंगोपात्त मालनीचे जीवन व्यापलेले असते. राम त्यांचा देव्हाऱ्यातील देव नव्हे. खेड्यातही

रामाचे देऊळ नसते. पण मालनींना राम हा पूजेचा, दर्शनाचा, नवस मागण्याचा देव म्हणून माहीत नसला, तरी त्यांना रामाचे चरित्र माहीत असते. रामनामाचा महिमा माहीत असतो. इतकेच नव्हे, तर रामाला त्या गुरुभाऊ मानतात.

या मालनी जत्रेला-यात्रेला जातात. तिथे रामायणावर कीर्तने-पुराणे ऐकतात. खेड्यातही कुणी रामायणाची पोथी वाचतो, ते ऐकतात. रोज पहाटे भिक्षेसाठी रामदासी दारात येतो. रामाच्या गोष्टी सांगतो. रामनामाचे माहात्म्य सांगतो. या सर्वांवर त्यांची श्रद्धा असते. रामायण त्यांनी मनोभावे ऐकलेले असते. कधी त्यांचा गुरूही त्यांना रामनामाचा महिमा सांगून, रामनामाचा जपही करायला सांगतो. त्यामुळे रामाच्या मूर्तीपेक्षाही रामाचे नाव त्यांच्या जीवनात एक श्रद्धास्थान होऊन बसलेले आहे.

असे हे रामनाम कीर्तनकार, पुराण सांगणारे, पोथी वाचणारे, रामभक्त असे रामदासी यांच्यासारख्या त्यांना गुरूसमान असणाऱ्यांकडून मिळाल्याने, त्यांनी ते आपले मानल्याने रामाला त्या गुरुभाऊ मानत असाव्यात.

त्यांच्या या रामनाम जपण्याचे वैशिष्ट्य हे की, ते घेताना स्नानादी उपचार नसतात. माळ घेऊन देवापुढे बसणेही त्या नियमात नसते. अवकाशातील पहिला स्वर जसा पक्ष्यांचा असतो, तसा घरातील पहाटेचा पहिला स्वर मालनींचा रामनामाचा असतो. दिवसभर कामाधामांत ते रामनाम त्यांच्या मुखात असते. रोज आधणात तांदूळ ओतताना मालन 'रामा, बघ रे बाबा' असे म्हणताना मी कितीदा तरी ऐकले आहे. झोपतानाही रामनाम घेतच त्या अंथरुणावर पडतात.

माझ्या हेही लक्षात आले की, काही कामांतच मालनींना रामनाम गावे असे वाटते. पहाटे जे काम त्यांना एकट्याने शांतपणे करायचे असते, तेव्हा सडासारवण, शेणगोठा, शेणी थापणे, दळप करणे या कामांत त्या रामनाम गातात. पण भांडी घासणे, पाणी भरणे, मुलांना अंगावर घेणे, गुरांना चारावैरण घालणे यावेळी त्या मन लावून ती कामे करतात आणि बरोबर मैत्रिणीशी गूज, घरच्यांशी बोलणे, मुलांच्या अंगांवर हात फिरवीत त्याचे कौतुक करणे, जनावरांशी बोलणे हे महत्त्वाचे समजतात. बाळाला अंगाई गातात त्या वेळीही रामनाम गात नाहीत. जेव्हा शेतात एकटी वा सामूहिक अशी कामे करते तेव्हा मात्र रामनाम गात असते.

पुढील गाथांतून मालनीने रामनामाचा महिमा गायला आहे— अगदी जिव्हाळ्याने गायला आहे. या गाथांतून त्यांना रामनामाचा किती जिव्हाळा लागला आहे हे त्यांनी निरनिराळ्या जीवनानुभवांतून निर्माण झालेल्या प्रतिमांतून सुरेख असे प्रकट केले आहे.

पुढील गाथा 'रामनाम' आपल्याला कसे भावते हे सांगण्यासाठी मालनीने

गायिली आहे.

⁕ गाथा (३)

सकाळी ऊटून — आदी रामाचं नाव घ्यावंऽऽ
माय धरणीवरऽऽ — मग पाऊलऽ टाकावंऽऽ

राम राम म्हनूऽ — राम साखरंचा खडाऽऽ
फाटंच्या ग पारीऽऽ — एक मूखामंदी सोडाऽऽ

राम राम म्हनूऽ — राम मूखातला ईडाऽऽ
रामाचं नाव घेताऽ — माझ्या रंगल्या दातदाढाऽऽ

राम गऽ रामऽ गाऊऽ — राम वलनीचा शेलाऽऽ
रामाचं नावऽ घेताऽ — शीन अंतरीचा गेलाऽऽ

राम गऽ राम गाऊऽ — राम कंठीचं कारईलंऽऽ
रामाचं नाव सयेऽ — हुरूदी मी साठवीलंऽऽ

रामा तुझं नावऽ — घेती मी घडू घडीऽऽ
व्हयीना तूझी भेटऽ — पायी जंजाळाची बेडीऽऽ

(१) वलनीचा = दोरीवरचा. (२) कारईलं = कारल्याच्या आकृतीची सोन्याची पदके असलेला गळ्यातील दागिना. (३) जंजाळ = त्रास, संसारातील व्याप आणि ताप.

मालनीला धरणी ही देवासमान आहे. तिच्यावर पाय देण्यापूर्वी तिला नमस्कार करावा अशी त्यांची रीतही आहे. ही मालन धरणीवर पाय ठेवण्यापूर्वी रामाचं नाव घेते आणि मग धरणीला मनोमनी नमस्कार होतो. पुढील दोन ओव्यांत तिने रामनामाला खडीसाखरेचा खडा आणि विडा म्हटले आहे. खडीसाखरेचा खडा तोंड गोड करतो. विडा ओठच काय, दातदाढाही रंगवतो. या दोन्ही गोष्टी मनाला आनंद, प्रसन्नता देणाऱ्या. तसेच रामनामही मनातील व्यथा, चिंता दूर करते. कालच्या तापत्रयाच्या गोष्टी विसरायला लावून उगवत्या सूर्याला प्रसन्नपणे सामोरे जायला लावते.

मालनीने रामनामाला दोरीवरचा शेला म्हटले आहे आणि त्याच्यामुळे अंतरीचा शीण गेला असे म्हटले आहे. हिच्या दोरीवर शेला झुलतो आहे, त्यामुळे ही मातबर आहे हे खरेच. हिला शारीरिक कष्टाचे काही वाटत नाही. शरीराला कष्ट झाले की घाम येतो. तो पदराने पुसला की बरे वाटते. मनाला जे कष्ट होतात ते कसे नाहीसे

होणार? त्यासाठी तिने रामनामाला दोरीवरच्या शेल्याचे रूप दिले आहे. दोरीवरचा म्हणण्यातही चातुर्य आहे. सहज हाती येणारा, जाता-येता ओढून घेता येणारा जसा शेला. शेला या शब्दानेही रामनामाचा मुलायमपणा, त्याच्या उच्चाराची रेशमी मृदुता शेल्यासारखीच आहे हेही प्रत्ययाला येते. रामनाम घेतले की तितक्याच हळुवारपणे मंद वारा घालावा तसे मन प्रसन्न होते. त्याची काळजी, व्यथा, त्रास नाहीसा होतो. ही ओवी काव्यात्म अशी आहे.

जिची रामनामावर इतकी श्रद्धा आहे तिला त्या रामाचे दर्शन घ्यावे असे वाटणे स्वाभाविकच. पण त्याला ती दुरावली आहे. तिच्या गावात वेशीला मारुतीचे देऊळ असते, महादेवाचे असते, लोकदेवतांचे तांदळे असतात पण रामाचे देऊळ नसते. कारण लोकधाटीचे ते दैवत नव्हे. जिथे थोडी-फार ब्राह्मणी संस्कृती असते तिथे राममंदिर असते. त्यासाठी तिला आपले घर सोडून परगावी जायला हवे. पण तिला संसाराचा व्याप सोडून जाणे शक्य नसते. कधी जत्रे-यात्रेला जाताना रामाचे दर्शन घडेल तेवढेच. ती खंत तिने या शेवटच्या ओवीत परिणामकारक अशी व्यक्त केली आहे. नेहमीचा सुखाचा संसार, घर-दार या कारणासाठी मात्र 'जंजाळाची बेडी' वाटते.

पुढची गाथाही अशीच रामनामाच्या आनंदसुखाने भरभरून झुलते आहे. मालनीचे ओठच काय, पण सारे शरीरच रामनाम गात गात डोलते आहे. कसे, ते या गाथेतच वाचावे.

❋ गाथा (४)

सकाळच्या पारीऽ राम म्हनीती माझं डोळंऽऽ
माझ्या रामाचं गऽ रूपऽ उभं सुंदर सावळंऽऽ

सकाळच्या पारीऽ राम म्हनीती माझं व्हटऽऽ
मिळाला मला वाटंऽबाई अम्रृताचा घोटऽऽ

सकाळच्या पारीऽ राम म्हनीतो माझा गळाऽऽ
माझा गऽ हुरूद्यातऽ रामचंदऽर सावळाऽऽ

सकाळच्या पारीऽ राम म्हनीतऽ डोलंऽ माथाऽऽ
रामाचं नाव घेताऽ न्हायी ऊरलीऽ तेला चिंताऽऽ

सकाळच्या पारीऽ राम म्हनीती माझं हातऽऽ
हातांतलं काम बाईऽ गुंगऽ रामाच्या नावायातऽऽ

ती पहाटे रामनाम गाते. तिने इथे 'गाते' न म्हणता 'म्हनीते' म्हटले आहे. पण एका ओवीत 'राम म्हनीतो माझा गळा' म्हटले आहे. म्हणजे ती जात्यावर बसून रामनाम गात असावी. हे समजले म्हणजे आपल्यासमोर दळतानाची रामनामाच्या ओव्या गातानाची तिची 'कोरियोग्राफी' साकारते आणि कविता वाचून आपलीही तशीच अवस्था होते.

डोळे रामनाम गातात, म्हणजे डोळ्यांना रामाचे सावळे रूप दिसते. ओठांना अमृताचे थेंब ओठांवर पडले असे वाटते. गळ्यातून ओवी निघते, ती हृदयातूनच निघते. हृदयात प्रत्यक्ष रामच उभा असतो. रामनाम म्हणताना मस्तकही डोलते. त्यातील चिंता, त्रास नाहीसा झाल्याने ते फुलासारखे हलके होते आणि डुलायला लागते. हातात जे काम असते, त्यालाही हा रामनामाचा उच्चार गुंग करून टाकतो. ते ताल देते. डोलते. जात्याच्या वेढ्यांचा आवाज एक सुरात त्या रामनामाच्या ओवीत एकरूप झाल्यासारखा वाटतो. अशी ही सुंदर कल्पनेने भारलेली गाथा आहे.

पुढील गाथा शेतात काम करणाऱ्या मालनीने गायिली आहे. या गाथेत तिने रामनामाबरोबरच आपल्या शेताची पण गोष्ट दिली आहे. ही मालन रामाला आपला गुरुभाऊ मानते. रामनाम घेत असताना जणू प्रत्यक्ष रामच आपल्याला मदत करीत आहे असे तिला वाटते. ही गाथाही शेतातील मशागतीचे कष्ट, आपल्या नवऱ्याने केलेली मशागत, नंतर हिने पेरलेले भात, रोपांची लावणीपासून भाताची पोती घरात आल्यावर भाताचे तांदूळ करीपर्यंतचे सर्व काम करताना मालनीने रामनाम गायलेले आहे. हा गुरुभाऊ तिचा सांगातीच झाला आहे. याचे हृदयंगम भावन या गाथेत मालनीने गायिले आहे.

✳ गाथा (५)

राम राम म्हनूऽ — आवन्या करीतानाऽऽ
रामऽ रामऽ म्हनूऽ — भाता रोपा धरीतानाऽऽ

मुठी मूठी रोपऽ — जसं नावऽ रामायाचंऽ
व्हते पोताभरी भातऽसये — एका रोपायाचंऽ

भात ना भात खालाऽ — खाला जानकीरामानंऽ
रामाच्या नावानंऽ — आलं वरऽच वेंगूनऽ

राम राम म्हनूऽ — राम माझा गुरूऽ
सोन्याचा मुसळऽ — देती तांदळाला घावूऽऽ

तांदळाला घावूऽ देती मी दना दनाऽऽ
रामाच्या नावायानं कसा नीघतो दाना दानाऽऽ

तांदळाचा दानाऽ कसा नीघतो राशी राशीऽऽ
रामाच्या नावायानंऽऽ घावू देती मी घशी घशीऽऽ

(१) आवन्या करीताना = भाताची रोपे काढण्यासाठी भाताचे बी पेरताना. (२) रोपा धरीताना = वाढलेली रोपे तयार केलेल्या जमिनीत पीक म्हणून लावताना. (३) रामायाचं नाव = रामनाम हेच रोप. (४) खाला = समुद्रकिनाऱ्याच्या उतरणीवरील जमिनीची खणून, भाजून मशागत केलेली जमीन— भातासाठी. (५) वेंगून = चढून, वाढून. (६) खाला = मशागत करणे. (७) घशी घशी = घस्सा घस्सा. मुसळाने करड काढतानाचा आवाज असा होतो.

'जानकी-रामानं' हे दोन अर्थांनी घेता येते. मालनीचे व तिच्या कंथाचे नाव जानकी व राम असावे किंवा राम आणि जानकी यांनीच आमच्या शेताची मशागत केली, यांच्या कृपेमुळेच आमच्याकडून हे काम झाले, अशा अर्थीही मालनीने वापरले असावे. उताराची जमीन नांगरता येत नाही. ती खणावी लागते. या कष्टाला या जोडप्याने रामनाम घेत तोंड दिल्याने ते काम फार उत्तम झाले. भात पिकून तांदळाच्या राशी घरात आल्या हे मालनीने 'राम-जानकीने खाला' या पदाने सुचवले आहे.

भाताचे बी पेरताना आणि पुढे सर्व कामांत मालनीने रामनामाची गाणी गायिली. प्रत्येक रोपाला भरपूर लोंब्या आल्या. भाताचे पीकही उत्तम निघाले. हे सर्व एकाच ओवीत सांगून मालन एकदम कांडणाला बसली आहे. गुरुभाऊ मदतीला आहे. त्यामुळेच तर तिला ते मुसळ सोन्याचे वाटते आहे. रामनामाच्या गाण्याने तिला हुरूप दिला. दणादणा मुसळाचे घाव पडू लागले आणि तांदळाचा दाणा कोंड्यापासून वेगळा होऊ लागला. रामनामाने तांदळाच्या राशी घरात आल्या. ही मालनीची रामनामावर श्रद्धा आणि भक्ती.

ही गाथा म्हणजे एक चित्रमालाच आहे. तिच्यामागे पार्श्वसंगीतासारखा रामनामाचा वीणाझंकार सतत चालू आहे किंवा रामनामाच्या फलकावरच मालनीने ही शब्दचित्रमाला रेखली आहे.

खालील गाथा रामनाममय झालेल्या मालनीने दळताना गायिली आहे. पहाटेची वेळ, मायलेकी दळायला बसतात त्याच राम-सीतामय होऊन.

* गाथा (६)

राम नी सीताबाईऽ दोनी माझी गऽ चोळी साडीऽऽ
सकाळी दळनालाऽ मी गऽ मोडते तेची घडीऽऽ

काळी चंद्रकळाऽ तिच्या पदरी रामसीताऽऽ
मावली माझी माताऽ नेसली पतीवर्ताऽऽ

पैली माझी ववीऽ पैल्या ग मानायाचीऽऽ
ववी मी गऽ गातेऽ सीता गऽ रामायाचीऽऽ

सकाळच्या पारीऽ जात्यावर रामसीताऽऽ
मायलेकीचंऽ दळऽनऽ रामसीताला आळवताऽऽ

मोठं नी मोठं जातंऽ मायलेकीना वडऽयीनाऽऽ
सीता मावली लावी हातऽ सरलं दळऽन कळयीनाऽऽ

रामनाम जर अमृताचा घोट असेल, वलणीचा शेला असेल आणि हुरुदात जर सावळा रामचंद्र उभा हवा असेल, तर त्यासाठी दळणासारखे दुसरे काम नाही. दुसरी जागा नाही आणि दुसरी वेळ नाही. बाजेवरून उतरल्यावर धरणीवर पाऊल ठेवण्याआधी जे रामनाम घेतले जाते, त्याचा इथे अमृताचा डोह होऊन जातो.

झुंजुरक्याच्याही जरा आधीची प्रसन्न, शांत वेळ, जात्याचा खर्जातील सूर, प्रसन्न चित्ताच्या त्या दोन मालनी— मायलेक या स्वर्गीय नात्याच्या आणि त्यांच्या गळ्यांतून निघणाऱ्या रामनामाच्या ओव्या— याला सर्वाला मिळून 'अमृताचा डोह' याखेरीज दुसरे नाव मला सुचत नाही.

देवाला जाताना उंची वस्त्र नेसायचे. या दोघी मालनी रामनामाच्या ओव्या गायला बसणार आहेत. त्या इतक्या रामरूप झाल्या आहेत की, या मंगलप्रसंगी राम-सीतानामाचीच साडीचोळी नेसल्या आहेत. पदरावर रामसीताच आहेत आणि जात्यावर रामसीतेचीच पहिली मानाची ओवी गाणार आणि दळण संपेपर्यंत रामाच्याच ओव्या गाणार— 'जात्यावर राम-सीता', 'जात्यावरील रामायण' असे मी म्हणते.

वास्तविक 'जातं मोठं हत्तीरथी मला वडऽऽता वडवेनाऽ' असे जड आहे. पण या रामायणात त्या इतक्या गुंग झाल्या की दळणाची सरती आरतीही विसरल्या. सुपात चाराचुरा हाताला लागला तेव्हा त्यांना दळण संपले हे समजले. जात्यालाही तसेच वाटले असावे. जात्याचा स्वरच रामस्वरूपात विलीन झाला. राममय होऊन गेला. असा हा रामनामाचा प्रभाव. जे रामनाम पहाटे धरणीवर पाय टेकण्याआधी घेतले, जात्याच्या सुराबरोबर घेतले, सडासारवण, शेतीच्या कामांत घेतले, रात्री

झोपताना घेतले आणि संसाराला रामनामाच्या प्रभावाने वलणीच्या शेल्यासारखी कळा आणली.

◆

३

ग्रामीण मालनींची पहाट उत्तररात्रीचा कोंबडा आरवला की सुरू होते. बाजेवरून उठताना रामाचे नाव घेऊन ती जी धरणीवर पाऊल टाकते, ती घरकामाला लागते. ही कामे जबाबदारीप्रमाणे घरच्या जावांना, सुनांना वाटून दिलेली असतात आणि गोठा भरलेला असला, कोठार भरलेले असले, तरी घराचे वळण असे असते की, कामे स्वत: घरच्या मालनींनीच करायची. 'अस्तूरीचा जलमऽ कामधंद्यात गुत्तले' अशी तिची कर्तव्यभावना असते. या गाथा पहाटेच्या कामांच्या आहेत. या कामांना मालनीने सुंदर उपमा दिली आहे. 'काम नव्हं बाईऽ माझी ती बागशाही'. बागशाही म्हणजे घराभोवतीची लहानशी बाग— पहाटेची कामे ही त्या त्या रोपांची निगराणी करणे आणि संसाराची फुलबाग फुलवणे. सकाळची कामे ठरलेली असतात. अंगणात केरवारा, सडासारवण— यात तुळशीचा ओटाही येतो, गोठ्याची स्वच्छता— शेणगोठा स्वच्छ करणे, शेणी थापणे, खताच्या खड्ड्यात गवताचे गदळ आणि शेण टाकणे— या एकूण कामांच्या वेळी जनावरांशी गप्पा मारणे, दळणे हे मोठे काम, पाणी साठविण्याची भांडी, रांजण घासणे हे एक काम; आणि महत्त्वाचे म्हणजे, ताक करून लोणी काढणे— ही कामे होईपर्यंत सूर्य उगवतो.

ही सकाळची कामे आणि देवधर्माची भावना यांचा मालनीने सुंदर गोफ विणला आहे. पहाटेच दान मागायला गोसावी, रामदासी, वारकरी, वासुदेव वगैरे येतात. भजन, गाणे, श्लोक, कथा इत्यादी ऐकवतात. त्यांना मालन दान करते. या दानाला भिक्षा म्हणत नाहीत. हे दान कुणाला पीठ, कुणाला धान्य, कुणाला शिधा असे द्यायचे असते. याबरोबरच सूर्यनारायणाची आराधना, त्याचे स्वागत, त्याच्याकडे हळदी-कुंकवासाठी पदर पसरणे, त्याला जाईचे फूल वाहून हात जोडणे हा नेमधर्म असतो. तुळशीचे दर्शन, तिला हात जोडणे हेही असते. गोठ्यात जरी जनावरे असली, तरी ती मालनीची मैतर असतात— गाईच्या स्वरूपात तिला आई दिसते. त्यांच्याशी गप्पा करीत त्यांची स्वच्छता सुरू असते— 'जगाला प्रेम अर्पावे' हा धडा मालनीपासून शिकावा. दळणपाणी हे घरादाराच्या तृप्तीसाठी असते. हे जातेही परमेश्वर— अन्नदाता असते. त्याला नमस्कार करून त्याच्याकडे सासर-माहेरचे भले करावे, अशी त्यांची नमस्काराच्या वेळी मागणी असते. अशी ही त्यांची कामाची, धर्माची, बागशाहीच्या ताजेपणाची आणि सुवासाची झलक आणि त्यावरील या गाथा.

खालील गाथा एका मालनीने गायिलेली आहे. तिच्या आईच्या गरताव्यावर. गरतावा हा शब्द सुरेख आहे— नुसते काम नव्हे, कष्ट नव्हेत, तर त्याभोवतीचे सारे बंध-अनुबंध पाहणे याला गरतावा म्हणतात. ही आई यात प्रवीण आहे. मालनीने तिचेच वळण उचलले आहे. म्हणून कृतज्ञता व्यक्त करण्यासाठी प्रथम आई ही बागशाहीची उगानिगा कशी करते, त्याचे तिने या गाथेत सुरेख वर्णन केले आहे.

☼ गाथा (७)

फाटंऽच्या पारामंदीऽ हात जोडीती रामालाऽऽ
माय माझी बाईऽ मगऽ हात लावीती कामालाऽऽ

जातं कुरुंदाचंऽ वर खुट्टा गऽ चकमकीऽ
बया गऽ दळीतानाऽ हात लावी तीची लेकीऽऽ

फाटंऽच्या गऽपारीऽ वासूदेवाची यीती फेरीऽ
जातं गऽ सोडूयीनऽ बया चांगूना दान करीऽऽ

फाटंऽच्या पारामंदीऽ रवी घूमती नानापरीऽऽ
माझी ती बयाबाईऽ हुबी ऱ्हाऊन ताक करीऽऽ

सकाळच्या पारीऽ धुती रांजन घासूयीनीऽऽ
हावशा बंधू माझाऽ वती घागर हासूयीनीऽऽ

माझी गऽ बयाबाईऽ सडा टाकीती अंगनीऽऽ
येतो सुरेनारायेनऽ हळदी-कुक्काच्या पावलांनीऽऽ

(१) कुरुंद = एका जातीचा दगड. याची जाती घडवतात. (२) चकमकी = गुळगुळीतपणाने आलेली चकाकी— स्वच्छ. (३) हात लावी = मदत करते. दळू लागते. (४) वासुदेव = पायघोळ झगा आणि मोरपिसांची टोपी घालून वाद्याच्या तालात पहाटेच्या वेळी देवाची गाणी म्हणत भिक्षा मागणारी जात.

या गाथेत मालनीने लहानपणी आईच्या कामाचे निरीक्षण अगदी बारकाईने केलेले दिसते. चकमकी खुंटा, जाते सोडून उठणे, रवीचे ताकाचे लोणी निघेपर्यंत वेगवेगळे गतीप्रमाणे घुमणे— जात्यावर आईला मदत करतेवेळी आईने गायिलेल्या ओव्या हे सर्व तिने प्रत्यक्ष अनुभवले आहे. त्याची मनात नोंद केली आहे. सासरी अशीच कामे करायला हवीत हे समजून घेतले आहे. तिची वृत्तीच शिकण्याची आहे. त्याबरोबर तिने आपल्या आईचा गरतावा कसा आहे हेही सुचवले आहे. सकाळी

उठताना रामनाम घेणे, जात्यावरून उठून वासुदेवाला दान करणे, यात तिची देवाधर्मावरची श्रद्धा दिसते. चकमकी खुंटा, रांजण घासून धुणे यात तिची स्वच्छताप्रिय वृत्ती दिसते. प्रत्येक कामात ती तल्लीन होते— दळताना, ताक करताना, रांजण घासताना, सडा घालताना हेही नकळत उमजते.

या बागशाहीचे कौतुक करण्यासाठी जणू काही सूर्यनारायण तिच्या सडासारवण केलेल्या अंगणात हळदी-कुंकवाच्या पावलांनी येतात. बागशाहीला एक वेगळेच तेज चढते. ही गाथा खरे म्हणजे एकामागून एक कामांची वर्णने आहेत. पण ती इतकी रंगगंधांनी दरवळलेली आहेत की, वाचताना आपण त्यात तल्लीन होतो. घरचे काम कसे सर्व भावबंधांनी दरवळलेले असावे याचे हे एक उदाहरण आहे.

प्रत्येक मालनीची घरची कामे सारखीच असतात. फरक असतो, तो करणारीच्या रीतीत— त्यात गुंतलेल्या तिच्या भावनांत. त्याप्रमाणे कामे तीच— पण त्यांचा रंग, गंध वेगळा, अशा या गाथा आहेत. घरोघरी त्याच परी असल्या, तरी मालनीला त्या किती निरनिराळ्या प्रकारांनी भावतात हे लक्षात घेण्यासारखे आहे.

खालील गाथेत मालन काम करताना स्वत:शीच बोलत आहे असे वाटते. भातुकली खेळताना मुली बोलतात तशी.

✳ गाथा (८)

पहाटंऽच्या पारीऽ झाडलोट करते बाईऽ
पारूशा केरावरऽ देव ठेवत्याती पायीऽऽ

पहाटंऽच्या पारीऽ वटा झाडीते तूळशीचाऽ
पोथी वाचायालाऽ देव येतो कैलासाचाऽऽ

पहाटंऽच्या पारीऽ सडा गाईच्या शेनाचाऽऽ
देव भगवानऽ नित येनार नेमाचाऽऽ

आला गऽ भगवानऽ तांबड्या याच्या कोराऽऽ
दैवाची मी गऽ नारऽ निघाली शेनकूराऽऽ

आला गऽ भगवानऽ पडं देवाचा ऊजेडऽऽ
कंथाचा गऽ माझ्याऽ गाईबैलांचा गजरऽऽ

(१) पारूशा = पारोसा. (२) वटा = कट्टा. (३) कोरा = कडेच्या रेषा. (४) शेनकुरा = गोठ्याची झाडलोट, शेण गोळा करणे, शेणी लावणे, शेणगदळ

खताच्या खड्ड्यात टाकणे. ही गोठ्यातील स्वच्छतेची एकूण कामे. (५) गजर = सगळ्यांचे मोठे आवाज— हंबरण्याचा, घुंगरांचा, फुस्काऱ्यांचा इ.

या गाथेतील मालन स्वत:शीच गुणगुणत केरवारा करते आहे. तुळशीचा कट्टा लोटते आहे. इथे एक विशेष आहे. नेहमी मालनींच्या तुळशीपाशी गोविंद असतो. पण इथे शंकर-पार्वती येणार आहेत. ही अंगणातील कामे करून ती शेनकुरा कामासाठी गोठ्यात जाते, तेव्हा सूर्याच्या लाल कोरा तेवढ्या दिसतात. अजून तो उगवला नाही. ते काम करून अंगणात बघते तो छान उन्हे पसरलेली आणि गोठ्यात धिंगाणा चालू असतो. बैलांना शेतावर न्यायची वेळ, धारेची वेळ हीच असल्याने ही जनावरे आतुर होऊन मालनीची वाट पाहत असणार.

या गाथेत तिने आपण पहाटेची कामे केली आणि कशासाठी केली याचे फक्त वर्णन आहे. साधे आणि सरळ.

पुढील गाथेत मालनीने पहाटेच्या या प्रत्येक कामाबरोबर माहेरची, आईची, पित्याची आठवण काढली आहे. त्यांच्यामुळे या कामांतून तिला सुबत्तेचा आनंद मिळतो आहे. हे ती प्रत्येक ओवीत मोकळेपणाने कबूल करते आहे. आईने तिच्यावर चांगले संस्कार केले आहेत. बापजींनी तिला चांगले स्थळ पाहून दिले आहे. तिचे सद्‌गुण आणि तिचे समाधान याची प्रभातीची झुळूक म्हणजे ही गाथा.

✳ **गाथा (९)**

फाटंऽच्या गऽ पारीऽ — माझा हात देता घेताऽ
पिता दौलतीचीऽ — लेक मी भागवंताऽऽ

फाटंऽच्या पारामंदीऽ — माझा ऊघडा दरवाजाऽ
सावळा किस्नदेवऽ — गस्त घालीतो बाळराजाऽऽ

फाटंऽला ऊठूनऽ — मायबापा मी गऽ गातेऽ
अस्तूरीचा जलमऽ — कामधंद्यात गुत्ततेऽऽ

फाटंऽच्या पारामंदीऽ — झाडनंऽ गऽ गोठ्याचंऽ
तोंड पाह्यलं गाईचंऽ — जलम दिलेल्या आईचंऽऽ

फाटंऽच्या पारामंदीऽ — माझ्या हातात रवीदोरऽ
बापाजी दयाळानीऽ — पुन्यायी केली थोरऽऽ

सक्काळी ऊठूनऽ सडा घालते अंगनीऽऽ
कंथ उभा दारीऽ मी का सुक्कीर चांदनीऽऽ

(१) देता घेता = दानधर्म करणारा. (२) गस्त घालणे = येरझारा घालणे.

मालनीने पहिल्या ओवीत पित्याचे स्मरण केले आहे. असे घर बघून दिले, की तिथे मला देण्याचे स्वातंत्र्य आहे. कोणी 'का भिक्षा घातली— किती घातली' असे म्हणणारे सासरी कोणी नाही. या दृष्टीने ती भाग्यवंत आहे. दारात दान मागायला कोणी यावे म्हणून ती दरवाजा उघडा ठेवते. दुसरे कारण म्हणजे तिच्या मागोमाग तिचा लहान मुलगा फिरत असतो. इथे तुळशीपाशी श्रीकृष्ण फेऱ्या घालतो असे म्हणता येत नाही. कारण 'बाळराजा' हे दुसऱ्या पदात आहे. हा बाळराजा मालनीचा किसन असणार. पण हा देव असे धरले, तरी देव येरझारा घालतो म्हणून दरवाजा बंद नाही, उघडा आहे असेही म्हणता येईल. दोन्ही अर्थ लागू शकतात.

'मायबापा मी गऽ गातेऽ' इथे तिने दळणाचे काम केले आहे. दळताना माहेरावर, आई-बापांवर ओव्या गायिल्या आहेत. सुबत्ता असताना दळणासारखे काम का करते असे कुणी म्हणेल, म्हणून ती म्हणते, 'अस्तूरीचा जलमऽ कामधंद्यात गुत्तते' असे तिने म्हटले आहे. ही घरची कामे मालनीनेच करायची हा धर्म आहे, अशी तिची श्रद्धा आहे.

दळणानंतर ती शेनकुरा करायला गोठ्यात जाते. गोठ्यातील गाय तिला मातेसमान पूज्य वाटते. मातेचे दर्शन ती गाईच्या दर्शनातून घेते— या गाईच्याच दुधाताकावर, लोण्यावर मालनीची मुले मोठी होतात— तीही एक अन्नपूर्णाच. मालन त्यासाठी ताकलोण्याचे कामही करते.

शेवटच्या ओवीत ती सडा शिंपण्याचे काम करते— सूर्योदय होत असतो. अजून उगवतीला शुक्रचांदणी रेंगाळत असते. सडा घालताना दारात तिचा पती उभा आहे. गोठ्यातील वैरण, धारा इ. कामांसाठी तो दारात आला असणार. त्याला पाहून मालन एकदम माहेरातून बाहेर येते— तिची कल्पनाशक्ती उगवतीकडे झेप घेते— आणि एक सुंदर ओवी ओठांतून येते. ती उगवतीचे एक सुंदर चित्र रेखाटते.

'कंथ उभा दारीऽ मी का सुक्कीर चांदनी'

—आणि एकूण गाथेवर शुक्रचांदणीचे चांदणे पसरते.

पुढील गाथेत मालनीने सगळी तीच कामे केली आहेत. मनापासून केली आहेत. ओवी गाताना मात्र 'घाईघाई'चा भास निर्माण केला आहे. पदातील शब्दांची रचना लगबगीची आहे. घाईने काम केल्याने दमणूक झाली असे वाटावे अशा ओव्या आहेत.

❊ गाथा (१०)

सकाळी ऊठूनऽ	*रामाचं नाव घेवंऽ*
लक्ष्मी धरनीवरऽ	*मागरि पाऊल ठेवावंऽऽ*
सकाळी ऊठूनऽ	*गाईच्या गोठ्या जावंऽ*
काशीऽ भागीरथीऽ	*शेन काढीता बलवावंऽऽ*
सकाळी ऊठूनऽ	*आदी करावा केरवाराऽ*
सूरेनारायेनऽ	*आदी येतूया ऊजदाराऽऽ*
सकाळी ऊठूनऽ	*हात भरावा अम्रूतानंऽ*
ताईता बंधूजीनंऽ	*गायी दील्याता सम्रतानंऽऽ*
सकाळी ऊठूनऽ	*कामाची घाई घाईऽ*
काम न्हवंऽ बाईऽ	*माझी ती बागशाहीऽऽ*

(१) मागिर = मग. (२) उजदारा = पुढच्या दाराला. (३) अम्रूतानं = ताकलोण्याने, धार काढणे.

ही मालन कामाच्या घाईने दमली असली तरी ती इथे रामनामाचा वलणीचा शेला वापरीत नाही. दमण्यात तिला आनंद आहे. या प्रत्येक कामावर घराभोवती बागेतील फुलझाडांप्रमाणे तिचे प्रेम आहे. ही कामे म्हणजेच संसार. त्याची निगराणी करणे, उगानिगा करणे यात त्यामुळेच तिला आनंद आहे.

म्हणून ती म्हणते, 'काम नव्हं बाईऽ माझी ती बागशाही'.

'अवघाचि संसार, सुखाचा करीन' असे एक संतवचन आहे. मालनीने घरकामाचीच बागशाही केली आहे. 'तिन्ही लोक आनंदाने भरणे' यापेक्षा आपल्या संसाराच्या बागशाहीवर आपल्या प्रेमाने, तत्परतेने, रंगागंधाने सुंदर अशी फुले फुलवली आहेत.

◆

४

भाजीपाल्याची सुगरण

मालनीच्या रामप्रहरच्या इतर कामधंद्यांत भाजीपाल्याचे कामही महत्त्वाचे आणि जबाबदारीचे असते. जरा उन्हे वर आली, की या कामाला सुरुवात होते. या

मालनींची रोजची पद्धत, म्हणजे भाजी शेतातून ताजी आणायची आणि शिजायला लावायची. जाणकार जावा, नणंदा किंवा लेकी असतील, त्यांच्यावर हे काम सोपवलेले असते. जाणकार म्हणजे— त्या दिवशी कोणत्या भाज्या काढायच्या, किती काढायच्या, हे तर झालेच. पण कोवळ्या, कच्च्याच खायच्या भाज्या काढायच्या असतात— भेंडी, मुळे, वांगी, काकड्या अशा प्रकारच्या घरच्या माणसांच्या आवडीनिवडी असतात, त्याही भाज्या काढाव्या लागतात. कोणती भाजी कशी तोडायची, याचेही शास्त्र असते. वांगी देठांसकट काढायची. अंबाडीची भाजी नुसती पानं पानं काढायची. हरभऱ्याची भाजी नुसती कोवळी शेंडे खुडून घ्यायची. हे सर्व जाणत्या ज्या मालनी असतात, त्या चांगली भाजी निवडून काढतात आणि टोपल्या भरून माळवे घरी आणतात.

घरच्या मालनीचेही भाजीसाठी दारावर विकायला येणाऱ्या माळणीकडे लक्ष असावे लागते. आपल्या शेतात नसलेली भाजी तिच्याकडे मिळू शकते. मात्र त्या काळी पैसा हे चलन लागत नसे. एक ठरावीक माप करून ठेवायचे. ते भरून घातले; की भाजीचा गुप्पा माळणी घालीत. घरचे धान्य असल्याने फारसे खर्चाचे वाटत नसे.

मालनींचे कोवळ्या उन्हात शेतात भाजी खुडण्याचे काम चाले. जरा उन्हे चढेपर्यंत घरी परतत. काही भाजी माळणीकडूनही घेऊन ठेवलेली असे. भाजी घेणे आणि भाजी करणे दोन्ही गोष्टींना सुगरणपणा लागतो. त्या सुगरणपणाच्या या मालनीच्या गाथा.

पुढील गाथेत मालन घरातच आहे. वाड्याच्या आजूबाजूला माळीण भाजी विकायला घेऊन आली आहे. भाजीचे नाव घेऊन सादावते आहे आणि त्या सादेसरशी मालनीच्या मनात जी चित्रे उमटतात, त्यांचे वर्णन या गाथेत आहे.

✳ **गाथा (११)**

माळीण साद देतीऽ — *घ्या गऽ बायांनू कवळी भेंडीऽऽ*
कुनबी पीकला पहिल्या तोंडीऽऽ

माळीण साद देतीऽ — *माझ्या वाड्याच्या जवईळीऽ*
सासूसासऱ्यालाऽ — *होवी भाजी गऽ कवईळीऽऽ*

माळीण सादवीतीऽ — *माझ्या वाड्याच्या भवतीऽ*
माझ्या गऽ हौशासाठीऽ — *भाजी मेथीची व्हावी हूतीऽऽ*

माळीण सादवीतीऽ *साद चिन्नूल्या घेवड्याचीऽ*
सून गऽ मालनऽ *राणी गरभीन केवड्याचीऽऽ*

माळीन साद देतीऽ *देठासकट गऽ वांगीऽ*
दारात हंकारलीऽ *बंधू राजसाची शिंगीऽऽ*

(१) चिन्नूला = लहान-लहान दाणे असलेला घेवडा. याची चव वेगळी असते. (२) कुनबी पिकला = कुणब्याचे सर्वप्रथम काढलेले पीक— भाजीपाला— त्याचा पहिला खुडा. (३) हंकारली = आवाज दिला, खिंकाळली.

या मालनीला घरच्या माणसांविषयी जिव्हाळा आहे. सासू-सासऱ्यांसाठी कोवळी भेंडी, नवऱ्यासाठी मेथीची भाजी, डोहाळकरणीसाठी चिन्नूला घेवडा असे तिच्या मनात चालूच असते. माळीण त्या त्या भाज्या घेऊन दाराशी येते. इथे एक नाट्यपूर्ण प्रसंग आहे. दारातच ती 'देठांसकट वांगी घ्या' म्हणायला आणि पाहुण्या आलेल्या भावाची घोडी दाराशी खिंकाळायला एकच गाठ पडते. मालन हरखते. भावाची आवडती भाजी आली. बोलावल्यासारखी. आता ही सुग्रण या सर्व भाज्या करून प्रत्येकाला तृप्त करणार हे तर खरेच. पोळी किंवा भाकरी हे मुख्य खाणे असल्याने भाजी नेहमी पाण्याशिवाय नुसती कांदा, लसूण, तेल यांत परतून तिखट-पूड व मीठ एवढेच घातलेली असते. फळभाज्या चिनी भाज्यांसारख्या जरा कच्च्यावरच असतात. त्यामुळे भाजीची स्वत:ची चव टिकून राहते. पालेभाज्या मात्र मऊ शिजवतात. त्यांतल्या त्यांत अंबाडीच्या भाजीला जरा सुग्रणपणा अधिक लागतो.

मालनीचे हे भाजीसत्र रामप्रहराला खमंगपणा देणारे असेच आहे.

पुढील गाथा भाजी करण्याच्या सुग्रणपणावर आहे. अंबाडीची भाजी चांगली चविष्ट खमंग व चमचमीत व्हायला हवी. त्यासाठी ती खुडण्यापासून विचार करावा लागतो.

❋ गाथा (१२)

अंबाडीची भाजीऽ *नित तोडीते वट्यातऽ*
मायबापाची संपदाऽ *कधी येईना तोट्यातऽऽ*

अंबाडीची भाजीऽ *खुडावी गऽ पानं पानंऽऽ*
माझ्या गऽ जेवनाराचंऽ *लयी नाजूक जेवानऽऽ*

अंबाडीची भाजीऽ *केलं बहू परकारऽ*
बयाच्या जीवावरऽ *मला नाही दरकारऽऽ*

अंबाडीची भाजीऽ तिला तेलाचा गऽ मारऽ
सावळा भरतारऽ माझा जोडीचा शिलेदारऽऽ

अंबाडीची भाजीऽ कनी घालून चिकणऽ
किती सांगू सयेऽ सखा जेवतो आवडीनंऽऽ

अंबाडीची भाजीऽ शीजून चिकणं मेणऽ
भाऊ सांगीतो भूषेनऽ शिरा केलाता बहीनानंऽऽ

(१) दरकार = पर्वा, काळजी. (२) कनी = जोंधळ्याच्या वा तांदळाच्या कण्या. (३) चिकन = अगदी मऊ. (४) सांगीतो भूषण = वाहवा करतो.

अंबाडीची भाजी शेतातून आणण्यापासून वाढीपर्यंत सर्व गोष्टी मालन स्वत: करते. खुडताना एक एक पान कोवळे असे, देठ मुळीच न ठेवता काढते. डहाळी ओरबडून काढीत नाही. नाजूकपणे, तुळशीपत्रे खुडतात तशी एक एक पाने खुडते. खुडून टोपलीत टाकीत नाही. पदराच्या ओट्यात घेते. टोपल्यात पाने टाकली तर उन्हे लागून सुकतील— म्हणून ओट्यात घ्यायची. पदराने झाकली गेल्यामुळे चांगली राहतात. इथपर्यंत काळजी घेते. अशी अंबाडीची भाजी खुडली की माहेर नेहमी समृद्ध राहते ही समजूतही असते.

या मालनीला तिच्या आईने या भाजीचे निरनिराळे प्रकार शिकविले आहेत. त्यामुळे 'अंबाडीची भाजी कशी करू' असे तिला भय वाटत नाही. तिच्या नवऱ्याला कण्या घालून केलेली भाजी आवडते. अंबाडीच्या भाजीला तेल भरपूर लागते. पण तिचा नवरा शिलेदार आहे. मातब्बर आहे. तेलाची तिला विवंचना नाही. असा ओवीचा साधा अर्थ; पण यात दुसराही त्या भाजीइतकाच खमंग अर्थ जाणवतो. भाजी आणि तेल हे जसे एकमेकाला पूरक आहेत, तसे हे पति-पत्नी देखील नुसते जोडीदार नसून, एकमेकांना पूरक असे जोडीदार आहेत. त्यामुळे त्यांचा संसार चविष्ट आहे, हेही मालनीने चतुरपणे सूचित केले आहे.

मालनीने केलेली भाजी भावाला देखील पक्वान्नापेक्षा अधिक वाटते. भावाच्या पाहुणचारासाठी अंबाडीची भाजी केली तर घरी जाऊन आईला तो सांगतो, 'बहिनानं शिरा केला होता.' अशी ही सुगरण.

या गाथा वाचल्या की मालनींची एक प्रवृत्ती दिसून येते. अगदी साध्या साध्या गोष्टींतही त्या आपली संवेदनशीलता प्रकट करतात. प्रत्येक गोष्ट त्यांच्या लक्षात सूक्ष्मतेने राहते आणि त्या सूक्ष्मतेला मग शब्दाविष्काराचे कोंब फुटतात. प्रत्येक घडणाऱ्या किंवा स्वत: करणाऱ्या गोष्टीत तन्मय व्हायचे, हा तो गुण. जीवनाच्या

प्रत्येक क्षणात रस घेणे ही ती सवय!

पुढील गाथेत एक मालन हरभऱ्याच्या पाल्याच्या भाजीचे कौतुक सांगते आहे. अगदी तन्मय होऊन सांगते आहे. ही भाजी देखील ग्रामीणांच्या जीवनातील आवडती भाजी आहे.

※ गाथा (१३)

काळ्या वावरातऽ तीफनऽ हरबूऱ्याचीऽ
चाड्यावर मूठऽ बंधू गऽ सरदाराचीऽऽ

भाजीमंदी भाजीऽ भाजी बारीक हरबूऱ्याचीऽ
माझ्या बंधूजीचीऽ नार नाजूक वंजाऱ्याचीऽऽ

हरबूऱ्याची भाजीऽ मी गऽ येचीती शेंडाशेंडाऽ
भाजी कंथाच्या आवडीचीऽ तिचा चौमुलुखी झेंडाऽऽ

हरबूऱ्याची भाजीऽ मी गऽ खूडीती घोळनाऽ
आता माझा बंधूऽ कुनबी भीडंचा बोलंनाऽऽ

हरबूऱ्याची भाजीऽ मी गऽ रांदीली ताजी ताजीऽ
गिळंना गऽ घासऽ शिवथडीला मैना माझीऽऽ

(१) चौमुलुखी झेंडा = आजूबाजूला सर्वांना आवडीची असणे. (२) घोळना = कोवळा पाला. (३) शिवथडीला = गावाच्या शिवेपलीकडे, वेशीजवळ.

या मालनीने भाजीविषयी जे सांगितले आहे ते सविस्तर आहे, पण किती थोडक्यात. हरभरे भावानं शेतात पेरले तिथून सुरुवात. मग रोपे उगवली नाजूक हिरवीशार— ती देखील भावाच्या बायकोसारखी. हिरवे पातळ नेसलेल्या नाजूक, सुंदर प्रसन्न अशा वहिनीसारखी तिला वाटते. भावाचे व तिचे घर एकाच गावात आहे. बहीण हरभऱ्याची पालेभाजी खुडायला त्याच्याच शेतावर जाते. शेंड्याचा अगदी कोवळा पाला बघून ती खुडून घेते— पण भाऊ काही बोलत नाही, भिडस्त आहे म्हणते. पण तीही बहिणीच्या हक्काने भाजी खुडते. कारण तिच्या कंथाला फार फार आवडते. उलट, भावाच्या शेतातील भाजी आणते या गोष्टीचा तिला एक वेगळाच अभिमान वाटतो.

हरभऱ्याची भाजी सर्वांनाच अतिशय आवडते. तिचा चौमुलखी झेंडा फडफडतो

या शब्दांत ती सांगते. भाजी देखील ती 'चिकण मेण' अशी मऊशार करते. चविष्ट करते. नवरा आवडीने भरपूर खातो. अंबाडी, हरभरा यांची भाजी जोंधळ्याच्या भाकरीबरोबरच खायची असते. फार चविष्ट लागते.

पण घरी भाजी केली तरी तिला मात्र घास घेववत नाही. गावशिवेच्या जरा पुढे तिची लेक राहते. तिची आठवण येते. तिच्याशिवाय भाजी खाऊ तरी कशी, अशी मालनीच्या मनात कालवाकालव होते.

अनुभवाच्या प्रत्येक कणाकणाकडे मालनीचे कसे लक्ष असते. सांगताना सर्व काही आवर्जून सांगते. भावाने तिफनीच्या चाड्यात हरभऱ्याची मूठ धरली, शेत वहिनीसारखे देखणे, नाजूक दिसते, भाजी खुडताना लक्ष ठेवून कोवळे शेंडे आणि झाडावरचा कोवळा पाला बारकाईने खुडणे आणि भाजी केल्यावर शिवेला मैना आहे या आठवणीने घास कसा गिळत नाही, हे सारे ती अगदी प्रत्ययकारी भाषेत सांगते. तिच्या या शब्दकळेचे फार फार कौतुक वाटते.

अशा या भाजीपाल्याच्या सुगरण मालनी... उन्हे चढत असताना या व्यापात गुंतलेल्या मालनीच्या चेहऱ्यावरचे निरनिराळे तरलभाव आपल्या मनावरही तरळतात.

◆

गाथागंठन : ४

थोरला माझा रथू : सासर

१

जावा नी जावा आमी

मालनीच्या या थोरल्या रथाची सूत्रे जरी सासूकडे असली, तरी एकत्र नांदणाऱ्या कुटुंबात जावांना फार महत्त्व आहे. घराचा गाडा ओढणाऱ्या त्याच असतात. या जावांत थोरल्या जावेला फार मान असतो. कारण सासूच्या खालोखाल तिचीच सत्ता असते. त्या एकत्र कुटुंबाला एकत्रपणा येतो, तो जावांच्यामुळे. चार मुलांच्या या चार बायका बाहेरून या घरी आलेल्या असतात. प्रत्येकीची परिस्थिती, घरचे वळण, स्वभाव, आवडी-निवडी, भिन्न असतात— आणि त्यांनी या घरात आपल्या घरासारखे वागायचे असते. या चौघींना आणि त्या परक्या घराला जोडणारा एकच धागा असतो तो म्हणजे— जिचा तिचा नवरा. घरात नवऱ्याचे जे स्थान असते, तेच त्याच्या बायकोला. एखादा मुलगा कर्तबगार असतो, एखादा आळशी असतो, एखादा भांडखोर असतो. त्याच्याविषयी घरातील वडीलधाऱ्यांचा जो भाव असतो, त्याला अनुसरूनच त्याच्या बायकोला वागणूक मिळत असते. घरच्या कामाचे चढ-उतार असतात, कामाच्या वाटणीत असंतोष असतो, वागण्यात हेटाळणी असते. आणि हे सर्व एकमेकींशी टोमण्यांनी, घालून-पाडून बोलण्यात व्यक्त होत असते... या असंतोषाच्या धुरातूनच 'जावा जावा उभा दावा' ही म्हण प्रकट झालेली आहे.

पण एखादे घरच सुजन, स्नेहशील असते. तिथे येणाऱ्या मुलींना माहेरसारखीच वागणूक मिळते. घरातील सन्मान मिळतो— वागण्यात समभाव असतो, तिथे जावा जावा या बहिणी बहिणी होतात. या मालनगाथा गायिलेल्या मुलींना असा सुखाचा रथ मिळाला आहे. त्या सुखाने रथ ओढताहेत. अशाच एका मालनीने पुढील गाथा गायिली आहे. आपण घरात किती सुखी आहोत हे या मालनीने सांगितले आहे.

⁕ गाथा (१)

जावा नी जावा आमीऽ एका गऽ चालीच्याऽऽ
जन ईचारीतीऽ सुना कोना गऽ मालनीच्याऽऽ

गोठपाटल्याच्याऽ या गऽ लेकी कूनायाच्याऽऽ
आमी जावाऽ जावाऽ सासू गऽ मालनीच्याऽऽ

आमी जावा जावाऽ केळी उभ्या वसरीलाऽऽ
सासू मालन म्हनीतीऽ दिष्ट व्हयील आत चलाऽऽ

आमी दोगी घरीऽ जावा जावांचा गऽ जोडाऽऽ
हौसंनं भरला गऽ हाती कोथिंबीरी चूडाऽऽ

माझ्या गऽ पदरातऽ सासूबाईचा ठेवारेवाऽऽ
सीता गऽ सारख्याऽ आमी दोगी जावाऽऽ

संबूरत्या सोप्याऽ जावाजावांचा पाळनाऽऽ
राघू मैनाच्या गजरातऽ बोली कंथाची कळंनाऽऽ

(१) कोथिंबिरी चुडा = हिरव्या काकणांवर पांढरी नाजूक फुले असलेला. (२) ठेवारेवा = गरतावा, घराची व्यवस्था.

या दोघी जावा नेहमी बरोबरीने जातात-असतात— दोघींचेही वागण्याचे वळण एकाच घरचे वाटते... लक्ष वेधून घेणाऱ्या या जावा आजूबाजूच्या लोकांच्या कौतुकाचा विषय होतात. 'कुणाच्या या मुली, कुणाच्या सुना' असे कुतूहल निर्माण करतात... जावाजावांना याचा अभिमान वाटतो. 'आम्ही सासूच्या सुना' आहोत असे सांगून त्या सासूला मोठेपणा देतात.

पुढच्या ओवीतील केळींची उपमा अतिशय समर्पक आहे. या सुना जाईच्या वेली नाहीत, तुळशीची रोपे नाहीत— त्या रसरशीत केळीसारख्या आहेत. स्त्रीने आपल्याला केळीची उपमा घ्यावी, हे अतिशय सहज असे आहे. नेहमी शांत, प्रसन्न आणि शुभलक्षणी अशी केळ म्हणजेच स्त्री. संसारात गारवा निर्माण करणारी— म्हणूनच सासू म्हणते, 'तुमच्या रूपा-गुणाला दृष्ट होईल, आत जा.' इथे सासूची मायाही दिसून येते. पुढची ओवीही सासूची मायाच दाखवते. सासुरवाशिणींचा चुडा सासूने सुचवायचा. पण इथे या जावा आपल्या हौसेप्रमाणे चुडा भरून घेत आहेत. हा चुडाही कोथिंबिरी आहे. चमक, बिजली वगैरे भडक नाही. 'आपण गृहस्थाच्या सुना' हे त्यांनी जाणले आहे. उंची, सुंदर आणि सौम्य असा हा चुडा त्यांचा आवडता आहे. यात त्यांची अभिरुचीही दिसते.

थोरला माझा रथू : सासर । १११

पुढील ओवीत मोठ्या जावेने, 'सीतेसारख्या आम्ही जावा' म्हटले आहे— हे साधर्म्य सुंदरच आहे; पण आशयगर्भही आहे. तिच्याकडे सासूचा 'ठेवारेवा' आहे. पण या दोघीही सीतेसारख्या सासुरवाशिणी आहेत. सीतेने जो काही सासरी संसार केला, त्यात तिचा प्रामुख्याने मालनीने मानलेला गुण म्हणजे 'थोरांचा मान राखणे, कामांत तत्परता असणे, कसली अभिलाषा नसणे, आणि नेहमी हसतमुख असणे,' अशाच त्या जावा आहेत. संसाराची व्यवस्था जिच्याकडे आहे, तिला या गुणांची महत्ता कळल्याशिवाय राहणार नाही.

अशा या गुणी सुनांचा संसारही सुफल झाला आहे. हे शेवटच्या ओवीत मालनीने हसत हसत सांगितल्यासारखे गायिले आहे.

पुढील गाथेत जावाजावांचा कामाच्या लगबगीचा प्रसंग रेखाटला आहे. दोघी जावा जावा आहेत; पण 'कामाला लागा' म्हणणारी जाऊ मोठी आहे. धाकटी जाऊ अजून नवीन आहे. तिला सांगितलेल्या कामाच्या तपशिलावरून हे कळते. ही सगळी लगबग सकाळ-संध्याकाळची आहे. दळणाला हात लावणे, दिवे लावणे ही कामे नेहमी नव्या नवरीला सांगतात.

※ गाथा (२)

उटा ऊटाऽ जावबाईऽ   हात लावा दळतानाऽऽ
वव्या गाऊ माह्यारालाऽ   रामपाराऽऽ

उटा ऊटाऽ जावबाईऽ   दारी देवाची चाहूलऽऽ
वान घराला येईलऽ   कुक्कवाचंऽऽ

उटा ऊटाऽ जावबाईऽ   रथाची धरू दोरीऽऽ
शंभर मागू पूरीऽ   चुडेयानाऽऽ

उटा ऊटाऽ जावबाईऽ   दिवा लावावा तूपाचाऽऽ
दारी पलंग सोन्यायाचाऽ   देरायाचाऽऽ

उटा ऊटा जावबाईऽ   दिवा लावा वंऽ आगाशीलाऽऽ
भावजीचा हत्ती आलाऽ   वेशीवरऽऽ

उटा ऊटा जावबाईऽ   दळन वंऽ रवापिठ्ठीऽऽ
भाऊ मुराळ्याची चिठ्ठीऽ   आली बाईऽऽ

(१) रथाची दोरी = उगवत्या सूर्याच्या किरणाजवळ पतींना शतायुषी करण्याचा

आशीर्वाद मागू किंवा संसाररथाची दोरी— रामप्रहरापासून एकेका कामाला सुरुवात करणे... रथ चालू करणे. (२) आगाशी = गच्ची.

ही मोठी जाऊ चतुर आहे— दळणाला हात लावा म्हणून जावेला सांगताना 'माहेराला तुझ्या आणि माझ्या ओव्या गाऊ या' हेही सांगून सकाळच्या प्रहरी जावेचे मन एकदम माहेरात नेते. दळणाचे काम असे तिला न वाटता ओव्या गायला हेच तिच्या मनात भरते. 'देवाची चाहूल', 'कुक्कवाचं वाण' या सूर्योदयाच्या कल्पनाही सूचक आणि प्रफुल्ल अशा आहेत. पुढील ओवीत जात्याच्या फेराबरोबर रथाची दोरी ओढणे ही कल्पना अतिशय मार्मिक आहे आणि या दोन दोऱ्या-फेऱ्यांबरोबर मालनीचा ओव्यांचा रेशीमधागा— रथाचा हा 'गोफ'च त्याला पुढे नेणारा.

संध्याकाळी पुन्हा दिवे लावण्याची गडबड— तुपाचा शांत दिवा कोठे लावायचा— आगाशीवर दिवा का लावायचा— आणि मुख्य काम म्हणजे दिवेलागणीनंतर दळायला घ्यायचे. रवापिठी दळायची तातडी— कारण भावाची चिठ्ठी आली.

या सर्वांत ती जावेला नेहमी 'उटा उटा जावबाई' म्हणते— त्याच तीन शब्दांनी गाथेला एक तातडीची गती येते— त्या गतीत आपल्याला नवी सासुरवाशीण घरातून लगलगा फिरताना दिसते...

पुढील गाथेत मोठ्या जावेने धाकटीला दळणाला हात लावायला घेतले आहे. जाते ओढणे कष्टाचे— पण त्याची सवय व्हायला हवी... त्यासाठी हे हात लावून घेणे— त्याबरोबरच जाऊ मालनीला जात्याचे नियम सांगणे— माहेरच्या गोष्टी करणे हे आलेच. या दोघी अगदी मनापासून दळत आहेत. चंदनाचे घासून गंध करावे, इतके बारीक पीठ त्या दळीत आहेत— आणि दळताना माहेरच्या ओव्यांबरोबरच मोठ्या जावेचे धाकटीला मार्गदर्शन चाललेले आहे.

※ गाथा (३)

दळन दळीतीऽ | *साजनी जावा जावाऽऽ*
दळनऽ दळत्यातीऽ | *जसा चंदन कीसावाऽऽ*

गाण्याच्या नादावरऽ | *बाई ओढावा दगडऽ*
कामामंदी कामऽ | *बाई दळनऽ अवघडऽऽ*

जात्याला वैरनऽ गऽ | *घालू नी लई थोडीऽऽ*
कष्टी होतो ईसवरऽ | *मूठ घ्यावी एक जोडीऽऽ*

जात्यावऽ बसावंऽ जात्याशी बोलावंऽऽ
सव्वाशेराचं लूगडंऽ ध्यायीला तोलाऽवंऽऽ

जात्याची भरली पाळऽ बोटांनी फोडू न्हायीऽऽ
मालनी जाऊबाईऽ मुक्यानं दळूऽ न्हायीऽऽ

जात्याला नमस्कारऽ करावा वाकूईनऽऽ
आपल्या चूड्यालाऽ बाई आऊख मागूईनऽऽ

दळन दळीयीतीऽ साजनी जावा जावाऽऽ
जीवाला वाटयीतंऽ बंधू दिवाळीला यावा

(१) एक जोडी = एकसारखे— उघड्या हातात मावेल इतके— दरवेळी तेवढेच घालावे.

प्रथम जात्याला देवाप्रमाणे मानावे. नव्हे, तो अन्नदाता देव आहे हे लक्षात ठेवावे. त्याला सुपातील धान्याचा घास घालताना कमी घालू नये— तळहाताच्या द्रोणात मावेल इतके धान्य घालावे— दोन मुठी घालावे. कमी घातले तर ईश्वर कष्टी होतो— म्हणजे जात्याला सहज असा वेग येत नाही. हलके जात नाही.

पुढची ओवी महत्त्वाची आहे. जात्याला देव मानले, तरी जिवाभावाने त्याच्याबरोबर दळायला बसावे— त्याच्याशी हितगूज करावे— मग त्याचा आदर राखण्यासाठी नेसूचे चांगले लांबरुंद उंची लुगडे नीट आवरून घ्यावे... 'ध्यायीला तोलावे' ध्यायी याचा अर्थ उरोभाग— पदर चांगला खोचून घ्यावा. जात्याशी त्याच्या फेऱ्याबरोबर अंगाने झुकावे. त्याच्याशी आदराने वागावे. ही ओवी मला देवाविषयीची श्रद्धा आणि आईविषयीचा जिव्हाळा भक्तिभावाने, आदराने जात्याला द्यावा असे सांगते.

उगीच जात्याशी खेळू नये— त्याची पिठाची पाळ मोडू नये— बोटांचा असा चाळा करू नये आणि त्याच्यावर दळताना मुक्याने दळू नये. यात त्याचा अपमान होतो.

दळण संपले की उठताना जात्याला नमस्कार करावा— पतीला आयुष्य मागावे. मालनी या जात्याच्या दोन पाळ्यांना सासर-माहेर म्हणतात. जात्यावरून उठताना दोन्ही घरांना सुख चिंतितात. धाकट्या जावेला हे सर्व आचार सांगताना, माहेरच्या ओव्या गाताना मात्र दोघींच्याही मनांत 'आपला भाऊ दिवाळीला यावा' असे घुमत असते...

जात्याची एक आचारसंहिता म्हणून ही गाथा महत्त्वाची वाटते.

पुढील गाथाही एका घरातील थोरल्या जावेने आपल्या धाकट्या जावेवर लिहिली

आहे. हे घर समृद्ध आहे. बारा बैलांच्या दावणीचे आहे. धाकट्या दिरावर तिचे जिव्हाळ्याचे प्रेम आहे— तो तिला मोतीदाणा— मोत्यांची लड वाटतो. तोही घरासाठी मोठ्या भावाला कष्टाने मदत करणारा आहे— गोठ्याची देखभाल त्याच्याकडे आहे.

✳ गाथा (४)

धाकट्या जाऊलाऽ काम सांगती सत्तेनंऽऽ
देरा माझ्या राजयीसाऽऽ वसरी बसते येऊनऽऽ

धाकली मही जाऊऽ कामाचा करीती हेवाऽऽ
देरा माझ्या सदाशिवाऽ पान्याला गडी ठेवाऽऽ

धाकल्या जाऊलाऽ देर सांगीतो रागं रागंऽऽ
बारा बईलांचं श्यानऽ दावन झाडू लागऽऽ

धाकली मही जाऊऽ बोलीती चिडी चिडीऽऽ
इच्यावर काय मूनाऽ देर मोतीयाची लडीऽऽ

धाकली मही जाऊऽ बोलीती चनाऽचनाऽऽ
इच्यावर काय मूनाऽ देर मोतीयाचा दाणाऽऽ

धाकल्या जावंऽचंऽ जाते कौतुक पाह्यालाऽऽ
भरताराला जेवू घालूऽ आपुन बसली न्हायालाऽऽ

(१) मही =माझी. (२) काय मूना = 'हिच्याकडे कशाला लक्ष द्यायचे?' या भावाचे शब्द.

थोरला रथ ओढायचा म्हणजे थोरल्या जावेला काम असतेच. पण आता धाकटी जाऊ आल्यावर तिला काही काम सांगून आपण ओसरीत आरामात बसायचे, असे तिच्या मनात असते. पण नवी जाऊ सवय नसल्यामुळे वा स्वभावानेच कामाचा कंटाळा असणारी आहे. कामाचा तिला राग येतो. आपला नवरा कष्ट करतो तेही तिला नको वाटत असावे. त्यामुळे ती मनाने रुष्ट आहे. लहान असल्याने वागण्याची समज नाही. त्यामुळे सारखी चिडी-चिडी करत असते— सारखी नाखुशीने बोलत असते— कधी तर फारच सहन होईना झाले की चणाचणा बोलते... फणफणते... फाड फाड बोलते... म्हणून तिला कामाचा राग आहे, 'हेवा' आहे, हे थोरल्या जावेने ओळखले आहे.

दिरालाही ती हे सांगते— 'पाणी आणणे माझ्या जावेला होत नाही. पाण्यासाठी गडी ठेवा,' म्हणते— पण सांगताना एक सूक्ष्म विचार कटू असा मनात असतोच.

'आजवर मी पाणी भरले... तेव्हा...' तिचा दीर मोत्यांचा सरासारखा सरळ स्वभावाचा आहे— त्याला बायकोची ही कामासाठी धूसफूस पसंत नसते... तो रागावतो— आपल्याबरोबर कामाला चल म्हणतो.

थोरली जाऊ ही आपल्या नवऱ्याशी कशी वागते हे पाहायला गेली, तर त्याला ताट करून देऊन ती न्हायला गेली होती— यावरूनच ओळखायचे. पण थोरली जाऊ चतुर आहे— विचारी आहे— दिराचे घरातील वागणे तिला माहीत आहे— ती म्हणते 'इच्यावर काय मुना' धाकटीकडे दुर्लक्ष करायचे— दिराला तिच्यासाठी दुखवायचे नाही— कारण तिला रथ सुरळीतपणे चालवायचा असतो ना?

अशा या जावाजावांचे थोरल्या रथातील सूक्ष्म-स्थूल असे भावबंध.

या गाथा काव्य म्हणून जरी फारशा मन वेधणाऱ्या नसल्या, तरी त्यांतील लहान लहान अनुभव मालनींनी जे मांडले ते मनाला स्पर्शून गेल्याशिवाय राहत नाहीत.

◆

२

सासू नव्हं ती, माऊली

मालनीच्या या थोरल्या रथाचा आर्थिक सूत्रधार कुटुंबप्रमुख म्हणून सासरा असतो आणि घरसंसारातील व्यवस्था पाहणारी सासू असते. सासऱ्याच्या हाताखाली एकूण सर्वच घर असते— धाकटे भाऊ, मुले, सुना, भावजया, त्यांचा परिवार हे सर्व सासऱ्याच्या हातांखाली त्याच्या आज्ञेत असतात. ही आज्ञा फक्त घरातील व्यवहारापुरती— खरेदी, विक्री, गुरे-ढोरे, शेतीचा बारदाना, गडी, मजूर एवढ्यापुरती असते— आणि सर्वांनी सरळ स्वभावाने जमवून घेतले की सारे जमतेही. घराची झाडलोट व्यवस्था, दूध-दुभत्याची व्यवस्था, गोठ्यांतील गुरांवर देखभाल, सरपण, स्वयंपाक-घर, धुणे-पाणी, सणवार, पाहुणा, मुलींचे, सुनांचे सासर-माहेर हे सर्व सासूच्या देखभालीत असते. या तिच्या राज्यात कुणी मोडता घालू नये यासाठी ती दक्ष असते. म्हणूनच नव्या येणाऱ्या सुना-जावांबद्दल ती साशंक असते— सासुरवास हे एक लष्करी शिक्षणच आहे— म्हणजे असावे— पण मनातील हेतूमुळे ते जीवघेणे वाटते. पण या कात्रीतून आपल्या सुजन स्वभावामुळे बरेच संसार सुखी होतात. नव्या येणाऱ्या सुनेला सासूचा फार धसका असतो— आणि जावा-नणंदांचाही— सीतेच्या वेळेपासून वाट्याला आलेला हा सासुरवास नव्या मुलीलाही नव्या घराबद्दल साशंक ठेवतो— पण ही वडीलधारी मंडळी चांगल्या स्वभावाची आणि आक्रमक नसली तर सुना सुखी होतात. अर्थात तिला ज्यामुळे सुखी वाटते त्याला कारण सासूचे वागणे हेच प्रामुख्याने असते. तिच्या हातांखाली वागायला

मग सुना स्वत:ला धन्य मानून घेतात. अशा भाग्यवान सुखी सुनांनी या सासूवरील ओव्या गायल्या आहेत.

सुनांना या सासूविषयी जिव्हाळा वाटतो, त्याला दोन कारणे दिसून येतात. प्रथम सासूचे सुनेला मुलगी म्हणून वागवणे— तिच्या चुकांबद्दल तिला ना रागावणे— समजावून देणे, तिच्या आवडीनिवडींकडे लक्ष देणे, तिचे दुखणे-खुपले पाहणे— या साऱ्या गोष्टींमुळे तिला सासूकडून आईची माया मिळते आणि तिचे मन कृतज्ञतेने भरून येते. दुसरी गोष्ट म्हणजे सुनेचा नवरा सर्वांसारखाच सुजाण, प्रेमळ असतो. हे देणे त्याला आईच्या वळणामुळे लाभते— आपल्याला मिळालेला नवरा सासूच्या पोटचा आहे म्हणून इतका चांगला आहे असे ती मनोमनी मानते. सासरचे हे मर्मबंधातील सुख म्हणजे सासूचे देणे आहे असे ती समजते— या आत्मभावाने या ओव्या माखलेल्या आहेत.

खालील गाथेत एका भावबंधाचा आविष्कार काव्यात्म असा केला आहे.

❊ गाथा (५)

बया मालनी पराऽसऽ सासूबाईंचा ऊपकारऽऽ
दिला पोटीचा चंद्रहारऽ जीव माझा बी झाला गारऽऽ

सासूबाई आत्तीबाईऽ तुमच्या सोनीयाच्या नीऱ्याऽऽ
आऊक मागीतेऽ तुमच्या पोटीच्या वंऽ चीऱ्याऽऽ

सासूबाईऽ आत्तीबाईऽ तुमच्या पदराला शेवूऽऽ
तुमच्या पोटीयीचंऽ कंथ माझं महादेवूऽऽ

माझ्या सासूमालनीचाऽ कुसवा गऽ आरशीचाऽऽ
माझ्या गऽ हातामंदीऽ चुडा बैरागऽ बारशीचाऽऽ

सासूबाई आत्तीबाईऽ पतीवरता ती माऊलीऽऽ
तिच्या गऽ पुन्यायीचीऽ माझी अखंड सावलीऽऽ

सासू मालनीचाऽ कसा कूसवा नीरमळऽ
राजइलासी सेजंलाऽ फुलांची का दरवळऽऽ

(१) शेवू = पदराच्या मुद्दाम राखलेल्या दशांची झालर. (२) बैराग बारशीचा = जिल्हा : सोलापूर— या भागात घडवले जाणारे चुडे अत्यंत चमकदार, नक्षीदार, कंगोऱ्याचे किंवा तासाचे असतात.

या गाथेत मालनीने सासूबाईंचे महिमान वर्णिले आहे, ते तिच्या पोटचा मुलगा तिने आपल्याला दिला म्हणून. आईपेक्षाही हे सासूचे उपकार तिला फार वाटतात. हे मालनीने मोठ्या कौशल्याने ओवीत मांडले आहे. ओवीचे दुसरे आणि चौथे पद यांत ते भाव गुंफले आहेत. 'सोनियाच्या निऱ्या' आणि 'पोटचा चिरा', 'पदराचा शेवू आणि कंथ महादेवू', 'कुसवा आरशीचा' आणि 'चुडा बैराग-बारशीचा', 'कुसवा निरमळ' आणि 'फुलांचा दरवळ' जणू सासूच्या वर्णनाच्या कोंदणातच आपल्या हिऱ्याला तिने जडवले आहे. या कल्पना सुंदर आहेत— उलगडून मात्र पाहायला हव्यात. यात मालनीने आपल्या कंथाचे फार गोड वर्णन केले आहे. पण ते शेल्याने झाकलेले आहे.

तिचा कंथ देखणा— घराला शोभा देणारा आहे आणि गुणांनीही चंद्रहाराइतकाच मोठा आहे— या सासूच्या देणगीने ती 'जीव माझा बी झाला गार' असा अगदी साधा, सहजस्फूर्त तृप्तीचा साद प्रकट होतो. वृक्षाला पालवी फुटावी तसा.

पुढे ती म्हणते, आपला कंथ आपल्या घराला मोठेपण देणारा आहे. कुलदीपक आहे, असे त्याचे कर्तृत्व आहे. 'तो सोनियाचा चिरा' आहे. घडवलेली वीट आहे. मुलाला 'चिरा' म्हणतात कारण तो वंशाची वीट असतो. वंश वाढवणारा असतो. त्याच्यामुळे घराणे पुढे जात असते. म्हणून तो सासूने घडवलेला चिरा आहे. हा चिरा सोन्याच्या खाणीतूनच आला आहे. 'सोनियाच्या निऱ्या' हे सासूबाईंच्या सुवर्णकांत पोटाला म्हटले आहे— ते पोट म्हणजे सोन्याची खाण आहे हेही त्यात निरीसारखे उलगडले आहे. ही कल्पना फार सुंदर वाटते. तो चिरा निर्माण करण्याचे आणि त्याला योग्य प्रकारे घडविण्याचे श्रेय सासूला आहे.

'शेवू आणि महादेवू' हे यमकासाठी आलेले नाही. पतीचे ते नाव म्हणूनही आलेले नाही. उंची रेशमी लुगड्याचा पदर 'शेव' असलेला असतो. पदराची वीण संपली की पुढे वीतभर बाण्याचे विणकाम न करता ताण्याची सुते तशीच मोकळी ठेवून, मग पुन्हा इंचभराची पट्टी विणून, साडी मागावरून इंचभर ताण्याची सूते ठेवून कापून काढतात. ही वीतभराची उभ्या सुताची जी शोभा असते तिला 'शेव' म्हणतात. मालनी हा शेवू तसाच ठेवून साडी नेसतात. हा पदर खोचत नाहीत. पदराच्या रंगदार पट्ट्यांच्या खाली ही नाजूक झालर झुलताना फार सुंदर दिसते. पदर हा स्त्रीचा एक उत्कट आणि श्रेष्ठ असा सन्मान असतो— तो कुळाचा अभिमान असतो. त्या पदराची शोभा 'शेवू'ने वाढते— मालनीला आपला कंथ आईच्या शेवू असलेल्या झुलत्या पदरासारखा वाटतो. असा असूनही तो 'महादेवू' आहे. साध्या सरळ मनाचा— ज्याला मालनी 'भोळा' म्हणतात असा तो आहे. आईच्या या प्रभावाने तो निष्प्रभ झालेला नाही— महादेवाला संपत्तीचे अप्रूप नसते— निर्मळ मनाने नसते, तसे हिच्याही महादेवाला नसते— तो आईचा जितका

मान ठेवतो तितकाच मालनीचा— पत्नीचाही ठेवतो. मग मालनीला तो महादेवासमान का वाटणार नाही?

पुढची ओवी देखील अशीच अर्थगर्भ आहे. 'शुद्ध बीजापोटी फळे रसाळ गोमटी' असे एक संतवचन आहे. तेच मालनीने इथे उदाहरणाने सिद्ध केले आहे. आपल्या सासूचा कुसवा 'आरशी'चा म्हणते. काचेसारखा स्वच्छ, नितळ, निर्दोष. मग त्या कुसव्यात तसाच शुद्ध, निर्मळ मुलाचा जन्म होणे साहजिकच. मालनीने आपल्या पतीला 'चुडा बैराग बारशीचा' म्हटले आहे. तिचा पती तसाच त्या चुड्यासारखाच आहे. 'बैराग बारशी' हे त्या चुड्याचे नाव. बारशीला तो घडवतात— म्हणून बैराग बारशी— हे चुडे अत्यंत चमकदार-नक्षीदार आणि कंगोऱ्यांचे किंवा तासांचे असतात. मालनींना अत्यंत प्रिय असतात. 'आरशी'सारख्या कुसव्यात असा चुडा घडविला जातो हे साहजिकच.

पुढच्या ओवीत तर तिने आपल्या सुखाचे सर्व श्रेय सासूला दिले आहे. संसारातील सर्वांत महत्त्वाचे सुख म्हणजे पतिसुख. ती याबाबतीत अतिशय भाग्यवती आहे हे तिने शेवटच्या ओळीत सहजसुंदरपणे सांगितलेले आहे. सासूचा कुसवा निर्मळ आहे— म्हणूनच आपला कंथ सुजन, समंजस, प्रेमळ आणि प्रियकर असा आपल्याला मिळाला आहे असे तिला वाटते. त्याला पत्नी प्रिय आहे आणि इतर कोणतेही मोह त्याला तिच्यापुढे तुच्छ वाटतात. त्यामुळे शेजेभोवती फुलांचा दरवळ वाटतो असे ती म्हणते. ही फुले जाई-जुई, शेवंती ही असतात. यांचे गंध जरा तीव्र आणि मधाळ असतात. त्या सुवासांचे रसायन दरवळते... मालनीच्या शेजेवर नेहमी हीच फुले असतात... गुलाब नसतात, सोनचाफे नसतात, काही फुलांचे मानसिक वृत्तीवर होणारे परिणाम मालनींच्या सूक्ष्म संवेदनक्षमतेला भावले असावेत. मला ही गाथा या सर्व काव्यात्म कल्पनेमुळे एक कविताच वाटते.

पुढील गाथेत एका मालनीने आपली सासू कशी आहे— ती आपल्याला कशी सांभाळते, याचे वर्णन केले आहे.

✶ **गाथा (६)**

<pre>
सासू मालन म्हनीतीऽ   सून नव्हं ती मायबहिनऽऽ
घरा आली सूनऽ   सये करावीऽ मालकीनऽऽ

सासू अत्तीबाईऽ   कुन्या अमीराची बेटीऽऽ
सूनंचा गऽ बाईऽ   अन्यावऽ घाली पोटीऽऽ
</pre>

लांब नी लांब केसऽ येनी येतीया गोपावानीऽऽ
माझ्या सासूनं गंऽ सून पाळलीऽ लेकीवानीऽऽ

सासर हा बी वासऽ मला कसला ठावंऽ न्हायीऽऽ
सासू नव्हं ती बयाबाईऽ ताट वाढून वाट पाहीऽऽ

माझ्या गऽ चूड्यावरऽऽ मालनीचं लक्ष फारऽऽ
वैराळा भरू सांगीऽ शाही बिजलीचं चित्तारऽऽ

माझ्या गऽ अंगनातऽ गरड्या लिंबाची सावलीऽऽ
सयांनू किती सांगूऽ सासू नव्हं ती माऊलीऽऽ

(१) शाही बिजलीचे चित्तार = एक बांगड्यांचा प्रकार. उंची, चमकदार, रंगीत बांगड्यांवर नक्षीकाम तारेचे वा रंगीत असलेल्या. (२) गरड्या लिंब = कडुलिंबाची एक जात. याचा चांदवा घनदाट असतो.

या गाथेतील मालन आपल्या मैत्रिणीला सासूचा जिव्हाळा सांगते आहे. ती पहिल्या ओवीतच घरी सून आली की काय करावे, याबद्दल सासूच्याच तोंडचे शब्द सांगते आहे. तिची सासू म्हणते, 'सून घरी येते, तिला मायबहीण समजावे. घरात तिला आश्रित न मानता आपली सहभागी समजावे.' असे विचार असलेली सासू मोठ्या मनाने सुनेच्या चुका मानून घेणार नाही, तिला समजावून देईल. ही सासुरवासात नसलेली गोष्ट मालनीने आपला अनुभव म्हणून इथे आवर्जून सांगितली आहे.

आईचा मुलीच्या संगोपनातील मुख्य ओढा म्हणजे तिचे खाणे-पिणे व्यवस्थित करणे— आईची माया यातच दिसून येते. मालनीची सासू 'ताट वाढून सुनेची वाट पाहते' आणि तिचे आईपण प्रकट करते. तिच्या केसांची काळजी घेते— वैराळाकडून हौशीने तिला उंची सुंदर बांगड्या भरून घ्यायला लावते.

मालनींनी मोठ्या चातुर्याने, सासू कशी असावी याबद्दल तिची आचारसंहिताच वर्णिली आहे. तिच्या घनदाट सावलीखाली मालन सून म्हणून राहते आहे. सावलीदेखील इतर कोण्या झाडाची नाही. कडुलिंबाची आहे. ती सावली आरोग्यदायक आणि मन प्रसन्न ठेवणारी असते अशी मालनीची श्रद्धा आहे.

पुढील गाथेत एक मालन मोकळेपणाने आपल्या सासूशी बोलते आहे. तिचे चांगुलपण तिला सांगते आहे. ही सून लागट आहे. कौतुकाने सासूला सांगते आहे.

❋ गाथा (७)

सासू अत्तीबाईऽ	तुमची सोनीयाची मीरीऽऽ
तुमच्या मीरीखालंऽ	जनमलंऽ किस्नहरीऽऽ
सासू अत्तीबाईऽ	तुमचा पदर भिंगायाचाऽऽ
तुमच्या पदराखालंऽ	जोडा बाहिंगी रंगायाचाऽऽ
सासू अत्तीबाईऽ	तुमचं नेसनं फूलायाचंऽऽ
तुमच्या वंऽ मांडीवरऽ	राघू मैना वंसायाचंऽऽ
सासू अत्तीबाईऽ	तुमी तूळशीचं पानऽऽ
तुमच्या हाताखालंऽ	सून नांदती मी ल्हानऽऽ
सासू अत्तीबाईऽ	तुमी बाजंवरती बसाऽऽ
झालेल्या कामायचंऽ	आमा लेकींना वंऽपूसाऽऽ
सासू अत्तीबाईऽ	पाया पडनंऽ चांगयीलंऽऽ
कपाळीचं कुंकूऽ	तुमचं पाऊल रंगयीलंऽऽ

(१) मीरी = निरी (२) बाहिंगी = बाशिंगी, पांढरा-पिवळा झगझगीत असा रंग. (३) नेसनं फुलाचं = नेसण्याचा एक प्रकार— यात निऱ्यांचा खूप घोळ असतो— चालताना पाकळ्यांसारखा उलगडतो. (४) वंसायाचं = वंश वाढायचा— खेळायचा.

ही लाडकी सून मालन फार चतुर आहे आणि कल्पक पण आहे. सासूच्या नेसूचा पदर भिंगाचा आहे... म्हणजे साडी उंची आहे आणि पदरावर अभ्रकाची टिकल्यांची नक्षी आहे— ती सासूला म्हणते, 'तुमच्या या श्रीमंत आणि सुंदर पदराखाली तुम्ही आम्हाला सांभाळले आहे. तुमच्या पदराच्या सावलीत आमचा बाहिंगी जोडा सुखात नांदतो आहे.' 'बाहिंगी जोडा' त्या श्रीमंतीला शोभणारा असाच आहे. बाहिंगी-बाशिंगी रंगाचा. बाशिंग कसे पांढरे-पिवळे, तगडफुलांच्या नक्षीने चमचमते— तसेच आम्ही दोघे रंगाने हळदरंजन आणि झळाळी मारणारे आहोत. आमच्या वस्त्रांनी तो रंग अधिक खुलतो आहे. सासूचे उंची वस्त्र, त्यावरील चमचमत्या टिकल्या आणि त्या नितळ पदराखालचे हे राजहंसी जोडपे! एकदम ही ओवी कशी सुंदर, कल्पनारम्य वाटते!

पुढच्या ओवीत ती सासूला आणखी अलंकारित करते— सासू आपले नेसूचे फुलाच्या पद्धतीने नेसली आहे. तिचे नेसण निऱ्यांच्या घोळाचे आहे. निऱ्या पायांभोवती पसरतील अशा रुंद घड्यांच्या आहेत— पावले टाकायला लागले की

फुलांच्या पाकळ्या दिसाव्यात तशी त्यांची हालचाल होते— हे असे नेसून मांडी घालून बसले की निऱ्यांची घडीमागे घडी जशी लहानशी फुलाची गादीच दिसते... 'अशा या तुमच्या मांडीवर माझे राघू मैना वंसायचे आहेत' असे कौतुकाने म्हणून ती सासूला खूश करते— वंसायचे आहेत— तुमच्या मांडीवर खेळून मोठे व्हायचे आहेत असा भावार्थ असतो. याच प्रकारची शेवटची ओवीही सुंदर आहे. 'सासूबाईंच्या पाया पडणं चांगलंच' असे ती म्हणते— मालनी पाया पडतात म्हणजे अक्षरश: पायांवर कपाळ टेकतात. त्यामुळे कपाळीचे कुंकू सासूच्या पायांवर रंगते— कुंकू म्हणजे तिचा पुत्रच ना— आपला पुत्र आपल्याला फार मानतो अशी तिची भावना तिला आनंदित केल्याशिवाय राहत नाही. असे चतुर आणि काव्यमय संभाषण करणारी ती सून सासूची लाडकी असणारच!

पुढील गाथेत सुनेचे असेच सासूशी संभाषण आहे. पण सासू-सुना परक्या नाहीत. ती सून परघरी आलेली नाही. सासू तिची आत्या आहे. बोलण्यातही हा मोकळेपणा आहे. ही सून तिला 'मावळन आत्तीबाई' असेच म्हणते.

*** गाथा (८)**

मावळनऽ आत्तीबाईऽ एका माह्यारी दोगी जाऊऽऽ
माझा बापाजी तुमचा भाऊऽऽ

मावळन, अत्तीबाईऽ तुमच्या बुगड्यांखाली कापऽऽ
तुमचा पुंडलिक आमचा बापऽ

मावळनऽ आत्तीबाईऽ तुमच्या बुगड्याखाली कायीऽऽ
तुमची भावजऽ आमची आईऽऽ

गाडी आलीया शिनगारूनऽ संगंऽ मूराळी माझा भाऊऽऽ
मावळन आत्तीबाईऽ आपुन माह्याराला जावूऽऽ

मावळन आत्तीबाईऽ तुमच्या माह्यारी माझी सत्ताऽऽ
तुमचा बंधूजी माझा पिता

(१) काप = कानाच्या पाळीत कुडीसारखा दागिना. त्याला जोडलेली सोन्याची साखळी कुडीपासून गालफडावरून कानाच्या काठाने वर नेऊन, बुगडीच्या अलीकडे केसात अडकवतात— ती साखळी. दोन्ही कानांवर हे काप झळकले की गालांना आणि कानांना शोभा येते. हा श्रीमंती दागिना असतो. बुगड्यांनाही असेच बुगडीच्या मुळातून

बारीक मोत्याचे वेल जोडतात आणि ते वेल वेलांटीसारखे मागच्या बाजूस केसांत खोचतात. हे दोन्ही दागिने इथे अतिशय मार्मिकपणे उपयोजिले आहेत.

सासू आणि आत्या या दोन्ही नात्यांतले नेहमी आत्या हेच नाते प्रभावी ठरते. आपल्या भावाची मुलगी ही तिच्याविषयी आंतरमाया असतेच. त्यामुळे या सासू-सुना खेळीमेळीने बोलतात. हा प्रसंगही मोठा गमतीदार आहे. सासूच्या माहेरून गाडी शिनगारून आली आहे— दोघीही सासू-सुना एकाच घरी माहेराला निघाल्या आहेत. दोघींनाही आनंद आहे. पण त्या आनंदातही एक सूक्ष्म अशी कृष्णझाक आहे. मालनीची जी सून आहे, ती तिच्या भावजयीचीच मुलगी— नणंदा-भावजयांची माहेरी थोडी कुरकूर असतेच. नणंद आपला टेंभा मिरवते— भावजयीला ते मनात दुखवून जाते— पण ते दोघींच्याही मनांत सूक्ष्मपणे सलत असतेच. मुलगी देऊनही हा सल जात नाही. आईकडून मुलीला हे समजलेले असतेच. पण ती सून असल्याने बोलू शकत नाही— दाखवूही शकत नाही. पण हा प्रसंगच असा आला आहे.

ही मुलगी प्रथमच माहेरी जाणार असावी— त्यासाठी गाडी शिनगारून आली आहे— बैलांच्या गळ्यांत घुंगुरमाळा— अंगावर झुली, शिंगांना टोपणे— गाडीला नवी सवारी— रंग नवा असा थाट असणार. पण एक सूक्ष्म घटना आहे— सुनेचा भाऊ मुराळी आला आहे— सासूचा भाऊ आलेला नाही. हे आमंत्रण सुनेला आहे— गाडीचाही थाट तिच्यासाठीच— हे सासूला न वाटता इथे सुनेलाच वाटते आणि मनाने ती हरखते... 'आज माझा मान' ही तिची भावना... तिच्या प्रभावाने ही सून म्हणते... आपल्याकडे मोठेपणा घेऊन म्हणते— 'एकाच माहेरी जायचे— आपण दोघीही जाऊ.' आणि पुढे— माझा बाप श्रेष्ठ आहे हे तिने बुगड्या आणि काप या दागिन्यांनी सुचवले आहे. बुगडी हा दागिना कानाच्या वरच्या कडेला घालायचा; पण सासूच्या बुगडीला वेल वा काप नाही पण सासूच्या कुडीला काप आहे. मी धाकटी सून असूनही श्रेष्ठ आहे... इथे ती सासूला भावजयीची आठवण करून देते... शेवटची ओवीही अगदी स्पष्ट आहे. पण भावाची मुलगीच सून झाली... म्हणेल ते ऐकून घ्यायचे या विचाराने सासू गाडीत चढली असेल... सुनेला माहेरच्या आनंदात आपण काय बोललो हे समजलेही नसेल... पण ही ओवी मात्र बुगडीच्या कापासारखी टोचणारी आहे... एकूण गाथाच तशी आहे म्हणायला हरकत नाही. पण माहेरची ओढ ही जन्माजन्माची ओढ असते. तिच्यासाठी मालन सर्व मागे टाकते आणि माहेरच्या वाटेवर पाऊल टाकते. ही माळवण आत्तीबाईही याच ओढीने प्रेमाने सुनेचा हात धरून माहेरी गेली असणारच.

◆

३

सासरघर

जी शेतमळ्यांची मालकीण आहे, औताच्या बारा बैलांनी आणि गाई-वासरांनी जिचे गोठे भरलेले आहेत, अशा मालनीचे घरही त्याच तोलामोलाचे असणार हे ठरलेलेच. जो मालक आहे, त्याचा शेतीचा व्याप सांभाळण्यात त्याचे भाऊ, मुलगे, पुतणे हे भाग घेतात आणि घराचा व्याप सांभाळण्यात मालकिणीला जावा, सुना, नणंदा, लेकी हातभार लावतात आणि ही सर्व मंडळी एका घरात सुखासमाधानात राहतात. अशी ही मालनींची सासरची मोठी घरे, वाडे, चिरेबंदी वाडे— भोवती जोते असलेले वाडे. किती त्यांचे प्रकार... मालन म्हणते 'बंधूचा वाडा खोल.' खोल म्हणजे पुढच्या दारापासून मागच्या दारापर्यंत खूप लांबीचा असा. या लांबीत दोन-तीन चौक ओलांडावे, दोन्ही बाजूंच्या ओसऱ्या बघाव्या. मोठे अंधारे माजघर ओलांडावे. स्वयंपाकघर-दळणकांडणाची पडवी ओलांडावी, तेव्हा कुठे परसू दिसायचे.

मालनींनी या घरांचे वर्णन, वास्तूचे चित्र डोळ्यांसमोर उभे राहावे असे केलेले नाही, तर घरातला माणसांचा वावर आणि नेपथ्य यांतून घराचा मोठेपणा चित्रवाण केलेला आहे. लक्षणा या आविष्कार-पद्धतीचा या गाथांतून सुरेख उपयोग आणि तोही अगदी सहज असा केलेला आहे. आपण घराचा वास्तु-तपशील असा समजून घेऊ शकतो.

—आणि हे घराचे वर्णन करतानाही ती 'माझं घर' असे म्हणते— ते 'माझंपण' मालकी हक्क सांगण्यासाठी नसून जिव्हाळ्याचे अनुबंध दाखविणारे असते. घरातील मालक वा कर्ते सासू व सासरा हे आहेत. मुले आणि सुना त्यांच्या हाताखाली समाधानात नांदत आहेत. ही कृतज्ञता व मोठेपणाची जाणीव मनात ठेवून गायिलेल्या या गाथा आहेत.

एका मातबर मालनीने आपल्या सासरच्या घराचे वर्णन खालील गाथेत गायिले आहे. आपण ज्या घरात नांदायला आलो आहोत ते घर आपल्या सासू-सासऱ्यांचे आहे, हे तिने पहिल्या ओवीतच गायिले आहे.

❋ **गाथा (९)**

थोरलं माझं घरऽ
वडील मामाजीचंऽ

हंडं घंगाळ रांजनाचंऽऽ
धानाच्या कोठाराचंऽऽ

थोरलं माझं घरऽ आठ खीडक्या नऊ दारंऽ
मधल्या सोप्यामंदीऽ पोथी वाचती माझं देरऽऽ

सदर सोप्यावरऽ कुनी बसलं लहान, थोरऽऽ
सोन्याचं तांबं-पेलंऽ कंठी गोफाचं माझं देरऽऽ

थोरलं माझं घरऽ सोनीयाच्या आडभिंतीऽऽ
भरतार बंधूराजऽ तिथं बसलं हीरामोतीऽऽ

थोरलं माझं घरऽ दिवं लावावंऽ कोठं कोठंऽऽ
वडील मामाजीचंऽ चिरंबंदी वाडा गोठंऽऽ

थोरलं माझं घरऽ परसदाराला हायी आंबाऽऽ
माझ्या गोदूला गऽ सांगाऽ सुखी नांदती तूझी रंभाऽऽ

मालनीची वर्णने सूचक आहेत. चौकात स्वयंपाकघरात, न्हाणीघरात जी पाण्याची भांडी आहेत ती मोठी मोठी आहेत. हंडे, घंगाळ-रांजण अशी. म्हणजे जिथे त्यांची स्थापना आहे तो विभाग विस्तृत आहे. शिवाय धान्याचे कोठार आहे. खोली वा पोत्यांची रास नाही. धान्याचे कोठार ही प्रतिमा मामाजीला सुद्धा समर्पक अशी बसते. म्हणजे घरादाराचा जन्मदाता— कोठारासारखा— या वस्तुमात्रांनी घराचे त्या त्या विभागाचे विस्तृत क्षेत्र घरातील समृद्धी आणि घराचा धनी यांच्यावर प्रकाशकिरणे टाकली आहेत. तिसऱ्या ओवीतही अशीच मनहर रचना आहे. सदरेमध्ये 'सोन्याचं तांबं-पेलं' म्हटले आहे आणि लहान-थोर असे मोघम म्हटले आहे. कुणीतरी गप्पा करत बसले आहेत आणि तिथे सोन्याचे तांबे-पेले पाणी पिण्यासाठी आहेत, हे साधे वास्तव झाले. बसलेले कंठी-गोफाचे दीर आहेत. बरेच आहेत कंठी घालणारे मोठे आणि गोफ घालणारे लहान. हे लहान-मोठे दीर आणि सोन्याचे तांबे-पेले यांची जोडीही मोठी सूचक आहे. ते बसलेले दीर कसे सोन्याच्या तांबे-पेल्यासारखे दिसतात. देखणे, गोंडस, गोरेपान आणि श्रीमंतीची निळा असणारे. मग ती सदर कशी असेल, तिच्यात काय अंथरले असेल, हे सर्व त्या सोन्याच्या तांब्यातील पाण्यात आपल्याला कसे स्पष्ट दिसते.

शेवटच्या ओवीतील परसदारचा आंबाही खूप सुचवून जातो. परसू मोठे आहे. परसातील अवकाशात आंब्याची गर्देबाज सावली आहे. शोभा आहे. मोहराचा बहर आहे, पिकलेले अमृतफळही आहे. अशा सुखसमृद्धीत ही लेक नांदते आहे. इथे आंबा या सर्व गोष्टींना सूचक म्हणून आला आहे. 'परसात एक आंब्याचे झाड आहे' अशा व्याकरणशुद्ध वाक्यासाठी नाही. घरचे वातावरणही देवधर्म मानणारे आणि

सुहृदभावाचे आहे. मधल्या सोप्यात दीर पोथी वाचतो आहे आणि ओसरीच्या आडभिंतीमागे तिचा भ्रतार आणि भाऊ बोलत बसले आहेत. त्यांना ती हिरा-मोती म्हणते. म्हणजे दोन्ही घराणी (सासर-माहेर) एकमेकाला साजेशी आहेत आणि स्नेहभावाने आहेत. अशी ही विविध प्रकाशकिरणे टाकणारी गाथा.

पुढील गाथेतही एका मालनीने आपल्या सासऱ्याने घरासकट सगळ्या सुखसोयी कशा बहाल केल्या आहेत, हे घराचे वर्णन करतानाच सांगितले आहे.

❋ गाथा (१०)

सासू गऽ सासऱ्यानंऽ किती केलं आमासाठीऽऽ
आंब्याची आंबरायीऽऽ बाई लावीली शेरताटीऽऽ

सासूसासऱ्यानंऽ किरत केली ग पाह्यालाऽऽ
सात खनऽ माडीऽ मोऱ्या ठेवल्या न्हायालाऽऽ

सासूसासऱ्यानंऽ कीरत केली अशी काहीऽऽ
वाड्यामंदी आडऽ आमा बारवी ठावी न्हायीऽऽ

मावंद मोठं घरऽ पुढं वसरी तारांचीऽऽ
माझ्या ग भरताराचीऽ तथं बैठक थोराऽचीऽऽ

अंगनात जाई जुईऽ बागशाहीचा आनंदऽऽ
लहान्या मोठ्या नंदाऽ तेना फुल्लाचा गऽ छंदऽऽ

सासू नी सासयीराऽ माझ्या घराला राखानऽऽ
सोन्याची उतरंडऽ वर मोत्याचं झाकानऽऽ

(१) शेरताटी = शेर या चिकाच्या झाडाचा कुंप— हे बिनपानाचे असते. याच्यामुळे मोहरावरील कीटक बाहेर येत नाहीत. कीटकांचा डोळ्यांना त्रास होत नाही. (२) कीरत = चांगली गोष्ट. (३) मावंद = मोठा माळा असलेले.

या मालनीने आपल्या घराच्या आतल्या भागाचे वर्णन केलेले नाही. पण वर्णनावरून आपल्याला त्याची कल्पना येते. तिच्या सासऱ्याची आमराई घराजवळ असावी किंवा आमराईच्या काठालाच घर असावे असे शेरताटीच्या कुंपणावरून वाटते. घर मोठे आहे यात प्रश्न नाही. माडीच सात खणी आहे आणि अप्रूप म्हणजे बायकांना न्हाण्याधुण्यासाठी मोऱ्या बांधल्या आहेत हे मालनीने अगदी अगत्यपूर्वक

सांगितले आहे. शिवाय सुनांना अतिशय आवडलेले सासऱ्याचे काम म्हणजे वाड्यातच आड आहे. असा आड मागल्या पडवीला लागून असतो. आडाचा रहाट पडवीशीच असतो— म्हणून आड वाड्यात आहे म्हणायचे. इतरांप्रमाणे शेतावरच्या बारवीतून या सुनांना पाणी आणावे लागत नाही. मोठा माळा, सोपे असलेल्या या घराच्या ओसरीला तारांची जाळी आहे आणि तिथे तिच्या जाळीआड, तिचा भ्रतार मोठ्या लोकांशी चर्चा करतो आहे. घराशेजारी जशी आमराई आहे तशी पुढच्या अंगणात बागही आहे. ही बाग सासऱ्याने आपल्या लेकीसुनांना फुलांच्या हौसेसाठी फुलवली आहे. हे एकंदर वर्णन वाचून एका हिरव्यागार आमराईतील मोठ्या प्रसन्न आणि सहृदय घराचे दर्शन झाल्याशिवाय राहत नाही.

या गाथेतील शेवटची ओवी फार सुंदर आहे. आपले एकूण कुटुंब म्हणजे सोन्याच्या कळश्यांची उतरंडच आहे असे तिला वाटते. दोन फुलांचे संसार या दोन उतरंडी आणि वर मोत्याची झाकणे म्हणजे सासू आणि सासरा. घर असे मोठे की घरची माणसे सोन्याच्या उतरंडीसारखी आणि मोत्याच्या झाकणासारखी!

पुढील गाथेत एका मालनीने आपले घर कसे भरलेले आहे... घर येणारा-जाणाराचे आहे हे सांगून वर्णन करताना घराच्या फक्त ओसऱ्यांचे वर्णन केले आहे. त्यावरील वर्दळीने घराची कल्पना यावी.

✳ गाथा (११)

उंच वसरीलाऽ जावा जावांचा घोळकाऽ
नवरी माझी सूनऽ तिला राधाला वळखाऽऽ

उंच वसरीलाऽ जावा जावांचं पाळनंऽऽ
हावशा कंथ माझाऽ तेना बांधीतो खेळनंऽऽ

उंच वसरीलाऽ पाट टाकीते खुजंऽ धूजऽऽ
बाई या सोयरीचेऽ जावायी तीचं माझंऽऽ

उंच वसरीलाऽ पडलं शेलं भालंऽऽ
दूरच्या देशीचंऽ माझं मावसभाऊ आलंऽऽ

उंच वसरीलाऽ कोन उभ्या गऽ पाव्हन्याऽऽ
माझ्या सूनबाईच्या चुलत मावस बहीन्याऽऽ

उंच वसरीलाऽ केर लोटता लोटयीनाऽऽ
देर गूजराची सभा बसली उठयीनाऽऽ

उंच वसरीला बसल्या सासूसूनाऽऽ
भरला गऽ वाडाऽ द्रिष्ट व्हयील भलेपणाऽऽ

(१) खुजं = मातीचे पाण्याचे भांडे, खुजा. (२) धुज-दुजं = बारा. (३) भलेपणा = मोठेपणा.

वरील गाथेत मालनीने आपल्या घराच्या ओसऱ्यांचे वर्णन केलेले आहे. ज्या घराला चौक असतो, त्या चौकाभोवताली उंच कट्ट्याचे सोपे असतात. दोन दारे जिथे, तिथेच त्या कट्ट्यावर चढायच्या पायऱ्या असतात. या कट्ट्यांना दर्शनी भिंत नसते. तर खांबाचा आधार वरच्या छताला असतो. एकूण चौकाभोवती दोन सलग आणि दोन दारांसाठी विभागलेल्या ज्या कट्ट्याच्या जागा असतात त्यांना ओसरी— वसरी— असे म्हणतात. या ओसऱ्या हे घराच्या श्रीमंतीचे लक्षण मानले जाते. दर्शनी दाराला पुढे ज्या ओसऱ्या असतात, त्या पुरुषांसाठी असतात. 'सदर— बैठक' असे त्यांना म्हणतात. या ओसऱ्यांच्या पलीकडे त्याच पातळीवर माजघर असते— खोल्या असतात आणि त्या पलीकडे पुन्हा ओसऱ्या असतात— या ओसऱ्यांचे दार ओलांडले की स्वयंपाकाच्या, दळणकांडणाच्या जागा असतात— आणि मग परसातील पडवी असते. म्हणजे हे दोन चौकांचे आणि आठ ओसऱ्यांचे मध्ये माजघराचे असे मोठे घर झाले. तसे या मालनीचे आहे.

पुढच्या भागातील ओसरीवर पुरुषवर्गाचे उठणे-बसणे आहे. शेलेभाले घेऊन आलेले भाऊ, दिराची सभा हे सर्व पहिल्या चौकाभोवती आहे. जावांचे पाळणे, बैठका, घोळके हे सर्व माजघरापलीकडील ओसरीवर आहे. माजघरात मालन पाटपाणी करते आहे. पाट मांडले आहेत— पिण्यासाठी गार पाण्याचे खुजे ठेवते आहे— ही जेवणारी मंडळी सगळी जावईमाणसे आहेत. नवरीचा उल्लेख आहे, तेव्हा हे बहुतेक मालनीच्या मुलाच्या लग्नाचे वऱ्हाड असावे. या सर्व वर्णनावरून घर फार मोठे आहे हे समजून घ्यायचे.

पुढील गाथेत मालनीने आपल्या मोठ्या नांदत्या घराला रथाची उपमा दिली आहे. या घरातील सर्व कारभार, व्याप घरातील बायका पाहतात. त्याच मुळी दहा आहेत. एकूण मोठे घर आणि त्यातील व्याप, कारभार आणि तो चालवणारी कर्ती मालन हे सर्व मिळून एका रथाचे रूप आहे. ही कल्पना मला फार आवडली.

❊ **गाथा (१२)**

थोरला माझा रथूऽ आठ दहा गऽ बायकांचाऽऽ
माझ्या गऽ सासूच्या गरतीच्या गरताव्याचाऽऽ

वसरीला उभ्याऽ आम्ही गऽ चवघ्या जावाऽऽ
सासू ग म्हनीतीऽ जसा केळीचा चांदवाऽऽ

चवघी आम्ही जावाऽ पाचवी माझी सासऽऽ
नंदा कामीनी हैत मंदीऽ चांद त्यांची सोबा दीसंऽऽ

पंढरीचं बाई कुक्कूऽ सये म्हैन्याला लागंऽ धडाऽऽ
माझ्या गऽ सासूबाईचाऽ लेकीसूनांनी भरला वाडाऽऽ

थोरला माझा रथूऽ काम करीते ईळभरऽऽ
कपाळीचं कुक्कूऽ न्हायी सूकलंऽ तीळभरऽऽ

(१) गरतावा = घरसंसाराचा व्याप. (२) चांदवा = लहान मंडप (३) ईळभर = सर्व वेळ, दिवसभर.

या गाथेतील रथाची कल्पना मला फार आवडली. रथ हे वैभवाचे चिन्ह. चालणारा. घरही तसेच समृद्ध आणि दिमाखात गजबजलेले. इथे मालनीने घरातील बायकांचा तेवढाच उल्लेख केलेला— ओसरीवर उभ्या जावाजावांना पाहून सासू म्हणते, हा केळीचा मांडव आहे. केळीसारख्याच त्या रसरशीत— प्रसन्न आणि मंगल पण. सुनांना सासूने अगदी सुंदर उपमा दिली आहे. केळीचा चांदवा. चांदवा हा शब्दच सर्व काही मनात उभे करून जातो.

या मालनीला एकत्र बसलेल्या या सासू, सुना, नणंदा एखाद्या नक्षत्रपुंजासारख्या दिसतात. इतकी माणसं, व्याप घरात— खर्चाला काय तोटा— मालनीने इथे वस्त्रप्रावरणाचा उल्लेख केलेला नाही. चोळ्यांची बासने आणि लुगड्यांची दिंडे तिच्या डोळ्यांपुढे आली नाहीत. तिला कुंकू किती लागते ते आठवते— आणि कुंकूही पंढरीचे— मला हा तिचा विचार अतिशय स्त्रीसुलभ आणि मार्मिक वाटला. कारण पुढच्या ओळीतच कुंकवाचा अतिशय मनोज्ञ असा उल्लेख आहे. ही मालन घरातील थोरली सून असणार— एवढा रथ चालायचा म्हणजे किती काम हवे— आणि हिला तर दिवसभर त्यावर देखभाल करायला लागत असेल आणि स्वत:ही करावे लागत असेल. पण या श्रमाने कुंकू घामाने भिजले असे न सांगता तिने फार सूचक शब्द वापरला आहे. 'तिळभर सुकत नाही.' 'सुकत नाही' यात भिजणे हा अर्थ

आलाच; पण कोमेजत नाही— कष्टाने त्रासिक होत नाही, ओघळत नाही, तर तिथल्या तिथे भिजून चमकत राहते— उगवत्या सूर्यबिंबासारखे— हा सुंदर अर्थ प्रकाशतो.

समृद्ध घराची, समृद्ध मालनीने केलेली ही समृद्ध वर्णने काव्यदृष्ट्याही समृद्ध आहेत.

◆

४

सासरच्या वास्तूचे थोरपण मालनीने कुटुंबाच्या त्या घरातील वावरातून आणि वास्तूमधील नेपथ्यातून केले आहे. घराची लांबी-रुंदी, दारे-खोल्यांपेक्षा घरातील माणसांचे मोठेपण तिला प्रभावित करते असे तिच्या वर्णनावरून वाटते. परसदारीचा आंबा जसे सासुरवाशिणीचे सुखी सासर दाखवितो, त्याचप्रमाणे घरातील बायका-पुरुषांच्या एका मोकळ्या मनाच्या सौहार्दात तिला तिच्या माणसांचे मोठेपण भावते. अशा सौहार्दपूर्ण घराला तिने 'थोरला माझा रथू' असे म्हटले आहे.

खालील गाथांतून मालनीने आपल्या सासरच्या माणसांचे मोठेपण गायिले आहे.

एकत्र कुटुंबात राहायचे, तर एक आचारसंहिता आत्मसात करावी लागते. तिला 'जिव्हाळ्याचा शेजारधर्म' असे म्हणता येईल; आणि स्वत:ची वृत्ती आनंदी, समाधानाची अशी असावी लागते. ज्या मालनीला असे गुण लाभले आणि ज्यांच्या सुदैवाने त्यांना त्याच गुणांचे सासर लाभले, त्या दुर्मीळ स्त्रियांनी या ओव्या जिवेभावे गायिल्या आहेत. दुर्मीळ म्हणण्याचे कारण या अशा ओव्या फार थोड्या आहेत.

खालील गाथेत हे भावबंध मालनीने अतिशय काव्यात्म रीतीने आणि सुंदर प्रतिमांतून व्यक्त केले आहेत.

✻ गाथा (१३)

सासू नी सासयीराऽ　　जाई मोगऱ्याचं आळंऽऽ
तेंच्या मी सावलीलाऽ　　परघरची कंबळऽऽ

ननंद आक्काबाईऽ　　माझ्या दारीची तुळसऽऽ
दीर नी जेठानी गऽ　　माझ्या माडीचं कळसऽऽ

भरतार नव्हं बाईऽ　　माझा मखमली शेरालाऽऽ
तेच्या गऽ सावलीलाऽ　　माझा फुलला पानमळाऽऽ

आंबा मव्हरलाऽ मव्हरला पानोपानीऽऽ
माझ्या घरात ऊगवलीऽ सये शुक्कीर चांदयीनीऽऽ

पाण्याच्या गऽ जोरावरऽ लहरा मारीती फूलबागऽऽ
राजसाच्या घरीदारीऽ गंध दरवाळंऽ लगलगऽऽ

(१) जेठानी = थोरली जाऊ. (२) माडीचा कळस = घरचे प्रमुख— शोभा. (३) शेराला = शेवरीच्या झाडाचे पानमळ्याभोवतीचे कुंपण. या आडोशाने ऊन-वाऱ्याचा त्रास होत नाही. (४) लगलग = इकडून तिकडून, असा तसा.

या गाथेतील पहिलीच ओवी विलक्षण सुंदर आहे. 'आळा' म्हणजे गवताला पीळ घालून गवताच्या पेंड्याचा भारा बांधण्यासाठी जो दोर करतात, त्याला आळा म्हणतात. घरातील सर्व माणसांना एकत्र नांदवणारे जे प्रमुख, ते या आळ्याप्रमाणे असतात. मालनीने इथे आपला सर्वांचा सांभाळ करणाऱ्या सासू-सासऱ्यांना 'जाईजुईचं आळं' म्हटले आहे. एकत्र कुटुंबाचा भारा आवरून धरणारे हे सासू-सासरे जाईजुईच्या हारासारखे आहेत. चतुर मालनीने या ओवीत स्वत:ला परघरचे कमळ संबोधून या ओवीला अधिकच गोडवा आणला आहे.

अशाच पुढील ओव्या एका अनुभवातून निरनिराळ्या सुंदर कल्पना प्रकाशित करणाऱ्या अशा आहेत. नणंदेला मालनीने 'अंगणीची तुळस' म्हटले आहे. 'अंगणीची' हा शब्द दुसऱ्या घरी दिलेली हे सांगतोच; पण त्याबरोबर तिचे घरातील वागणेही कसे सौहार्दाचे आहे हे सांगतो. प्रेम आहे— आदर आहे, त्याचबरोबर त्या प्रेमाला सक्ती किंवा इतर कोणता हेतू नाही. अधिकार गाजवणे नाही, रुसवा-फुगवा नाही, मत्सर नाही. एक अलिप्त असे शुद्ध सौहार्द तिच्यामध्ये आहे. म्हणूनच तिला तुळस म्हटले आहे. पवित्र आणि मंगल चिंतणारी. हे सर्व लक्षात घेतले की त्या तुळस या प्रतिमेचे सौंदर्य आणि समर्पकता लक्षात येते.

पतीला पानमळ्याचा शेराला म्हटले आहे. मालन स्वत:ला पानमळा म्हणवते. यात मळ्याचे हिरवेगर्द सौंदर्य, त्याची कोमलता, त्याला संरक्षणाची आवश्यकता— हे भाव तर प्रकट होतातच, पण हे संरक्षण अधिकाराचे नाही. परस्वाधीन करणारे नाही. शेराला— शेवरीची झाडे अशी कठोर नाहीत. देखणी, मोकळ्या सावल्या ढाळणारी, तत्पर अशी भोवती उभी आहेत. हे समजले की त्या उपमेचे कौतुक करावेसे वाटते.

या सर्व आनंदाचा परिपाक म्हणजे तिला मुलगी झाली आहे— तिला ती शुक्राची चांदणी असे म्हणते— या सर्वांगीण सौहार्दामुळे मुलीचाही तिला आनंद झाला आहे— हे तिने सुचवले. ही ओवी मला त्या दृष्टीने महत्त्वाची वाटते आहे.

या सौहार्दाने भरलेले घर फुलबागेत पाणी खेळवावे तसे आहे. ही शेवटची ओवी तर मालनीचे आनंदानिधान आहे— मालन आपल्याला आपल्या संसाराला फुलबाग म्हणवते. त्या बागेतील समाधानाचा सुगंध सारखा दरवळत असतो. ही गाथाच मला फार आवडली.

वरील गाथा सर्व कुटुंबाविषयी आहे, तर पुढील गाथेत एका मालनीने आपल्या सासू-सासऱ्याचे कौतुक गायिले आहे. हे सासू-सासरे अतिशय प्रेमळ, समृद्ध आणि स्वभावाने देवमाणसासारखे आहेत, हे तिने काव्यात्म असे वर्णन करून सांगितले आहे.

✳ गाथा (१४)

सासू नी सासयीराऽ — दोनी आयन्याची पेटीऽऽ
चिठ्ठी हळद कुक्काचीऽ — केली जतन माझ्यासाठीऽऽ

सासू नी सासयीराऽ — तेंची सोन्याची पावईलंऽऽ
तेंच्या का पोटीचंऽ — मला माणीक घावयीलंऽऽ

सासू नी सासयीराऽ — तेंचं गऽ पुन्ये थोरऽऽ
दोघांच्या सावूलीतऽ — मी गऽ हायी बीनघोरऽऽ

सासू नी सासयीराऽ — माझ्या घराची दोन दारंऽऽ
दोघांच्या हाताखालीऽ — न्हायी लागत ऊन-वारंऽऽ

सासू नी सासयीराऽ — माझ्या देवावईलंऽ सोनंऽऽ
तेच्या उजेडातऽ — मी गऽ लोटते चारी कोनऽऽ

या गाथेत मालनीने आपल्या सासू-सासऱ्यांविषयी कृतज्ञभाव व्यक्त केला आहे. सुदैवाने त्यांच्यापोटी आलेला रत्नासारखा सद्‌गुणी नवरा— त्यांच्यामुळेच तिला लाभला आहे. घरात जी समृद्धी आहे, तिचा लाभ तिला सासू-सासऱ्यांनी या घरात सून आणली— त्यामुळे मिळतो आहे आणि ते आपल्या प्रेमळ स्वभावाने तिची कल्पनातीत अशी काळजी घेत आहेत. या साऱ्या अतिशय सुखाच्या गोष्टी सासू-सासऱ्यांमुळे लाभल्या असे ती सांगते आहे. पण ते सांगताना तिची प्रतिभा उमलून येते आहे. पहिल्याच ओवीत याचा वानवळा मिळतो. मालनीच्या जीवनात प्राणापेक्षा मोलाची म्हणजे तिची आयन्याची पेटी— जीत तिने आपली सर्व सौभाग्यचिन्हे ठेवलेली असतात. कुंकू, हळद, मेण आणि काजळ— एखाद दुसरा नेहमीचा

दागिनाही तीत असतो. आपल्या सासू-सासऱ्यांना ती 'आयन्याची पेटी' म्हणते— ही प्रतिमा फारच उत्कृष्ट आहे. या पेटीतील चिठ्ठी हा शब्द मन वेधून घेणारा आहे. मालन कधी फालतू शब्द वापरत नाही. आपल्याला वाटते त्यापेक्षा त्या शब्दात खूप आशय भरलेला असतो. या आयन्याच्या पेटीने मला आपला पोटचा मुलगा दिला आहे. त्यात तशी कुंकवाची चिठ्ठी आहे. चिठ्ठी म्हणजे इनामपत्र— कुंकू हे पतीचे प्रतीकच असते— ते या पेटीत आहे— हे सर्व उलगडले की पुन्हा ओवी वाचताना मन आनंदित होते. सासू-सासऱ्यांनी आपण जोपासलेले धन सुनेच्या स्वाधीन केले आहे— चिठ्ठी या शब्दात किती सुंदर अर्थ सामावला आहे!

या गाथेची शेवटची ओवीही अशीच प्रतिमेने अवगुंठनवती अशी बनलेली आहे. तिचे सासू-सासरे तिला आपल्या देवावरचे अलंकार असे वाटते. हे संपत्तीसाठी नसून— ते इतके पुण्यशील आहेत की देवालाही त्यांना आपल्या अलंकारासाठी योजावे असे वाटते. गळ्यातला ताईत— गळ्यातील चंद्रहार जसा अत्यंत प्रिय तसेच हे अलंकार, असे मालनीने त्यांचे वर्णन केले आहे. दुसऱ्या पदात याच प्रतिमेसंबंधात ती म्हणते, 'देवघरातील देवाच्या गळ्यातील अलंकारांच्या प्रकाशात मी चारी कोन लोटटते'— हे कोन देवघराचे किंवा घराशिवाराचे आणि ती त्यांची देखभाल करते असे वाटते. पण तसे नाही— इतक्या पुण्यशील सासू-सासऱ्यांचा आशीर्वाद तिला इतके कमी कसे देईल— असे मनात आले तरच ती प्रतिमा आपले अवगुंठन सारून दर्शन देते— कोन हे इथे कोठार— धान्याची साठवण्याची जागा, असे मालनीने म्हटले आहे. तिच्या घरात चार कोठारे आहेत— आणि ती त्यांत धान्य लोटटते आहे— हा तिला तिच्या सासू-सासऱ्यांनी दिलेला आशीर्वाद असा समजला, की एकदम नवे काही गवसले असे वाटते— अशी ही गाथा नव्या प्रतिमांनी नटलेली अशी आहे.

पुढील गाथेतील मालनीने आपल्या सासरच्या माणसांवर ओव्या गायिल्या आहेत. ओवी गाणे म्हणजे ज्याच्यावर ती ओवी म्हणायचे, त्याचे कौतुक, त्याच्यावरील जिव्हाळा, श्रद्धा, त्याच्यावरचा भक्तिभाव हे त्या ओवीत गाणे. आपल्या मनात ज्यांना महत्त्वाचे स्थान आहे, त्यांच्यावरच्या या ओव्या मालन गाते— आईवरील व भावावरील ओव्या त्यामुळेच असंख्य अशा आहेत. या ओव्या जात्याच्या फेराबरोबर गायिल्या जातात— अशा ओव्या प्रथम गायिल्या जातात.

नेहमीप्रमाणे आपले लाडके दैवत 'पंढरीनाथ' याच्यापासून तिने आरंभ केला आहे. विठ्ठल, सासरा, सासू, दीर, जावा, नणंदा आणि भ्रतार यांच्यावरची ही एक एक ओवी आहे. फार थोड्या शब्दांच्या अवकाशात फार मोठा अर्थ भरणे हे या ओव्यांचे वैशिष्ट्य आहे.

* गाथा (१५)

जोडव्या शेजाईरीऽ माझी मासूळी मोरायाचीऽऽ
सूनबाई मी थोरायाचीऽऽ

ववी मी गायीनऽ गायीनं साऱ्या गोताऽऽ
देवा माझ्या पंढरीनाथाऽऽ

सासरा मोतीदानाऽ सासू रतनमाऊलीऽऽ
नवरतनांची पेवलीऽऽ

बाई वडील भासरंऽ जलमाचं माझं भाऊऽऽ
काशी गंगा गोदा जाऊऽऽ

सासू सासऱ्याचंऽ घर देरा ननंदांचंऽऽ
पिरथीमी मोलाचं गऽ लेणं माझ्या भरताराचंऽऽ

चुड्याशेजारी गऽ उभीऽ नंद साईत्रा पदमीनीऽऽ
चुड्यामागची कंगणी गऽ चांदामागची चांदणीऽऽ

ववी मी गायिलीऽ माझ्या ग सासरालाऽऽ
माझ्या शीताळ सावूलीलाऽऽ

(१) पेवली = खाण, जन्म देणारी. (२) भासरा = वडील दीर.

मालन ओव्या गाताना प्रथम मी या सासरघरची सून आहे हे मोठ्या अभिमानाने सांगते. समृद्ध आणि मोठ्या मनाच्या माणसांच्या घरची मी सून आहे हे तिला प्रथम सांगायचे आहे— सासू-सासऱ्यांना तिने मोती आणि रत्न म्हटले आहे. समृद्धीच्या कोंदणातील हा मोती आणि ही रत्न आहे— असा त्याचा भावार्थ आहे. जावा कशा आहेत हे मालनीने त्यांच्या नावांवरून व्यक्त केले आहे. आपला पती तर या सासरघरचे लेणेच आहे असे तिला वाटते. तिचे तर आहेच. नणंदेला चुड्यामागची कंगणी म्हणून तिचे आपल्याला का महत्त्व वाटते हे तिने सांगितले आहे. हातांत बांगड्या भरल्या, की त्यांच्यामागे कंगणी हा महत्त्वाचा सोन्याचा दागिना असतो. नेहमी आईला ही उपमा देतात. मालनीला ही धाकटी नणंद तितकीच मायेची वाटते. शेवटच्या ओवीत 'सासराला' या शब्दासाठी ही ओवी आहे— कारण घरची माणसे तर गायिली आहेत. आता घरदार, शिवार, गुरेढोरे आणि इतर परिवार मिळून जे सासर आहे, त्याला ही ओवी गायिली आहे. हे सर्व मिळून सासरा हा एक मोठा

वृक्ष आहे आणि मी त्याच्या सावलीत आहे— असे ती म्हणते. सासरघरावर असणारा श्रद्धाभाव या गाथांतून मालनीने गायिला आहे.

पुढील गाथा वेगळीच आहे. या गाथेची मालन लहानपणापासून मनाशी सासर कसे असावे याबद्दल काही स्वप्ने धरून आहे. 'मला हौस मोठी'— माहेरचे वळण, शेजारपाजारचे संसार पाहून तिच्या मनात ही हौस आली असावी.

✻ **गाथा (१६)**

हौस मला मोठीऽ पाटी भरून भाकरीचीऽऽ
घरधनीयाचीऽ गडी मानसंऽ चाकरीचीऽऽ

हौस मला मोठीऽ दीरजावांत नांदायाचीऽऽ
सांगते गऽ सयेऽ माडी कौलारू बांधायाचीऽऽ

हौस मला मोठीऽ हंडा परात सैपाकालाऽऽ
सांगते ग सयेऽ झोपा बाळाच्या बैठकीलाऽऽ

दे रे देवा मलाऽ जुनं जुंधळं ठेवनीलाऽऽ
घरधनीयालाऽ बारा बईल दावनीलाऽऽ

सांगीते देवा तूलाऽ न्हायी मागीत आनी कायीऽऽ
घरधनीयालाऽ थोडी संपत औक्ष लयीऽऽ

लग्न झाले आहे पण अजून सासरघरी न गेलेल्या दोन मैत्रिणींचे हे हितगूज आहे, हे सहज ओळखते. एक मालन दुसरीला आपल्या हौशी सांगत आहे. सासरी हे सर्व आपल्याला मिळायला हवे अशी तिची इच्छा आहे. मैत्रिणीशिवाय या गोष्टी ती दुसऱ्या कुणाला सांगणार? एखाद्या शेतकऱ्याच्या मुलीची समृद्धीची ही स्वप्ने आहेत. हे सर्व ती मैत्रिणीला सांगते, पण ती फार चतुर आहे. सावित्रीचा वसा करणाऱ्या या मालनी देवाकडे मात्र अशा मनभरून आलेल्या हौशी सांगत नाहीत. तसेच या मालनीने केले आहे. मैत्रिणीला सांगून झाल्यावर तिचे देवाकडचे मागणेही तिने इथे गायिले आहे. त्यात ती फक्त तीन गोष्टी देवाकडे मागते— 'ठेवनीला जुने जुंधळे', 'बारा बैलांची दावण' आणि 'कंथाचे दीर्घायुष्य.'

त्या मालनीचे हे मागणे ऐकून देव कौतुकाने हसला असेल. कारण या तिन्हींतून तिने आपल्याला हवे ते सर्वच सामावून घेतले आहे. भरपूर पीक हवे, म्हणजे शिवार मोठे हवे— त्याच्या मशागतीला मोठी दावण हवीच— मग हा

मोठा खटला सांभाळायला घरची माणसं हवीत— दीर, मुलगे, नणंदा, जावा, लेकी हव्यात— मोठा वाडा हवा— गुरासाठी वाडे, गोठे हवेत— आणि थोडी संपत्ती म्हणजे पैसा, दागिना हवा— आणि हे सर्व आनंदाने भोगायचे, म्हणजे पतीची साथ हवीच! तिच्या हौशी अशा दावणीच्या आहेत— तिला थोरला रथ हवा आहे.

'थोरला रथ' असा सुखाचा होणे फारच दुर्मीळ; वाळवंटातील हिरवळीसारखे. अशा सुखवासी ओव्याही तशाच— फारच थोड्या.

या मालनींच्या मनाचा थांग लागत नाही. अशा सुखी मालनी असतीलच. पण मला वाटते, सासुरवासी समृद्ध घरातील मालनीने माहेरी आल्यावर गायिलेला हा 'थोरला रथ' तर नसेल? आपल्या माहेरी सासुरवासाचे केविलवाणेपण दाखवायचे नाही. भावा-भावजयांत आपले दु:ख मांडायचे हे मालनींना सोसत नाही. अशी सासरची दु:खे त्या फक्त आईपाशी सांगतात. त्या ओव्या अश्रूंच्या असतात. घरीदारी त्या असा 'थोरला रथ' मिरवत असतात. असे तर काही या ओव्यांमागे नसेल? रथाचा त्यांनी डोलारा तर रचला नसेल?

तसे असू नये हे व्यक्त करण्याखेरीज आपल्या हाती काय आहे? पण अशी शंका मनात येते खरी.

◆

गाथागंठन : ५

माहेर

१

माहेरीचा पारिजात

संसारात यशस्वी, कर्तबगार ठरलेल्या चार-पाच मालनी एकत्र बसल्या आहेत. माहेरच्या आठवणी निघताहेत. 'माझ्या बयानं मला शिकवलं', 'मला काय विचार सांगितले', आपल्याबरोबर कामाला घेऊन कसे वळण लावले— आता कशी त्यामुळे सकाळी उठून तिची आठवण येते! या संसाराचे— सुखी संसाराचे श्रेय पूर्णपणे आईने लावलेल्या वळणाला कसे आहे, यावर या मालनी मनोभावाने बोलत आहेत.

या एकूण गाथा म्हणजे मुलीला दिलेल्या शिक्षणाचा वस्तुपाठच आहे. केवळ संसारच नव्हे, तर कोणतीही गोष्ट आयुष्यात यशस्वी व सुखाची करावयाची असेल तर त्याची सर्व मूळ शिक्षणतत्त्वे या गाथांतून किरणे टाकीत असतात. म्हणजे मालनींनी कामांचा विचार केला— त्याबरोबर कामांच्या कुशलपणाचा विचार केला. त्यातील माझ्यासाठी हा भाव काढून 'सर्वांसाठी' हा भाव घेतला. सामाजिक नियमांना योग्य तो मान दिला; आणि माणसाला मान द्यावा— भुकेल्याला पोटाला द्यावे हे पण ठसवले. कुणाचेही जीवन सुखी होण्याची ही गुरुकिल्लीच मालनींनी सासरी जायला निघालेल्या आपल्या लेकीबाळींच्या पदरी घातली आहे. मालनींची ही गीता आहे. इतके महत्त्व मी या गाथांना देते. हे कर्म आणि धर्म यांचे कल्याणकारी रसायन.

खालील गाथेतील मालन म्हणते, आई माझी पंतोजी झाली. कामाचे पहिले शिक्षण तिने मला दिले. मला तिने कष्टाला जुंपले नाही पण तिच्याबरोबर काम करताना मी सुखावून गेले. हे काम की हा खेळच, असे मला झाले!

* गाथा (१)

पहिल्या कामाची गऽ लेखनी माझ्या हातीऽ
मला शिकवायाऽ बया पंतोजी झाली हूतीऽऽ

मी तंऽ शिकलेलीऽ बयाबाईच्या साळंलाऽ
काम करावं गऽ येळभरीच्या येळंऽलाऽऽ

सकाळाच्या पारीऽ मला झाडायाचा पाठऽ
आईनी दाविली गऽ मला संसाराची वाटऽऽ

चूल भानवशीऽ देव्हारा लखलखीऽ
मायबाईची गऽ मलाऽ रोज रोज शीकीऽ

दळनंऽ कांडनंऽ नित माझं ते खेळनंऽऽ
लावलं गऽ मलाऽ बयाबाईनंऽ वळनऽ

काम करावं गऽ लेकीऽ न्हायी कामानं झीजतऽ
माऊलीचं दूधऽ न्हायी माघारी सरतऽऽ

अंगाचा मी घामऽ नित्तरते मोत्यावानीऽ
माय गऽ बाईनंऽ मला शिकोलंऽ लहानपनीऽऽ

(१) शिकी, शीक = शिकवण. (२) चूल भानवशी = चूल आणि तिच्या मागील कट्टा. (३) नित्तरणे = ठिबकत वाहून जाणे.

लेक म्हणजे परायाचे धन हे ठरलेले. मग तिथे गेल्यावर काय करावे, कसे वागावे, हे शिक्षण मुलीला माहेरीच आईकडून मिळत असते. कामाचे शिक्षण तर मुलीला तिसऱ्या वर्षापासूनच सुरू होते. आई काम करीत असते आणि तेच काम लेक खेळत असते. पहिल्या ओवीतच मालन मोठ्या अभिमानाने सांगते : 'पहिल्या कामाची लेखणी आईनेच माझ्या हातात दिली.' आई दिवसभर कामांत असायची. ही लहानी तिच्यामागून फिरत असायची. असे आईचे काम बघता बघताच चाणाक्ष लेकीने आईकडून पहिला मंत्र घेतला. 'काम करावं गऽ येळभरीच्या येळंला' हा संसारातील कामकाजांचा मूलमंत्र म्हणायला हरकत नाही.

स्वच्छता, टापटीप, सौंदर्य, प्रसन्नता हे सर्व गुण ज्यात एकवटलेले आहेत, त्या 'झाडायचा' पाठ लेकीला तिने प्रथम दिला आणि संसाराची वाट दाखवली. वयाच्या तिसऱ्या वर्षापासून ही चिमुकली झाडायचे पाठ गिरवते. आई तिला प्रथम बहुतेक जात्याचे पीठ गोळा करण्याची लहानशी खेळण्यासारखी केरसुणी देत

असावी. केरसुण्या तरी किती तऱ्हेच्या, दळपाची बारीक मोळाची दाट— अशी वेगळी, शिंदीची— पिसाऱ्यासारखी फताडी वेगळी, मोळाची वर नक्षीदार गाठ असलेली वेगळी, वासुदेवासारखी टोपी घातलेली हिराची वेगळी. तुरकाठ्या एकत्र बांधून झटपट तयार केलेली वेगळी— त्यांच्या झाडण्याच्या जागाही वेगळ्या— आणि कोणती केरसुणी हातात कशी धरायची याचे शास्त्रही वेगळेच आणि तिचा जमिनीवर दाब देण्याचे कौशल्य वेगळेच. केर अगदी छान काढायचा असला तर वरचे सर्व आत्मसात करावे लागते. आई लेकीच्या बरोबरीने करू लागते. त्यामुळे लेकीला लवकर पारंगत होता येते.

मग जशी मोठी होईल तशी अंगण, ओटा, ओसरी, देवघर आणि चूल भानोशी झाडणे, स्वच्छ करणे, सारवणे, रांगोळी घालणे यांत ती लेक हळूहळू भाग घेऊ लागते. एक म्हण आहे. 'अंगणाची कळा, ती घराची कळा' त्याप्रमाणेच संसारी सुगरण कोणती माहीत पाहिजे असेल, तर तिचे चूलघर आणि अंगण बघावे. ही दोन्ही जिची झळझळीत असतात, ती सुगरण म्हणायची.

या विद्यार्थिनीने आईकडून एक मोलाचे देणे घेतले आहे, ते म्हणजे 'जिद्द'. कामाला, कष्टाला डगमगायचे नाही. 'कसं करू आता' म्हणायचे नाही. तिने हा भाव इतक्या सुंदर शब्दांत व्यक्त केला आहे. 'माऊलीचे दूध न्हायी माघारी सरत.' हा लेकीला आपल्या आईच्या कर्तृत्वाचा अभिमान. आपल्या मैत्रिणींना हे सांगताना ती आनंदाने किती तुडुंबली असेल!

तिच्या आठवणी संपताच दुसरी मालन म्हणते. 'भाग्याची ग तू!' 'माझ्या आईने मला काम थोडं-फार शिकवलंच, पण तिने जी मला विचारांची धन तिली, तिने मी अगदी धन्य धन्य होऊन गेले आहे.'

✳ गाथा (२)

मला शीकवलंऽ माय त्या माऊलीनंऽऽ
जाऊ नी गऽ बाईऽ परक्याच्या सावलीनंऽऽऽ

शेजी आली घराऽ बस म्हनावं गऽ तीलाऽ
मायबाईचा माझ्याऽ हरनीचा शीक मलाऽऽ

जीवाला जपल्यानंऽ न्हायी हूतऽ पेंड दावंऽ
माऊलीनं शिकवीलंऽ आडत्याला कामा यावंऽऽ

या गऽ लेन्या नेसन्याचाऽ कधी करू नी गऽ हेवाऽ
आपल्या संचीताचाऽ वाटा ऊचलून घ्यावाऽऽ

वाटंवरलंऽ घरऽ आल्या गेल्याला ताकभातऽ
सांगती गऽ बयाऽ मायबापाचं नावऽ राखऽऽ

(१) परक्याच्या सावलीनं = दुसऱ्याच्या आहारी जाऊ नये. (२) पेंड = वाखाचा जुडगा (३) दावं = दोरी गळ्याला बांधायची, कासरा. वाखाची पेंड एकदम दोरी होत नाही. तिच्यासाठी खूप काम करावे लागते. पेंड करून वळावे लागतात, मग दोरी तयार होते.

सासरघरी गेल्यावर सावधपणे वागावं. कुणी नणंदा, जावा या गोड बोलल्या तरी त्यांच्या आहारी जाऊ नये. हळूहळू प्रत्येकाचा स्वभाव समजतो तसे वागणे ठेवावे. ऐकावे जनाचे, करावे मनाचे असे वागावे. नाही तर उगाच भांडणे मात्र वाढतात.

कुणी शेजारीण आली तर 'या, बसा' म्हणावे. बसायला पाट द्यावा. घरात सगळीच आपापली कामे करतात. पण कुणाची काही अडचण असेल, तर त्याचे काम आपण करावे. नुसत्या वाखाचा जसा दोर होत नाही, त्याप्रमाणे काम न करण्याने काही फायदा होत नाही. अशी मदत केल्याने स्नेहभाव वाढतो.

'आपल्या संचिताचा वाटा उचलून घ्यावा' हे जरा स्पष्ट करायला हवे. एकत्र कुटुंबात सणंग एकदम आणतात. प्रथम घड्या उचलायच्या माहेरवाशिणीने— मग जावांनी— सासवांनी— सर्वांत शेवटी नवी नवरी— त्या वेळी जी घडी वाट्याला येईल ती आनंदाने उचलावी— दुसऱ्याचा हेवा करू नये... कधीच कुणाचा हेवा करू नये. आपल्या वाट्याला जे आलेले आहे ते आनंदाने स्वीकारावे.

शेवटच्या ओवीत तर मालनीने आपल्या लेकीला फार मोठा विचार दिला आहे. आदरातिथ्याचा— भुकेला दारी आला, जेवत्या वेळेला कुणी पाहुणा आला, की त्याला आदराने ताकभात द्यावा. तो आशीर्वाद देतो— आईबापाचे नाव काढतो. ताकभात याचा अर्थ— जे घरात असेल ते. ही संस्कृती भारतीय— या मालनींनी ओव्यांतून जपून ठेवलेली आहे.

पुढील गाथेत आईप्रमाणे शेजारणीही तिला घरची रीत शिकवतात. पण या चतुर मालनीने दोन्ही शिक्षणांतील फरक ओळखला आहे. खरे शिक्षण कसे असते याचे हे उदाहरणच आहे.

❋ गाथा (३)

बया शिकवीतीऽ कडुलिंब गऽ खाऊनीऽ
शेजी शिकवीतीऽ गूळ खोबरं दावूनीऽऽ

शेजी शीकवीतीऽ गुडदाळ्या दोघी खाऊऽ
बया शीकवीतीऽ जीव संसाराला लावूऽऽ

शेजी शीकवीतीऽ डाळ गूळ गऽ देऊनऽ
बयानं शीकवीलंऽ मला मांडीवऽ बसवूनऽऽ

बारा जनी गऽ सांगतीऽ कामाच्या बारा खूनाऽ
बयाचा एक शीकऽ गरतीसंगंऽ भाऊपनाऽऽ

शेजीनं शीकवीलंऽ सये सारंऽ वाया गेलंऽ
बयानं शीकवीलंऽ माझं मला कामा आलंऽऽ

(१) कडुनिंब खाऊन = व्रत घेतल्याप्रमाणे, निष्ठेने. (२) गुडदाळ्या = गुडदाण्या— गुळाच्या पाकात शेंगदाणे घोळवून केलेल्या वड्या वा लाडू. (३) गरती = उत्तम गृहिणी. (४) भाऊपणा = मैत्री, संगत.

आईच्या आतड्याने दिलेले शिक्षण आणि केवळ शिकवायचे म्हणून गोडीगुलाबीने करून घेतलेले काम यांतील हा फरक मालनीने उदाहरणे देऊन स्पष्ट केला आहे. हे शिक्षण संसारासाठी नसून, आपल्या फायद्यासाठी असते हे तिने दाखवून दिले आहे. पण शेवटी ती म्हणते— शेजीने जे शिकवले, ते विसरले. कारण त्या प्रकारचे शिक्षण संसारात अडथळे निर्माण करते. ते गरतावा निर्माण करत नाही. म्हणून आईचे शिक्षण तिला तिच्या संसारात फार उपयोगी पडले आहे असे ती म्हणते. नुसते कामाला आले नाही, तर त्या शिक्षणाने तिला गरतीचे पद प्राप्त करून दिले.

पुढील गाथाही फार वैशिष्ट्यपूर्ण आहे. एका वेगळ्या विषयातील गरतीपणा तिच्या आईने तिला शिकवला आहे. प्रत्येक मालनीला जेवण तयार करायला आलेच पाहिजे. पण ते 'करायचे, म्हणून करायचे'— भाडोत्री कामासारखे करून चालत नाही. त्यातही आपला खर्चाचा आवाका, प्रत्येकाची आवड, प्रत्येकाबद्दल अगत्य आणि रुचकर पदार्थ करणे— व हे सर्व स्वच्छता, टापटीप ठेवून, मायेने सर्वांपुढे ठेवणे हे सर्व त्या एका जेवण तयार करण्यात यायला हवे. तरच ती सुगरण.

या सुगरणपणाचे धडे आईने आपल्याला कसे दिले, ते इथे मालन मन भरून येऊन सांगत आहे.

✻ गाथा (४)

बारीक दळनऽ पानी पीठात मायासाठीऽ
बयानं शीकवलं चित्त गरतीनं न्हान्यासाठीऽऽ

बयानं शीकवीलीऽ मला संसाराची तोडऽऽ
बारीक दळनाचीऽ भाकरी ग व्हती दीडऽऽ

बारीक दळनाचीऽ व्हती भाकरी घारीपुरीऽ
बयानं ग शिकवीलीऽ सये तिची गऽ कारागीरीऽऽ

बारीक पीठाचीऽ व्हती भाकरी लचपचऽ
बयानं शीकवीलंऽ याद येती करू कसंऽऽ

कारल्याची भाजीऽ चिंच गुळानंऽ चवदारऽ
बयानं शिकवीलंऽ तसा करावा संवसार

माझ्या गऽ माह्यारीऽ सये बया पारीजातऽ
तेची गऽ फुल्लं वासऽ दरवाळऽ सासरातऽऽ

(१) मायासाठी = सामावण्यासाठी. (२) संसाराची तोड = संसारात जुळवून घेणे, तडजोड. (३) दीड भाकरी = जाड पिठाची एक भाकरी होते, तर तेवढ्याच बारीक पिठात दीड भाकरी होते. (४) घारीपुरी = पुरी वा घारग्यासारखी बारीक पिठाची भाकरी सर्व बाजूंनी टम्म फुगते. (५) कारागिरी = कौशल्य. (६) लचपच = मऊ आणि खुसखुशीत.

ही गाथा तर गरताव्यातील मानबिंदूच आहे. केवळ कष्ट म्हणजे बागशाही नव्हे. त्या कष्टांतून घरात समाधान, आनंद आणि जिव्हाळा निर्माण झाला पाहिजे. माळीकाम हेच करते. पाणी घालणे, खुरपणे इ. करताना ते फुले-फळे यांनी झाडे कशी ओथंबून जातील, याचीही काळजी घेतो. अंगण घराची कळा सांगते, तर घरातल्या माणसांची कळा स्वयंपाकघर सांगते.

भाकरी दिसावी चांगली, तशीच रुचीला व खायलाही चांगली लागायला हवी. त्याला मूळ कारण म्हणजे बारीक दळण. पीठ बारीक दळायला हवे. शेव करायला डाळीचे पीठ बारीक लागते. पण पिठले वा झुणका करायला पीठ किंचित रवाळ लागते. ते तसे नसेल तर पिठल्याची चव हवी तशी राहत नाही. सर्वांमुखी जाण्याचा जिन्नस चांगला व्हायला हवा, ही हौस जिला असेल, तिलाच हे जाणता येते. चपाती फुगणे, भाकरी फुगणे हे देखील कौशल्याचेच काम असते.

मालनीला तिच्या आईने हे सर्व असे समजून दिले, की आता आठवण आली की तिला गहिवर येतो. कारण या सर्व शिकवणीनेच तिला आता सर्वांकडून जिव्हाळा मिळतो आहे.

शेवटची ओवी म्हणजे सुखाच्या संसाराची गुरुकिल्लीच आहे. कारले कडू असते पण त्यात चिंच-गूळ घालून भाजी केली, की ती चविष्ट होते. असेच संसाराचे आहे. हे तिला आईने चांगले समजून सांगितले आहे आणि ही जबाबदारी मालनीचीच आहे असा तिचा विश्वास आहे. ती मालन आईच्या शिकवणीप्रमाणे घरात वागते आहे. संसाराची बागशाही तिला आनंद देते आहे. पण याचे सर्व श्रेय तिने या गाथेतून आईला दिलेले आहे. मी कर्तबगार आहे असा तिला गर्व नाही— पण सासरी जे सुख नांदते आहे तो माहेरच्या पारिजाताचा सासरच्या अंगणात पडलेला फुलांचा सडा आणि सुवासाचा दरवळ आहे असे ती मनोमनी मानते. हा माहेरचा पारिजात म्हणजे आई आणि आईने तिला दिलेली शिकवण!

◆

२

माहेरघर

सासरी नांदायला गेलेल्या मुलीबद्दल मालनीने ज्या ओव्या गायिल्या, त्यांत तिने तिचे वर्णन फार मार्मिकपणे केले आहे. सासरी मुलगी गेली— 'मैना कळपातून नेली', 'गाय बांधली दाव्यायानंऽ' परिस्थितीचे हुबेहूब चित्र निर्माण करणाऱ्या या उपमा. ही मैना देखील कळपातील. ज्या माहेरी ती जन्मली, वाढली, रमली, जिला बाहेरचा वाराही माहीत नाही, अशी सुलक्षित, सुरक्षित अशी. नेमकी तीच तेथून उचलून टाकल्यासारखी सासरच्या कळपात नेली जाते. या कळपातील पक्षी तिचे स्वागत करतात की टोच्या मारून घायाळ करतात, ते तिला कुठे माहीत असते? गोठ्यातील गाईसारख्या आपण जखडल्या गेलो आहोत एवढे तिला कळते. परत माहेरी जाणे तिला शक्य नसते— पाठवले, तर जायचे! सासरी जाच नसला, तरी हे स्वातंत्र्य नाही— माहेरचा मोकळेपणा इथे नाही— कुणाच्या तरी ताबेदारीत राहायचे. कामे असतातच. त्यामुळे सासरी त्रास नसला तरी तिला माहेरची ओढ असतेच.

या उत्कटतेला आणखी एक महत्त्वाचे कारण आहे. लेक माहेरी येणार ही कल्पनाच त्या अवघ्या माहेराला उल्हास देते... मैना येणार— आली, याचा आनंद शेता-शिवारांपासून, गोठ्यातील मुक्या जनावरांपासून सर्वांना होतो आहे हे मालनीला भावते. माहेर जवळ आले की त्या माहेराच्या ज्या ज्या भागाची आणि तिची दृष्टादृष्ट

होते, त्यातून तिला ही वात्सल्याची, सौहार्दाची, उल्हासाची प्रक्षेपणे जाणवत असावीत. आई तर स्वागताला वेशीत, माडीत वा ओसरीत तिष्ठत असते. बाप दारात उभा असतो. भावंडांना उधाण येत असते— साऱ्या घराचे डोळे या माहेरवाशिणीच्या वाटेकडे लागलेले असतात. असे हे निर्भेळ सौहार्दाचे मनभरून स्वागत मालनीला हवेहवेसे वाटते. ही निखळ प्रेमाची स्वागतशीलता मालन तहानलेल्या पाखरासारखी चोचीने पीत असते. या अनुभवाला तिने एक गोड नाव दिले आहे : 'माहेराचा डौल.'

माहेरचे मूळ येण्याचे दिवस झाले किंवा येणार असा सांगावा आला, की ही मालन सासरहूनच मनाने माहेरच्या वाटेला लागते. दळण दळताना जात्याच्या फेराबरोबर वळसे घेणारे माहेर अधिक उत्कटतेने भासू लागते. ज्या माहेराला जायचे, त्या ओव्या अधिक टवटवीतपणे गायिल्या जातात. जात्याचा पहिला फेरा माहेरच्या नमनानेच सुरू होतो. पहिली ओवी माहेराला हे ठरलेले.

खालील गाथा— मूळ येण्याचा सांगावा आल्यानंतर गायिलेली आहे. माहेरच्या या ओव्यांमधून तिने आपले माहेरच गुणांवैभवासकट उभे केले आहे.

❊ गाथा (५)

ववी मी गऽ गातेऽ *माझ्या गऽ माह्यारालाऽऽ*
माह्यारीच्याऽ मल्हारीलाऽऽ

वडील बापाजी गऽ *जशी देवाची मूरऽतऽऽ*
बया गंगाचंऽ तीरथऽऽ

वडीलऽ चूलताऽ *हायी घराला मंडनऽऽ*
चुलती बिजलीचं पानंऽऽ

भैना बापाजीची मोठीऽ *आली माझी आत्याबाईऽऽ*
तिचा पदऽर मोत्याजायीऽऽ

नंदा आमीऽ भावजयाऽ *लोक म्हनीतीऽ बहीनीऽऽ*
नातं चालाऽवऽ वहीनीऽऽ

माझ्या बुगडीचं झोकऽ *शेजी म्हनीती आलंऽ कोनऽऽ*
मुराळी गऽ बंधूऽ दोनऽऽ

(१) मंडन = शोभा. (२) मोत्याजायी = मोत्याची जाळी (३) बुगडीचे झोक =

कानाच्या वरच्या वळणाच्या मध्यभागी हा दागिना घातलेला असतो. वर कळस असतो आणि खाली बारीक मोत्यांचे घोस लावलेले असतात. चालताना बोलताना हे घोस मागे-पुढे होत असतात. म्हणून त्यांना झोक म्हटले आहे.

माहेरी जायचे ह्या आनंदात या ओव्या जात्यावर गायिल्या जात होत्या. हे दळण नेहमीचेच; पण आज जरा उल्हासी आहे. कारण जे मुराळी येणार, त्याचे ताट करायला हे पीठ रवा वा रवापिठी दळली जात असणार. भावांना पाहुणचार— आणि त्याबरोबरच भाचरांना नेण्यासाठी जिलबी-नेवऱ्या, इ. दुरडी भरण्यासाठी. त्यामुळे या ओव्या 'रंगस्पर्शमधुर' अशा आहेत. त्या होणाऱ्या जिलबीसारख्याच.

यात माहेरच्या दैवताविषयी श्रद्धाभाव आहे— आई-वडलांविषयी जिव्हाळ्यात मुरलेला आदरभाव आहे. चुलता-चुलती, आत्या, भावजया यांच्याबद्दल अभिमान आहे आणि इथेच गाथा थांबली... दळण थांबले... कारण शेजी सांगत आली : 'अग, दारात कोण आलंय, बघ!' मग तीही ओवी गाऊन मालन हात, पदर झाडून भावांना सामोरी गेली.

तिचे दोघे भाऊ जोडीने झुकत झुकत येताना दिसले— तिच्या बुगडीचे झोक अशाच रुबाबात झुकतात ना! देखणे, रुबाबदार आणि जोडीचे!

माहेरच्या ओव्या म्हणताना प्रथम दैवताची ओवी येते— आईचा जिव्हाळा नंतर उमळतो, हा संस्काराचा प्रभाव आहे. देवघरातील मल्हारीला आईचे पाहून तिने येता-जाता नमस्कार केलेला आहे. बैलगाडीतून घरच्या माणसांबरोबर ती जेजुरीला गेलेली आहे. आईच्या खांद्या-कडेवरून, तिचे बोट धरून ती त्या नवलाख पायऱ्या चढली आहे. म्हणून ती ओवी गळ्यातून सहज श्रद्धाभावाने आली आहे. चुलता-चुलतीचे कर्तेपण तिने अवघ्या दोन शब्दांत वेलासारखे विस्तारले आहे. घराण्याचा जो प्रमुख, तो घराला 'मंडन' आहे. ती घराची शोभा आहे... आनंद, समाधान वरसणारा तो झरा आहे. वडीलकी, अधिकार, वैभव यांनी त्याला ताठरपणा आलेला नाही. काकू 'बिजलीचं' पान आहे... कर्ती बाई असावी तशी... सर्वांकडे देखरेख लक्ष— स्वत:ही कामात विजेसारखी लवत असलेली— देखणी प्रसन्न, अशी घराला मालकीण शोभेल, अशी. असे हे थोड्या शब्दांत गुणरूप व्यक्तिमत्त्व देणारे काव्यरूप.

अशा माहेरी ती जाते तेव्हा घरदार तिचे कसे स्वागत करते, कसे बोलते, कसे वागते, हे एका मालनीने पुढील गाथेत गायले आहे.

✳ गाथा (६)

माह्यारी जाता बाईऽ   जीव माझा हरकलाऽऽ
माझ्या बापाजीचाऽ   खांब सोन्याचा झळकलाऽऽ

काय सांगू बाईऽ   माझ्या माह्याराच्या रीतीऽ
सोन्याच्या परातीत   भावजयऽ पाय धूतीऽऽ

जाईन माह्याराऽ   माह्याराचा डौल कसाऽऽ
भावाआदी बोलं भाचाऽ   आत्याबाई खाली बसाऽऽ

जाईल माह्याराऽऽ   सई बसायाऽ घोंगडीऽऽ
पाया पडत्याताऽ   भावजयाऽ चढाओढीऽऽ

जाईनऽ म्हायाराऽ   बशीनऽ पीत्यापूढंऽऽ
बंधवालाऽ माझ्याऽ   समिंदराला पानी चढंऽऽ

जाईन माह्याराऽ   बशीनऽ बाजंवरऽऽ
बंधूशीऽ हीतगूजऽ   भाचा माझा मांडीवरऽऽ

माहेरी जाते, तो बाप दारात उभा असतो. लेकीला सामोरा येतो. त्या मालनीने 'खांब सोन्याचा झळकला' या तीन शब्दांत तिने त्याची किती रूपे उभी केली आहेत. तो गोरापान, उंच, देखणा आहे. अंगावरील कपडे वैभव दाखवणारे आहेत. शिवाय सोन्याचा खांब हेच वैभवाचे प्रतीक आहे. खांब या शब्दात त्याचे कर्तेपण, कर्तबगारी हेही गुण येतात. शिवाय असा सोन्याच्या खांबासारखा तो लेकीला बघून तत्परतेने, आनंदाने झळकत सामोरा आला आहे. किती सूक्ष्म भावांनी मालनीने त्या बापाचे उभे राहणे-येणे न्याहाळले आहे!

बहिणीची वाट बघणारे भाऊ तिला समुद्रासारखे वाटतात. बहिणीच्या त्यांनाही उधाण आले आहे. पण ते समुद्रासारखे आहेत. इतरांसारखी स्वागताची लगबग त्यांना नाही असे नाही, पण ते शांत आहेत. उधाण जसे मर्यादेपलीकडे जात नाही, तसेच यांचे भगिनीप्रेम धीरगंभीर समुद्रासारखे— हे वर्णन मला फार काव्यात्मक वाटले.

'आत्या खाली बसा' असे जेव्हा भावाआधी भाचा सांगतो, तेव्हा तिला उचंबळून येते. हा तर माहेराच्या डौलाचा कळस, असे तिला वाटते. शेवटची ओवी तर भावदृश्य या नात्याने मला चित्रविषय वाटते. हा विषय एखाद्या थोर चित्रकाराने रंगरेषांत जिवंत करण्याजोगा आहे! असे स्वागतशील— असे या मालनीचे माहेर— हा माहेराचा डौल! कुणालाही तिचा हेवा वाटावा असा!

खालील गाथेतील माहेर जरा वेगळे आहे. त्या मालनीचे हे दुहेरी माहेर आहे. या घरी ती नात आहे आणि लेकही आहे. आई, वडील, भाऊ वगैरेबरोबर आजोबा आजीही आहेत. अशा माहेराचा डौल इथे उभा केला आहे. माहेरी येण्याला निघतानाही एक घटना घडली आहे, की जिच्यामुळे या माहेराचा डौल अधिक उजळून दिसतो आहे. भाऊ नेण्यासाठी आला तेव्हा त्याने गाडी आणली नव्हती. बहिणीच्या सासूने त्याला परतवले होते. गाडी आणा आणि बहिणीला न्या. गाडीशिवाय पाठवत नाही म्हटले. लगोलग भाऊ तडक परत गेला आणि त्याने गाडी पाठवली. भाचा लगोलग गाडी घेऊन आला. 'आत्या, घुंगरांची गाडी आणली आहे, चल' या भाच्याच्या शब्दांनी सासू दुखावली हे समजले. पण भावाचा तत्परतेने गाडी पाठविण्याचा जिव्हाळा तिचे मन हालवून गेला. हे माहेरचे स्वागत तिला अधिक जाणवले.

✲ गाथा (७)

म्हायाराला जातेऽ	नगं जाऊऽ लीडीलीडीऽऽ
सासूबाई बोलत्यातीऽ	यौं दीऽ बंधूची बैलगाडीऽऽ
बंधुजी गेला परवाऽ	भाचा पावना आला रातीऽऽ
घुंगुरांची गाडी	म्हनी आनली चला आतीऽऽ
म्हायार घरामंदीऽ	हायीती आजा-आजीऽऽ
लाडक्या भाचीला गऽ	आजा वाटीनंऽ दूध पाजीऽऽ
दूधातूपानंऽ भरल्या वाट्याऽ	वर साखर नीवायालाऽऽ
माझा ग राघूऽ बऽसंऽ	मामासंगटऽ जेवायलाऽऽ
दूधातूपानंऽ भरल्या वाट्याऽ	वर साकरंची सोजीऽऽ
मैनाऽ लाडीला गऽ	जेवू घाली तीची आजीऽऽ
नातवंडांची आजीऽ	पंतुडंऽ पावऽलीऽऽ
सयांनू कीती सांगूऽ	माझी भाग्याची माऊलीऽऽ
लेकीचंऽ बाळ हातीऽ	लेकाचंऽ घेती कडंऽऽ
भागेवंत मायबाईऽ	सैदवाऽ चालंऽ पूढंऽऽ

(१) लिडीलिडी = आगंतुक, न बोलवता. (२) सैदवा = साध्वी, सुदैवी, सौभाग्यवती.

माहेरी गेल्यावरचे पहिले सोपस्कार मालनीने दिले नाहीत. एकदम मुलांच्या जेवणापासूनच सांगते. घर कसे जिव्हाळ्याने भरलेले वाटते. आजा तिच्या लहानीला वाटीतून दूध पाजवतो आहे. तिचा मुलगा एका मामाच्या पंगतीला जेवतो आहे. ताटाभोवती तुपाच्या, साखरेच्या, दुधाच्या वाट्या आहेत. आजा खुद्द नातीला भरवतो आहे. पणजीने, मामाने या पाहुणीला या कामापासून मोकळी ठेवली आहे. हा भोजन-समारंभ बघून तिचे मन दाटून आले आहे. आपल्या पणतीला साखर घालून केलेला शिरा भरवणाऱ्या आजीला पाहून तिला धन्य वाटते.

पुढे केलेल्या एका लहान प्रसंगाच्या वर्णनाने या गाथेला अधिक गहिरेपण आले आहे. जेवू घालण्याचे काम आजीचे— पण ते पणजीने, मामाने केले. आजीकडे मुले सांभाळण्याचे काम. लेकीचे हाताशी, लेकाचे कडेवर अशी संभाळत ती घरातून वावरते आहे. हा भाववृत्तीचा आविष्कार उचित आहे.

पुढील गाथेच्या मालनीचे माहेर म्हणजे चौकाभोवती उंच ओसऱ्या असलेला वाडा आहे. या ओसरीवरचे एक दृश्य मालनीने टिपले आहे. वाड्याच्या प्रवेशद्वारानंतर आत मोठा चौक, त्याच्यासमोर आत पाण्यासाठी पायऱ्या व भोवतीनं ओसऱ्या. आतून बाहेर येण्याच्या दारातील ओसरीवर आडभिंतीने केलेले देवघर, उरलेली ओसरी पाहुण्यांच्या पंक्तीसाठी. एका बाजूला ओसरीवर घरातील वडीलधाऱ्यांची बायकांची बैठक— एका ओसरीवर पुरुषांसाठी बैठक— प्रवेशद्वाराने दुभंगलेल्या ओसरीवर धान्याची कोठारे, पोती. अशी ही मांडणी असते. या ओसरीवरचे दृश्य टिपले, ते माहेरी आल्यावेळचे नव्हे. नंतर काही दिवसांनी तिचा पती बाजारासाठी वा बाजारानिमित्ताने बायकोला, मुलीला बघून जावे म्हणून आला आहे, तो हा दिवस आहे. हा दिवस तिला अधिक जिवाभावाचा वाटतो. कारण त्याचे हे येणे तिला आवडले आहे.

☼ गाथा (८)

उंच गऽ वसरीलाऽ समोर देवघरऽऽ
देवा माझ्या मल्हारीलाऽ येता जाता नमस्कारऽऽ

उंच गऽ वसरीलाऽ बाई मोत्याचंऽ आसनऽऽ
मायबाईच्या माझ्याऽ पुत्रवंतीचंऽ बसनंऽऽ

उंच गऽ वसरीलाऽ सतरंजीवर शेलाऽऽ
माझ्या घरावून कंथ बाजाराला आला

उंच गऽ वसरीलाऽ टाकीलंऽ जोडपाटऽऽ
कंथासंगंऽ बापलेकऽ सून वाढतीया ताटंऽऽ

उंच गऽ वसरीलाऽ जरीची कुंचीऽ लोळंऽ
नेनती माझी बाळऽ जावळाची मैनाऽ खेळंऽऽ

उंच गऽ वसरीलाऽ पेव कोठारऽ मोत्यायाचंऽऽ
माझ्या माह्याराचंऽ मागे माझ्या बंधवाचंऽऽ

(१) जोडपाट = बसायचा व टेकायचा असे जोडलेले पाट. (२) मोत्याचे = जोंधळ्याचे— धान्याचे. (३) भागे = भाग्य. (४) मोत्याचे आसन = पांढऱ्या शुभ्र कांबळ्याची बैठक.

घरी आलेल्या जावयाचे मोठे कौतुक म्हणजे त्याच्या ताटाचे. पाच पक्वान्नांचे ताट. त्या वेळी ओसरीवर सून ताट करते आहे. बाकी ओसरी हा घराच्या आचारविचार, श्रद्धा, कर्तृत्व, जिव्हाळा यांचा एक लहानसा समन्वय असतो. तो मालनीने इथे टिपला आहे. ज्या घराची दैवतावर श्रद्धा असेल, त्यांचे देवघर बहुधा ओसरीवर असते. आरतीला, भजनाला घरची सर्व मंडळी जमायला सोईस्कर असते. शिवाय जाता येता देवदर्शन घडते. वयस्क बायकांची बसण्याची जागा ओसरीच. ऐसपैस आणि नातवंडांना खेळण्याजोगी. या घरातील आई भाग्यवान आहे. घराला तिच्याविषयी आदरभाव आहे. तिला बसायला मोत्याच्या कांबळ्याची बैठक आहे. मोतीवाणाचे चमकणारे हे कांबळे मऊ, मुलायम आणि उंची असते. पंढरीच्या विठोबाचे हेच कांबळे आवडते असते. जावई आले आहेत. आई उंची बैठकीवर नातीला खेळवत बसली आहे. नुकतीच रांगायला-चालायला लागलेल्या नातीच्या कुंचीचा घोळ लोळतो आहे. तो जरीचा आहे. दुसऱ्या ओसरीवर पाहुण्याचा शेला आहे. तो नाही. आणि घरातून येतानाच्या ओसरीवर जशी कुलदैवता, तशी घरातून बाहेर पडणाऱ्या वेळी लागणाऱ्या ओसरीवर धनलक्ष्मीची बैठक आहे. ही गाथा म्हणजे एक सुंदर असे नेपथ्य आहे. ही कल्पना मनात आली आणि गाथा आणखीच चित्रदर्शी वाटली. एक मूक चित्र. हालचाल फक्त सुनेची. ताटे तयार करण्याची. जरीच्या कुंचीच्या घोळाची आणि त्या मायबाईच्या कौतुकाने भरलेल्या डोळ्यांची. स्थिर असणाऱ्यांत पाहुणा शेला तेवढा डोळ्यांत भरणारा आणि दाराशी उभी मालन.

पुढील गाथा एक वेगळाच भाव प्रकट करते. या मालनीचे सासर गरीब आहे आणि भलते खाष्ट आहे. माहेराला येणारी ही मैना म्हणजे कष्टांनी शिणलेल्या आणि जहरी बोलण्यांनी घायाळ झालेल्या पक्षिणीने घरट्याच्या आसऱ्याला येणे आहे. इथे

त्या मालनीला स्वागताचे, कौतुकाचे, पाहुणचाराचे महत्त्व नाही. ती आली आहे फक्त माहेरच्या कुशीत विसावायला. तिचे हे घरटे मातबर नसले, तरी मायेने थबथबलेले आहे.

❋ गाथा (९)

सासूचा सासुरवासऽ जाऊची जाळणूकऽऽ
नित हडऽ हडऽ जीवाऽ न्हायी कोनाचं गऽ सूखऽऽ

सूख ना हरकऽ थोडाऽ समदा कष्टाचा पसायीराऽऽ
मायबाईऽ मी चूऽकऽ न्हायी बाई वंऽ आसयीराऽऽ

माह्याराला जाताऽ उंच पाऊलऽ माझं पडंऽऽ
मायबाप माझंऽ गंगासागरऽ येती पूढंऽऽ

जाईनऽ माह्याराऽ तिथं माझी गऽ मायबाईऽऽ
डोयीची घागईरऽ इसवा देतीयाऽ भावजयीऽऽ

म्हायार घरीऽ मलाऽ झोपबाईनंऽ येढीयीलंऽऽ
जेवनाचंऽ ताटऽ बया माझीनंऽ वाढीयीलंऽऽ

म्हायारी मी गऽ जाताऽ मी गऽ नीतऽ बाजंवरीऽऽ
इसावाऽ ईसावा गऽमाय माऊलीच्याऽ घरीऽऽ

(१) उंच पाऊल पडतं = मनाला उभारी येते. उत्साहात पुढे पावले पडतात. (२) इसवा = विसावा. (३) हरख = हर्ष. (४) मिचूक = शिवाय, वाचून.

मालनीने जो दोन ओव्यांत सासुरवास दिला आहे, त्यातून असे दिसून येते की सर्व सासुरवास ज्याच्यामुळे सहन करता येतो, तो पतीही हिला विसाव्याचे ठिकाण असा नाही. त्यामुळे सासर म्हणजे गांजणुकीचाच जणू पसारा असे तिला वाटते. त्यातून सुटायला आणि विसावा घ्यायला तिला माहेरी येण्याची तातडी वाटते. सासरच्या कामाच्या कसाट्यात किती जरी ती वृत्तीने मरगळली, तरी माहेरी जायचे म्हणजे तिला एकदम हुशारी वाटू लागते.

हिला माहेरी जे सामोरे येतात, त्या आईबापांना तिने गंगासागर म्हटले आहे. ही कल्पना इतकी मार्मिक आहे! त्या मालनीचे कौतुक करावे असे वाटते. गंगा ही मनाला शांती देणारी. मनाची तहान भागवणारी, तर सागर हा समर्थ— सर्व काही पोटात घेणारा करुणार्णव. तिने दोन ओव्यांत जे माहेरचे सुख वर्णन केले आहे ते

तिला सुखाचे वाटले, तरी वाचणाऱ्याच्या मनाला पीळ पाडणारे आहे. पाण्याचे आणि दळणाचे काम फार अवघड. सासरी त्या कामातच ती खिळखिळी होऊन गेली असणार. इथे भावजय तिला घागर देत नाही. तिला विसावा देते. आई कोणतेच काम करू देत नाही. सुरेख असे ताट मायेने पुढ्यात ठेवते. माहेरी आली की तिला झोपेने वेढलेले. सासरचे शरीराचे कष्ट आणि मनाचे ताण हे तनामनाचे शीण इथे अंगावर येतात. शरीरच जागे राहणे नाकारते इतका थकवा साठलेला असतो. म्हणून ती मायबाईच्या घरी येणे हे माहेरपण म्हणत नाही. 'इसावाऽ ईसावा ग' असे गदगदून म्हणते.

असाच एक वेगळ्या प्रकारचा माहेरचा डौल उभा करणारी एक गाथा इथे दिली आहे. हे माहेर जे आहे, ते सासरहून परत आल्यावरचे माहेर नाही. तर सासरी जाण्यापूर्वीचे बाळपण जिथे घालवले ते माहेर आहे. सासरचे कटू अनुभव घेतल्यानंतर जे माहेर आठवते, ते हे माहेर आहे. या माहेरच्या आठवांत बहुतेक मालनींची एक सूक्ष्म व्यथा आहे. तिचा आविष्कार या गाथेत आहे.

※ गाथा (१०)

माहेर गऽ घरीऽ — राज केलंऽ रावनाचंऽऽ
हे गऽ उचलीलं न्हायीऽ — पुढलंऽ ताटऽ जेवनाचंऽऽ

माहेर गऽ घरीऽ — राज केलंऽ मोंगलाईऽऽ
माय बाईला गऽ कंदीऽ — भरला तांब्या देला न्हायीऽऽ

मायबाईच्या गऽ घरीऽऽ — न्हायी म्याऽ कामऽ केलंऽऽ
रांजनाचंऽ पानीऽ — कोसाच्या मानीऽ गेलंऽऽ

माय गऽ बाईच्या घरीऽ — राज केलंऽ राजावानीऽऽ
रांजनीचंऽ पानीऽ — देलं गऽ बंधवानीऽऽ

देवबापा नगंऽ — देऊ धन तू दैवाऽतऽऽ
द्यावं माह्यार खेळायाऽ — मायबापाच्या सावलीतऽऽ

(१) मानी गेले = मोजण्याचे परिमाण झाले.

प्रत्येक मालनीला सासरी गेल्यावर आपल्या माहेरच्या डौलाची आठवण थोडी खंत निर्माण केल्याशिवाय राहत नाही. सासरच्या कामाच्या वळणाने ही आठवण

अधिक गडद होते. इथे कुणाचा कोण शेंबडा दीर म्हणतो, माझा चेंडू शोधून द्या आणि तत्परतेने हे काम ती करते. माहेरी आईलाही कधी तांब्या भरून दिला नाही. इथे सासू कडकपणे सांगते, 'उष्टी काढ' आणि ती मुकाट्याने काढते. माहेरी पुढ्यातील ताट कधी उचललेले नाही. हा तिचा पस्तावा आहे. अशा आठवणी आल्या की ती आपल्यालाच बोल लावून घेते. रावणाचे राज्य केले, मोंगलाई केली असा आपल्यावर आरोप करते. पण ती जी खंत असते, तिच्यापोटी तो उमाळा असतो. आपण माहेरावर अन्याय केला असे वाटत राहते. पण ते तसे नसते.

मुलगी 'दुसऱ्याच्या घरी जाणारी' या विचाराने आई तिचे फार लाड करते. ती सासरी गेल्यावरची कामे तिला दिसत असतात म्हणूनच ती लेकीला कामाला हात लावू देत नाही. लेकीने माहेरी खावे-प्यावे, मोकळेपणाने खेळावे, असेच आईला वाटते आणि ती लेकीचे लाड लाड करते. इथे जो हा मुक्तपणा, हे मुक्तांगण, हा जिव्हाळा मिळतो, तो खेळण्यासाठीच. माहेरी खेळायचे हाच भाव मालनींच्या मनीमानसी असतो. म्हणूनच त्या मालनीने माहेरचे महत्त्व ओळखले आहे. आयुष्यात हा मुक्त खेळकरपणा फारच थोडा वेळ मिळतो. पुढे तो शेवटपर्यंत कुठे भेटत नाही. त्यासाठी मालन देवाकडे मागते, 'देवा, नशिबात धन नसले, तरी चालेल. पण आईबापांच्या सहवासात खेळायला माहेर दे.' या खेळण्याचा निराळ्या रूपात अनुभव म्हणजेच माहेराचा डौल!

ही खंत— जिव्हाळ्याची सूक्ष्म खंत— तिचा आविष्कार मला इतक्या ओव्यांतून याच ओव्यांत आढळला, हे या गाथेचे वैशिष्ट्य!

◆

३

माझं माह्यार सोभीवंतऽ

मालनींच्या भावविश्वात सर्वांत जिव्हाळ्याचा भाव म्हणजे माहेर या संकल्पनेचा. ज्या घरी ती जन्मली ते आईबाप, नातलग, घर, शिवार, गुरे-वासरे, तिथला निसर्ग यांविषयीची तिला अतिशय आत्मीयता असते. ही आत्मीयता केवळ सुखासाठी, विसाव्यासाठी नसते. ती एक अंतरीची ओढ असते. मायभूमीबद्दल जी आस्था, तीच मायघराबद्दल. सासरी असलेल्या मालनी कितीही सुखात असल्या तरी त्यांना माहेरची स्वप्नभूमी प्रिय असतेच.

सासरी असलेल्या मालनीच्या पदराचा वटा नेहमीच माहेरच्या आठवणींनी भरलेला असतो. नव्याने नांदायला आलेल्या मुलीला तर बोलण्यासाठी दुसरा विषय कुठे असतो? मग बरोबरीच्या नणंदा-जावा यांना सांगायचे, 'आमची चंद्री म्हैस खूप

दूध देती. तीन कासंड्या भरून.’ ‘आमची आई न्याहरीला रोज काला करती.’ ‘आमचा मळा आहे. आमच्या आडाचं पाणी गोड आहे.’ या वाक्यांचे, निर्मळ वाक्यांचे स्वागत चांगले होत नाही. उपहास-उपरोध वाढतात. त्या बोलण्यावर टीका-टिपणी सुरू होते आणि तिच्या माहेरच्या आठवणी मग फक्त जात्याच्या फेराबरोबर उमळून येतात.

सासरी नांदत असताना ती विविध अनुभवांतून जाते. त्यातून तिने एक सूत्र घट्ट धरून ठेवलेले असते. भ्रतार, सासर हे सर्व सुखाचे धनी. शेवटी जिवाला जडभारी झाले, काही अडचणी संकटे आली, तरी आधाराला बाप आणि आई. आयुष्यात निदानीचा आधार माहेर, हेच खरे!

या माहेरातील मुख्य दैवते म्हणजे जन्म देणारे, वाढवणारे आई आणि बाप. मालनीने देवापेक्षाही या दोघांचा महिमा अधिक गायिलेला आहे. एकूण ओव्या पाहिल्या तर त्यांतील सर्वाधिक ओव्या आई, बाप व माहेर या जिव्हाळ्याच्या आहेत. मालन म्हणतेच, मुलगे किती असू देत. ते आईबापांचे प्रेम जाणत नाहीत. फक्त मुलगीच हे प्रेम कृतज्ञतेने ओव्यांतून गाते. तिने गायिलेल्या ओव्या ज्या मालनीला कैलासात ऐकू येतात, ती भाग्यवान. लेकीशिवाय आईवर कोण ओव्या गाणार?

वंशवृक्षाच्या संगोपनाची जबाबदारी मालनीवर अधिक असल्याने जीवनातील सहकार, सहयोग, सहिष्णुता हे संस्कार तिला निसर्गत:च स्वीकारावे लागतात. या संस्कारांचे मूळ माहेरीच तिच्यामध्ये रुजते. सासरी येते ती सातत्य टिकवण्यासाठी आणि त्या तीन संस्कारांच्या प्रभावाने सहजीवन आनंदित करण्यासाठी. म्हणूनच मालन नेहमी दोन्ही कुळांचे कल्याण चिंतीत असते. हे संस्कारांचे देणे तिला वाढता वाढता आईकडूनच मिळत असते. असे हे माहेर मालनीला वैयक्तिक व सामूहिक कल्याणातील कारणामुळे अतिशय प्रिय असते.

‘माहेर’ या शब्दासरशी तिच्या डोळ्यांसमोर माहेर आकारू लागते. माहेरी नेणारी वाट, माहेरचा निसर्ग, स्वत:चे घर, गुरेढोरे, शिवार हे सर्व तिच्या डोळ्यांसमोर गजबजू लागते. माहेर या तीन अक्षरांत तिला हे सर्व रंगरेषांनी सजून येऊन भेटते आणि तिच्या तोंडून उद्‌गार निघतो. एक ओवीचे पदच निघते : ‘माझं माह्यार सोभीवंत’. शोभिवंत आणि सुंदर यांच्या भावार्थांत फरक आहे हे ध्यानात घेतले तर माहेराला शोभिवंत हे विशेषण देण्यात मालनीची अधिक मार्मिक रसिकता दिसून येते.

खालील गाथेत मालनीने आपल्या शोभिवंत माहेराचे वर्णन गायिले आहे. मालन आपल्या सासरच्या माडीवर माडी असलेल्या घराच्या आगाशीवरून दूरचे

माहेर न्याहाळते आहे. तिचा तो छंदच असावा. दूरवर दिसणाऱ्या या माहेराला तिने 'लंका' म्हटले आहे. 'सोन्याची लंका.'

❋ गाथा (११)

माडीवर माडीऽ — सासरेऽ मामाजीचीऽऽ
उभी राहून बघतेऽ — लंका तेथून माह्याराचीऽऽ

माह्याराच्या वाटंऽ — कुनी लावीलीऽ पिवळी जाईऽऽ
जीवाला वाटतं गऽ — जावं पाखराच्याऽ पायीऽऽ

डोंगूर माह्याराचाऽ — मला दिसं गऽ नीळाऽ निळाऽऽ
डोंगरावून बाईऽ — नदी उतरंऽ खळाऽ खळाऽऽ

नदीच्या काठावरऽ — आंबराई गऽ तूझं बनऽऽ
आंबराईमंदीऽ बाईऽ — माझं माह्याराचं धनऽऽ

दुरूनऽ दीसयीतंऽ — माझं माह्यारऽ सोबीवंतऽऽ
नांदती गऽ तीथंऽ — बया मालनऽ भागेवंतऽऽ

(१) लंका = संपन्न माहेर असा भावार्थ.

गच्चीवर उभी राहिल्यानंतर मालनीचे प्रथम डोळे वळतात ते गावाच्या वेशीवरून निघालेल्या तिच्या माहेरच्या वाटेकडे. ही वाट वेशीतून, शिवाराशेजारून, माळावरून अशी पुढे पुढे जात राहिली. मधेच तिच्या दोन्ही बाजूंना कुणी हौशाने पिवळी जाई लावली आहे. तिचा बहरही तिला दिसतो आहे. इथे एक वाटते... मालनीने आईच्या सुखाला जाईच्या फुलाची उपमा दिली आहे. 'फुलामंदी फूलऽ फूल हुंगावं जाईचंऽ, सुख भोगावं आईचं' ही ओवी आठवली आणि वाटले, अशा सुवासिक शुभ्र जाईच्या फुलाकडे जी वाट जाते, त्या वाटेवर पिवळी जाई दोन्ही बाजूंनी बहरणे ही कल्पना तरी किती सूक्ष्म संवेदना उमटवणारी आहे. अशा वाटेवरून पिवळे पातळ नेसलेली मैना मला दिसते. पाखराच्या पायांनी या वाटेनं माहेरी जावे असे वाटते आहे. ते ओवीचे पद वाचल्यावर मला त्या वाटेने एक पिवळ्या चोचीची मैना डुलत डुलत तुरू तुरू चालते आहे असे वाटले आणि ती मालन, उत्कट इच्छा असूनही 'पंखांनी उडत जावे' असे का म्हणाली नाही याचा साक्षात्कार झाला. त्या तुरू तुरू चालण्यात जी उत्कटता, लगबग भावली ती पंख पालवीत उडण्याच्या रेषेत भावली नसती.

पुढच्या चार-पाच ओळींतून तर एक रम्य निसर्गचित्रच मालनीने उभे केले आहे. निळसर आकाशाशी मिळता असलेला निळा निळा गडद डोंगर, त्याच्यावरून खळाळत येणारी आणि पायथ्याला वळसा घालणारी ती रुपेरी नदी. नदीकाठी आमराईचे हिरवेगार बन. आणि त्या बनात लपलेले मालनीचे धन... माहेर... अशा लाख मोलाच्या धनाला हे सर्व कोंदणासारखे शोभते आहे. (आणि त्या कोंदणात ते धन अधिक शोभिवंत दिसते आहे.) पण या शोभेचा कळस अजून दिसायचा आहे. मालन म्हणते, अशा त्या कोंदणातील कोंदणात माझी आई नांदते आहे. ही तर धनलक्ष्मीच. भाग्यवंत मायबाई. या मायबाईच्या वास्तव्यामुळे त्या माहेराच्या धनावर सोन्याचा कळस चढला आहे. ही गाथा देखील तशीच शोभिवंत आहे. मालनीने सासरच्या माडीवरून शब्दरूपात आणलेली गाथा निसर्गकविता नाही असे कोण म्हणेल? एका वास्तवाचे इंद्रधनुष्यासारखे दिसणारे हे चित्र भास-चित्र मालनीच्या जिव्हाळ्यानेही मोहरलेले असे वाटते.

खालील गाथेत एका मालनीने माहेराचे चित्र रेखले आहे. पण यात माहेरच्या स्थल व वास्तूचे वर्णन आणि त्यात नांदणाऱ्या व्यक्तीचे वर्णन असा गोफ विणला आहे. हे जाणवले की गाथेतील काव्य अधिकच भावते. या मालनीचे माहेर लोहगावात आहे. हे लहानसे लोहगाव त्याच्याभोवती असलेल्या तीन प्रचंड वृक्षांत झाकून गेले आहे. त्या वृक्षांच्या सावलीत सुखात आहे. तसेच हिच्या घरीही तीन मोठे कर्तबगार भाऊ आहेत. त्यांच्या छायेखाली माहेरघर झाकले आहे. असा हा तीन झाडे आणि तीन भाऊ यांचा गोफ आहे.

त्या लोहगावातील देवळाच्या दीपमाळेचा दिवा तिला दुरून दिसतो. देवळाचा संदर्भ आल्याने तिला आपल्या भावांना कळसाची उपमा द्यावीशी वाटली असणार. मी दीपमाळेचा दिवा असे धरले, कारण झाडीतून देवळाचा दिवा दिसणे शक्य नाही म्हणून.

या पुढील ओवीत दुरून एक दृश्य दिसते आणि त्या संदर्भात मालनीच्या मनश्चक्षूंपुढे एक दृश्य दिसते, असा गोफ आहे. मालनीला आपल्या घरापुढचा लिंबाचा पिसारा दुरून दिसतो— आणि त्या लिंबाला बांधलेले साखळदंड आणि माडीचा लिंबाऱ्यात लपलेला हिरवा रंगही दिसतो. दुरून झाडामधून घराच्या उंच गेलेल्या भिंती दिसतात, तर मनापुढे पुढील दाराच्या अंगणात तांब्याच्या परातीत भाऊ पाय धूत आहे, हे दृश्य उभे राहते. बहुतेक खेड्यांतून बाहेरून घरात येणाऱ्या अंगणात पाय धुवायचे असतात. त्यासाठी रांजण वा घंगाळ नेहमी भरलेले असते— मातबरांच्याकडे तर पायांवर पाणी घालायलाही कुणी उभे असते; आणि पाय परातीत ठेवून मग वर पाणी घ्यायचे असते. ही घराची रीत मालनीच्या माहेरीही आहे. अशी

ही गाथा दुहेरी चित्रस्वरूपात आकाराला येते.

✻ गाथा (१२)

हे गऽ लोहगावऽ तीन झाडांनीऽ झाकीलंऽऽ
तसं माझ्या बंधवांनीऽ बाई माह्यार झाकीलंऽऽ

दुरून दीसती गऽ दिवं ह्यो देवळाचंऽऽ
बंधू गऽ राजसऽ कळस माझ्या माह्याराचंऽऽ

दुरून दिसतो गऽ माझ्या माह्याराचा लिंबऽऽ
लिंबाला साखळदंडऽ माडीला हिरवा रंगऽऽ

दुरून दिसत्याताऽ माझ्या माह्याराच्या भिंतीऽऽ
तांब्याच्या परातीतऽ बंधव गऽ पाय धूतीऽऽ

बोल त्यात सय्याऽ तुला माह्यारचं याडऽऽ
पाटीचं दवलतऽ मव्हा ऊस भारी ग्वाडऽऽ

बय्या बय्याऽ म्हनूऽ बय्या माझी साकरसोजीऽऽ
माह्यारी जायालाऽऽ मव्हं मनंऽ राजीऽ राजीऽऽ

(१) मव्हा = मऊ व गोड ऊस, देशी ऊस. (२) मव्हं = माझे. (३) साकरसोजी = साखर घालून केलेला सांजा.

ती मालन असे माहेरचे चित्रमय वर्णन करू लागली की तिच्या मैत्रिणी म्हणतात, 'तुला माहेराचे भारीच वेड दिसते!' तिला त्यांनी असे म्हटलेले फार आवडते. ती म्हणते, 'माझे भाऊ इतके प्रेमळ, वागायला इतके गोड आहेत, की मव्हा ऊसच! मऊसूत आणि गोडच गोड. आई तर काय— प्रेमळ, भारी माया करणारी, साखरेच्या सोजीसारखी.' हे वर्णनही फार सुंदर आहे. मव्हा उसाची उपमा मला फार आवडली— असे तीन झाडांखाली लपलेले मालनीचे माहेरगाव आणि मव्हा उसासारख्या तीन भावांच्या छायेत सुखी असलेली मालन!

पुढील गाथेत मालन आपले माहेर शब्दरूपात आणते आहे. पण ते नुसते चित्र नाही, तर मखमलीच्या डबीत मोती असावा तसे या गाथेचे स्वरूप आहे. वैभवशाली माहेर हे बाह्यदर्शन आहे. पण यात जपून ठेवलेला जो मोती आहे, तो त्या माहेरच्या माणसांच्या लाखमोलाच्या व्यक्तिमत्त्वाचा झळाळणारा असा मोती आहे.

✻ **गाथा (१३)**

माह्याराला जाऊऽ माझं माह्यारऽ वानीऽचंऽ
किती सूख सांगूऽ माय गिरीजा मालनीचंऽऽ

इथूनऽ दीसतंऽ माह्याराचंऽ हिरवंऽ रानऽ
बंधूजीचंऽ केळीबनऽउतरीतोऽ बागवानऽऽ

काय सांगू बाईऽ बंधूची नांदनूऽकऽ
वाडा सूरचा संमूखऽ रांजनी गायमूखऽऽ

दूरूनऽ दीसतंऽ गऽ माझं माह्यारऽ नेटईकऽ
दरोजाच्या तोंडावरऽ रामसीताची बईठकऽऽ

उभी माडीवर बयाऽ दिवा जळतो लोनीयाचाऽ
आत पिवळा संदूकऽभरून ठेवीलाऽ सोनीयाचाऽऽ

टिपूर चांदनंऽ गऽ ते काऽ पूनवऽ बाईचंऽ
सांगते सयेऽ तूलाऽ सुख माह्यारीऽ आईचंऽऽ

(१) वाणीचं = नवसानं लाभलेलं, सर्वोत्तम. (२) नांदनूक = राहणी. (३) संदूक = पेटी.

या मालनीलाही दूरून दर्शन होते, ते माहेरच्या हिरव्या रंगाचे. हिच्या भावाच्या केळीच्या बागा आहेत. त्यांचे रसरशीत डोल घेणारे हिरवेपण मालनीच्या डोळ्यांत रंगले आहे. भाऊ केळीचे घड उतरून घेण्याच्या व्यापात आहे हेही तिला दिसते. माहेर म्हणताच या हिरव्याकंच बागेनंतर तिच्या नजरेसमोर येतो तो भावाचा मोठा चिरेबंदी वाडा. माडी असलेला— आणि याचा दर्शनी भव्य दरवाजा सूर्यमुखी आहे. हे एक शुभलक्षण आहे, तसेच घराण्याचे घरंदाज खानदान सुचविणारे आहे. कर्तबगारी व दान जाणवून देणारे आहे. दरवाजाच्या चौकटीवर राम-सीतेचे पंचायतन कोरलेले आहे— हेही मालन मुद्दाम सांगते. घराला रामसीतेच्या आदर्शांचे वळण आहे. रांजणात पाणी सोडणारे गायमुख भावाचे गृहस्थीपण दाखवते. नुसते वाड्याच्या समोर उभे राहिले तरी घराण्याचे हे व्यक्तिमत्त्व लक्षात आल्याशिवाय राहत नाही.

भाऊ तिला केळीच्या बागांत त्या हिरव्या समृद्धीच्या झळाळीत दिसतो— आई तिला माडीवरील सज्जात उभी असलेली दिसते. माझा तर्क असा— केळीउताराचे काम सुरू आहे. आईने मालनीला केळीच्या मोसमात बोलावले असावे— तिची वाट पाहत ती उभी असावी— कारण मालनीला डोळ्यांसमोर नेमके हेच दृश्य

दिसते. हे दृश्य मोठे लोभस आहे. आई जिथे उभी आहे त्या माडीत लोण्याचा दिवा मंद पिवळा प्रकाश ढाळतो आहे. माडीच्या भिंती पिवळ्या आहेत. उभी असलेली आई गोरीपान आहे. हे सगळे पिवळे रंग सोन्याच्या झळाळीचा आभास निर्माण करीत आहेत. जणू संदूक सोन्याने भरलेली आहे. घरात लावल्या जाणाऱ्या दिव्यात तेल घालतात. देवापुढे तुपाचा दिवा लावतात. मालन आईला दैवत समजते, म्हणून तिने लोण्याचा दिवा लावला असणार.

मालनीच्या आविष्कारातील एक विशेष म्हणजे, एक प्रतिमा उलगडते, तर तिच्याआड दुसरी प्रतिमा दिसते. इथेही असेच होते. जरा विचार केला की वाटते, ही आई मागच्या माडीत उभी असावी. घराच्या वर्णनावरून आणि बागांच्या वैभवावरून वाटते की पुढल्या दरवाजावरील माडी दिवाणखान्यासाठी असावी. तिथे गादी-तक्के, लोडाची बैठक असेल आणि प्रकाशासाठी हंडी-झुंबरे टांगलेली असतील किंवा मोठ्या मोठ्या समया तेवत असणार. शिवाय घरातील बायका या माडीकडे फिरकत नसतात. लोण्याचा दिवा असलेली आणि आई उभी राहिलेली माडी ही मागची माडी असणार— तिथे उभी राहून ती लेकीची गाडी दिसते का, न्याहाळत असणार... आणि जर ही मागची माडी असेल तर मावळती तिच्या समोरच असणार. संधिप्रकाशाचे माडीभर सोनेच सोने! हीच कल्पना मला अधिक आवडली. तो सूर्यास्तात माडीवर पसरलेला रंगसोहळा आणि त्यात ही निरांजनातील ज्योतीसारखी धनलक्ष्मी आहे. हे दृश्य मालनीने डोळ्यांतून मनात साठवून ठेवले असेल, इतके मनोहर आहे.

या गाथेची शेवटची ओवी तर फारच सुंदर आहे. मालनीची सासरहून माहेरी येण्याचीही संध्याकाळची वेळ ठरलेली असणार... आली घरात— जरा इकडे तिकडे करते, तो पूर्ण चंद्र उगवतीला येतो... मालनीला वाटते, माहेरी या आईच्या दर्शनानेच चांदणे बरसत असल्यासारखे समाधान वाटते आहे. आईचे सुख चांदण्यासारखेच टिपूर असते! ही गाथा म्हणजे एक सूचकतेने आणि जिवंत प्रतिमांनी उजळलेली भावकविता आहे. मालनीच्या माहेरच्या अंतर्बाह्य ऐश्वर्यासारखेच या गाथेला अंतर्बाह्य ऐश्वर्य लाभले आहे. हा काव्याविष्कार म्हणजे सोन्याने झळाळणाऱ्या संदुकीत तेवणारा लोण्याचा दिवाच वाटतो आहे!

पुढील गाथेची मालन गाथेत आपल्या माहेरच्या भरगच्च गोतावळ्याचे आणि त्या माहेराच्या वैभवाचे वर्णन करते आहे. मैत्रिणी विचारतात आणि मालन सांगते, असा हा संवाद.

* **गाथा (१४)**

सया मला पूसतेताऽ तुझं माह्यारी गोत कीतीऽऽ
जाधवरायाचा ईलानाऽ एका खेड्याची वसतीऽऽ

एकाहून एकऽ चढऽ चुलत्या बापाजीचं ल्याकऽऽ
जाधवांची मज्याऽ धरती रूमालाची याकऽ

सया मला पूसतेताऽ तुला भाऊ भाचं कीतीऽऽ
सिता मालन्या पाय धूतीऽ वाटंऽला गंगा व्हाऽतीऽऽ

माझ्या बापजीची शेतीऽ बाई दावनऽ रेसमाचीऽऽ
माझ्या गऽ बंधवांचीऽ धनरेखा गऽ नसीबाचीऽऽ

मज्या माह्याराचीऽ वाटऽ बाई दिसतीऽ लोन्यावानीऽऽ
तिथं जायाचीऽ वरसाऽनंऽ लेक लाडकी सोन्यावानीऽऽ

(१) ईलाना = कुटुंब— वेलविस्तार. (२) धरती = पद्धत.

मालनीच्या मैत्रिणी तिला विचारतात, 'तुझ्या माहेरी गोतावळा किती?' या प्रश्नाच्या उत्तरात ती सांगते : जाधवरायाचा गोतावळा म्हणजे एक खेड्याची वसती आहे! वडलांचे, चुलत्यांचे एकाहून एक चढ असे मुलगे— सगळे जाधव एकाच धाटणीचा पटका बांधतात— हे ती त्या भावांचे वैशिष्ट्य सांगते!

असे मोठे एकत्र कुटुंब असलेले हिचे माहेर... त्याचे वर्णन ऐकून मैत्रिणी तोंडात बोट घालत असतील. तरी त्या तिच्याकडे तिला भाऊ किती, भाचरे किती, विचारतात. पण ती वेगळेच उत्तर देते... 'घरच्या सीता मालन्या पाय धुतात, त्याच पाण्याची नदी वाहते.' हे उत्तर चुकून आलेले नाही. घरची माणसे मोजायची नसतात. मुले तर मुळीच मोजायची नाहीत— त्याने त्यांचे आयुष्य कमी होते. म्हणून लहान भावांची, भाचरांची ती माहिती देत नाही.

मैत्रिणींनी अधिक थक्क व्हावे म्हणून ती विषय बदलते... आपल्या बापाची शेती किती ते सांगते... या दोन ओळींत त्या मोठ्या कुटुंबाच्या ऐश्वर्याचे वर्णन केलेले आहे. शेती तरी कुठे मोजते— म्हणते 'रेसमाची दावण' आहे. यात केवढे वैभव उभे राहिले! शेतीची दावण आहे— गुरे गोठ्यात दावणीने— एका रांगेने बांधतात — तशा शेतीच्या दावणी आहेत— आणि ही शेती रेशमाची आहे. काळ्याभोर धष्टपुष्ट गाईंच्या दावणीसारखी. कसदार, काळ्याभोर शेतांच्या दावणी आहेत— त्या मानाने बैलांच्या जोड्या— गाई म्हशी— गाड्या— अवजारे

केवढ्या मोठ्या प्रमाणात असेल! पुढची कल्पना तर फार सुरेख आहे— सयांनो, माझ्या भावांच्या आयुष्यातील धनरेषा म्हणजे दुसऱ्यातिसऱ्या कुणी नसून त्या या रेशमी दावणीच आहेत!

ही एकूण कल्पनाच फार चतुरपणाने गुंफली आहे. शेवटची ओवी तर सुंदरच आहे. अशा ऐश्वर्याच्या माहेरी ती वर्षातून एकदा जाते— तिची माहेरची वाट लोण्यासारखी मुलायम आहे. सासर-माहेरमधील वाट लोण्याची असणे हे सासुरवाशिणीचे भाग्य. कारण सासरची वाट नेहमीच दगडगोट्याची, काट्याकुट्याची, मुरुमाच्या खड्याची असते. नेहमीच तिच्यावर दगडाला लाही फुटावी, असे ऊन तापत असते. ही वाट तर लोण्याची आहे— सासर-माहेरांत सौहार्द आहे. सोयऱ्यांचे संबंध जिव्हाळ्याचे आहेत— याच लोण्याच्या वाटेने ती माहेरवाशीण सासरी परतणार आहे. असे हे मालनीचे माहेर— थोडक्यात खूप सांगणारे— खूप काही मनोज्ञ असे उभे करणारे!

पुढील गाथा फार वेगळी आहे. मालनीने माहेरच गाथेत गायिले आहे पण ते प्रत्यक्ष वर्णन नाही. गाथा वाचून एक नवे काही वाचल्याचे जाणवले. या मालनीचे माहेरच्या जिव्हाळ्याचे भावन काही वेगळेच वाटले. देव्हाऱ्यात देवाची पूजा होते; पण त्या पूजेतील गंध, फुले, तुळशी, कापूर, उदबत्ती, निरांजन यांचा एक संमिश्र वास बाहेर दरवळतो ना, तसे ते संवेदन मला सूक्ष्म आणि उत्कट वाटले. एका आगळ्यावेगळ्या श्रद्धाभावाची ही गाथा.

एक कुटुंब माडीवर आगाशीत आहे. मालन, तिचा कंथ आणि तिची दोन मुले— मुलगा आणि मुलगी. वयाने लहान. त्यांचा हा संवाद. मुलगा, मुलगी, नवरा मालनीला प्रश्न विचारतात आणि ती उत्तर देते, असे या संवादाचे स्वरूप आहे. पण गाथेत प्रत्यक्ष संवाद नसून, तो मालनीने आपण स्वत: सांगितला आहे.

✻ गाथा (१५)

पुसे लेक मनाऽ वास माडीऽव कसानाऽ
मना माहेरनाऽ वारा जऽ वाही ऊनाऽऽ

पुसे लेक मनाऽ पूर नदीनेऽ कोठनाऽ
मना माहेरनाऽ नाला जऽ वाहा ऊनाऽऽ

पुसे लेक मनाऽ चांदनीले काम्हून तेजऽऽ
माहेरनीऽ देवीऽ मायनीऽ तिले देखऽ

पुसे मनी लेकऽ *सूरया काम्हून तपनाऽऽ*
माहेरनाऽ देवऽ *बापनेऽ राग ऊनाऽ*

पुसे मना रामऽ *हात जोडसऽ कुनालेऽ*
मन माहेरऽ पालखीऽ *पालखीनाऽ देवसलेऽऽ*

पुसे मनाऽ रामऽ *आज का वंऽ तू खुषीतऽ*
माहेरनीऽ यीऽदऽ *मना हिरदालेऽ भूषीऽतऽऽ*

(१) यीद = याद— आठवण. (२) मना = माझा. (३) कसाना = कशाचा— कसला— कुठला. (४) ऊना = आला. (५) काम्हून = काय म्हणून— कसे. (६) भूषीत = अलंकृत करणे. (७) हिरदाले = हृदयाला.

माडीवर चौघेही जिवाभावाच्या जिव्हाळ्याचे आहेत. संध्याकाळची वेळ असावी. वारा वाहतो आहे— सांजतारा उगवला आहे. अशा वेळी त्यांचे हितगूज चालले आहे. मालन आगाशीवरून जेव्हा आसमंत बघते, तेव्हा सहजच तिचे आपल्या माहेर ज्या दिशेला आहे तिकडे लक्ष जाते— त्या भरल्या सांजेत तिला माहेरच्या आठवणी उमटतात— त्यांनी तिचा चेहरा झळाळतो— ती मनमग्न होते. तिच्या मुलांच्या आणि नवऱ्याच्याही मनांतही— तिच्या माहेरची हवा पसरली असावी— सूक्ष्मसा अवसर भरल्यासारखी. अगदी त्यांना नकळत अशी. कारण आपल्याला हे त्यांनी मालनीला प्रश्न विचारल्यावर उमजते. अभीर-बुक्क्यासारखा त्या प्रश्नांना तिच्या माहेराचाच सूक्ष्म वास येत असतो— मालन त्याने अधिक उल्हसित होते. कुटुंबच त्या संवादात सूक्ष्मसा अवसर भरल्यासारखे असते. कुटुंबच काय— भरभर वाहणारा वारा, दुरून दिसणारी नदी, आकाशातील चांदणी आणि मावळलेला सूर्यही या माहेरच्या हवेने भारलेले आहेत की काय, असा सूक्ष्म भास होतो.

जे प्रश्न येतात, त्यांची उत्तरे मालन देते— ती उत्तरे तर तिने दिली नसून, तिच्या माहेरानेच दिली आहेत असे काहीसे वाटून जाते— त्या भरल्या सांजवेळी असे ते कुटुंब आणि भवताल माहेरच्या अवसराने सूक्ष्मपणे भारलेले आहे आणि मालन ती हवा आपणांपर्यंत पोहोचवून धन्य झाली आहे.

मुलांनी विचारलेले प्रश्न पाहा :

'आई, इथे कशाचा वास येतो आहे ग?'

'आई, त्या नदीला पूर कोठनं आला?'

'आई, ती चांदणी का चमकते ग?'

'आई, सूर्य का तापत नाही ग?'

—आणि मग नवरा एकदम विचारतो,

'अगं! हात कुणाला जोडते आहेस अशी?'

या प्रश्नांवरून आपल्याला एकच उमगते, की ही मुले नेहमीपेक्षा काही वेगळेच प्रश्न विचारीत आहेत— असे, की त्यांना ते माहीत आहेत. तरी पण ते विचारले जात आहेत. पती मात्र कारणाने विचारीत आहे. तिच्या हातांच्या हालचाली बघून त्याला जिज्ञासा वाटते आणि तो विचारतो.

मालनीने प्रश्नांची उत्तरे तीन-चार शब्दांत दिली आहेत. ती म्हणते :

'अरे, माझ्या माहेरचा वारा येतोय ना— त्याबरोबर वास येतो आहे.'

'अरे, माझ्या माहेरचा ओढा नाही का वाहत येत? त्याच्यामुळे नदीला पूर येतो.'

'अग, चांदणी का अशी झळकते सांगू? माझी आई— माहेरची देवी— तिने प्रेमाने चांदणीकडे पाहिले ना— म्हणून अशी झळकते.'

'माझ्या माहेरचा देव. माझे बापाजी— ते रागावले म्हणून तो तपत नाही.'

माहेरीचे देव मालनीला आठवले आणि सहज तिने हात जोडले— दिव्याला जोडतात तसे— त्याचे नवऱ्याला तिने उत्तर दिले,

'मी माहेरच्या पालखीतील देवांना, ते समोर आले म्हणून नमस्कार केला-'

सगळे कुटुंब तिच्या उल्हसित वृत्तीने भारावले.

पती विचारतो,

'का ग! आज तू एवढी खुशीत दिसतेस?'

मालन म्हणते,

'हो, मी फार आनंदात आहे. कारण आज माझे 'हुरुद' माहेरच्या आठवणींनी भरलेले आहे.'

अशा गाथेवर काही मल्लिनाथी न करता स्तब्ध राहावे, असे मला वाटते.

◆

४

माझं गारव्याचं झाड

लग्न झाल्यावर माहेरी असेपर्यंत दिवस कसे जातात ते कळत सुद्धा नाही आणि सासरी राहायला आली की मालनीला माहेराशिवाय करमत नाही. जिथे आपले लहानपण गेले ते घरदार, शिवार, गोठा, भाऊ-बहिणी हे सारखे डोळ्यांसमोर उभे राहतात. आईबापांची माया— तिची आठवण मन अस्वस्थ करते. म्हणूनच सकाळी उठल्याबरोबर तुळस, गोठ्यातील गाय पाहिली की तिला आईचे दर्शन घेतल्यासारखे

वाटते. जात्यावर बसल्यावर तर तिच्या मनात भडभडून येते. सारख्या माहेरच्या आठवणी येतात. माहेरचे कुणी यावे, निदान माहेरगावचा कासार, माळीण, वाटसरू कुणी भेटावा या प्रतीक्षेत मालन उभी असते.

याला एक कारण असावे. मालनींचा नातेबंध जोडण्याचा एक संकेत आहे :

'लेक द्यावी गरिबालाऽ सून करावी मोठ्याची.
चिरेबंदी वाडाऽ तेला महिमा जोत्याचीऽऽ'

यामुळे सासर-माहेरच्या एकूण राहणीतच फरक पडतो. मुलीच्या भल्यासाठीच हे नातेबंध जुळवलेले असतात. पण अजाण वयात मालनीला हे राहणींतील अंतर, वागण्यातील अंतर जाणवल्याशिवाय राहत नाही. या कारणानेही त्यांना माहेरची आठवण येते. माहेरी जावे असे तर नेहमीच वाटते. 'मी माहेरी जाईन, माझ्या माहेरची वाट कशी, माझी माणसे माझे कसे स्वागत करतील,' ही स्वप्ने मालनीच्या मनात नेहमीच तरळत असतात. अशा माहेरासाठी आसावलेल्या मालनींच्या या गाथा.

पावसाची लक्षणे दिसताहेत तरी मालन चार दिवसांसाठी माहेरी निघाली आहे. 'हे काय लहान पोरासारखं' असे कुणी मैत्रिणीने म्हटल्यावर ती म्हणते, 'जोवरी मायबाप, तोवर पोरपन.' तिने पुढे दाखलाही अगदी मार्मिक असा दिला आहे : 'हेलकावं घेतीऽ हिरीखाली बोरवनऽ.' तिच्या मनातील उत्कटतेसाठी तिने एक दृश्यच मैत्रिणीपुढे उभे केले आहे. विहिरीच्या बाजूला पाणथळीत बोरवण हे उंच गवत उगवते. सारखे हेलकावे खाते. तसे माझे मन माहेराकडे सारखे झुकते आहे. मैत्रीण पुढे काय बोलणार!

✳ गाथा (१६)

पाऊस पानीयाचीऽ आली आगूट रेटूनऽ
जाते गऽ सईबाईऽ येते बयाला भेटूनऽऽ

जोवर मायबापऽ तोवरऽ पोरपनऽ
हेलकावंऽ घेतीऽ हिरीखालीऽ बोरवनऽऽ

माह्याराला जातेऽ मायबाईला भेटायालाऽ
चार दीस गऽ सुकाचंऽ माह्यार भोगायालाऽऽ

आंब्याची आंबेराईऽ टाकीते हाती डाव्या
मन माझं धाव घेतंऽ बयाच्या गावा जायाऽऽ

पायांतल्या व्हानाऽ	*काढीते बाई वज्झंऽ*
वाट वडूळ बघीतीऽ	*सई आईबाप माझंऽऽ*
असं माह्यार दीसतानाऽ	*माझं पाऊल बीगी बीगीऽऽ*
अशी माझी गवळनऽ	*गावकूसाला गऽ उभीऽऽ*

(१) आगूट = पावसाळ्याच्या सुरुवातीची चिन्हे. (२) बोरवण = एका जातीचे उंच वाढणारे गवत. याच्या चटया करतात. (३) गावकूस = गावाची वेस.

माहेरी तिने कुणाबरोबर तरी निरोप पाठवला आहे. त्याप्रमाणे आईबाप वाट पाहतील, या कल्पनेने तिची जातानाची घाई तिने इथे व्यक्त केली आहे. जणू एखादे चित्र रेखाटावे तसे. वाटेत आमराई लागते— तिथे आंबे असणार. पण सरळ ते डाव्या बाजूला टाकून ती पुढे निघाली आहे. चालणे जड जाते म्हणून पायांतील चपलाही तिने काढून हातात घेतल्या आहेत. शेवटच्या ओवीत तिची घाई आणि तिची आतुरता तिने ओवीतील शब्दांतून आणि लयीतून उभी केली आहे.

'असं माह्यार दीसतानाऽ माझं पाऊल बीगी बीगीऽऽ
अशी माझी गवळनऽ गावकूसाला ग ऊभी ऽऽ'

ओवीच्या पदाची सुरुवात 'असं' आणि 'अशी' हे शब्द तिची आतुरता दाखवतात. दुसरी दोन्ही पदे— हिचे इकडे बिगी बिगी पाऊल पडते, तर तिकडे आईही आतुरतेने बिगी बिगी गावकुसाला येऊन वाट पाहत आहे. ही दिठीमिठीची भेट आहे. हा शेवट अतिशय सुंदर आहे. मायलेकींची ही एकमेकीला भेटण्याची पावले डोळ्यांसमोर दिसतात.

पुढच्या गाथेत एका मालनीने आपल्या माहेरची वाट किती चांगली आहे, तिचे बहारीचे वर्णन केलेले आहे; आणि त्या वाटेत माहेरी सुशेगात असे गेल्यावर घरची माणसे तिचे स्वागत कसे करतात हेही सांगितलेले आहे.

✻ गाथा (१७)

माझ्या माह्याराची वाटऽ	*टाक्या लावून घडवीलीऽ*
रेशीम काय बाईऽ	*गाडी बुक्क्याची वलंडलीऽ*
जाता माह्यारालाऽ	*माझं पाऊलऽ उंच पडंऽ*
बापाजी बयाबाईऽ	*गंगासागरऽ येती पुढंऽऽ*

उंच्या ओसरीलाऽ हंड्या लावल्या सवायीऽ
भावांच्या बरोबरऽ मायबाईचं जावायीऽऽ

एकामागंऽ एकऽ येत्याता मागं पुढंऽ
लहाने गऽ बंधू माझंऽऽ माझ्या माऊलीचं झेंडंऽऽ

सांगावा कासारालाऽ बैस मैदानी मैदानीऽऽ
भैनी गऽ लयीजनीऽ संगंऽ बंधवांची रानीऽऽ

(१) सवाई = अधिक चांगल्या. (२) मैदानी मैदानी = ऐसपैस जागेत.

या मालनीची वाट जात्या-पाट्याला टाकी घालतात— तशी टाकी घातलेली आहे. म्हणजे वाटेवर दगड-धोंडे, मुरुमाचे खडे नाहीत, लहान-मोठे खड्डे नाहीत. गाडीच्या चाकोऱ्याही नाहीत. कशी सपाट, गुळगुळीत आहे. वर काळी माती मुद्दाम वाऱ्याने पसरली आहे. ती तर बुक्क्याची गाडीच उलटली की काय अशी मऊशार आहे. बुक्क्याची गाडी पंढरीच्या वाटेवर उलटते तशी या मालनीच्या माहेराच्या वाटेवर पसरली आहे. पंढरी हे देखील मालनींचे माहेरच. त्या वाटेची मालनीला इथे आठवण झाली तर नवल नाही.

पंढरीला विठोबा-रखुमाई भेटतात. इथे ती माहेरी जाते तो तिचे माय-बाप तिला सामोरे येतात. त्यांना ती 'गंगासागर येती पुढं' म्हणून आनंद व्यक्त करते. गंगा आणि सागर हे मायबापांचे प्रतीकच आहे. आई गंगेसमान— पूज्य, पवित्र, सर्व प्रकारची तहान भागवणारी प्रेमाची मूर्ती, तर बाप समुद्रासारखा— मातबर, सर्व अपराध पोटात घालणारा— भरभरून देणारा— सदासंपन्न असा. विठोबा-रखुमाईसारखाच. मालनीचे हे प्रतीक अतिशय सुंदर वाटते.

पुढे ओसरीवर ज्या हंड्या टांगल्या आहेत, त्याच्या सवाई देखण्या हंड्यांसारखे लोक माहेरवाशिणीची वाट पाहत उभे आहेत. हे आहेत तिचे कर्ते भाऊ आणि बहिणींचे घरी आलेले नवरे— मायबापांचे जावई. हे सर्व अंगाने सुदृढ, गोरेपान, चांगल्या पोशाखातील पुरुष हंड्या झळाळतात— तसे प्रसन्नपणे हिचे स्वागत करतात.

ती येताना मागेपुढे तिची लहान भावंडे— भाऊ असतात. जणू तिची मिरवणूकच. तिला ते लहान भाऊ म्हणजे आईचे झेंडेच वाटतात. ती कौतुकाने त्यांना 'झेंडे' म्हणते. असे घरादाराकडून प्रेमाचा वर्षाव करणारे स्वागत होत असेल, तर कोणत्या मालनीला माहेरी वारंवार जावे असे वाटणार नाही?

पण एवढ्याने पुरे होत नाही. खेड्यात केव्हातरी वैराळ सादवीत येतो. याच

वेळी ती साद ऐकू आली असावी. लगेच त्याला बोलावणे जाते. 'ये बाबा, आमची माहेरवाशीण आताच आली. सगळ्यांना बांगड्या भरायचा सोहळा होऊ दे. जरा पैस जागेत बस.' सासरहून येऊन जरा निश्चिंतपणे बसते, तोवर चुडा भरायचा आनंद लुटायला मिळतो.

अशा या स्वागतामुळेच मालनीचे माहेरी निघतानाचे पाऊल 'उंच' पडते— अभिमानाने भरून पडते आणि त्या आठवणी काव्यरूप होतात.

पुढील गाथेत एका मालनीने आपल्या माहेरचे, त्यातल्या त्यात आईचे आपल्यावर किती प्रेम आहे हे सांगितले आहे. परघरी दिलेल्या लेकीसाठी आईबापांचा जीव कसा तुटतो हे या गाथेत गहिऱ्या रूपात प्रकट झाले आहे.

⁕ गाथा (१८)

ज्या गावात मायबापऽ त्या गावाचं मला याडऽऽ
सयांनूऽ कीती सांगूऽ तिथं गारव्याचं झाडऽऽ

आंब्याची आंबरायीऽ पीकून झाला सडाऽऽ
मायबाईचा जीव येडाऽ म्हनी लेकीला गाडी धाडाऽऽ

गाडी झन झनऽ बैलाले पिप्पय पानऽऽ
मैनाले लागं ऊनऽ गाडी हाका बागांतूनऽऽ

जंवरऽ मायबापऽ लेकी येऊ द्या जाऊ द्याऽऽ
आंब्याची आंबरायीऽ लेकीबाळीला खाऊ द्याऽऽ

जंवर मायबापऽ तंवर येऊऽ जाऊऽऽ
पीकती फळबागाऽ तंवर सराई गऽ घेऊऽऽ

जंवर मायबापऽ तंवर येरझाराऽऽ
आडवा डोंगरऽ गऽ पायांखाली झाला चुराऽऽ

(१) याड = वेड. (२) पिप्पपान = बैलाच्या कपाळावर बांधायचा दागिना. (३) झन झन = गाडी चालू लागली की बैलांच्या गळ्यातील घुंगुरांचा नाद येतो. (४) सराई = वाटा.

या मालनीला माहेरचे वेडच आहे. मैत्रिणी चेष्टा करतात— मग ती म्हणते, 'त्या गावात माझं गारव्याचं झाड आहे. मला किती सुख होते ते तुम्हाला कसे

कळणार?' माहेरचे सुख आणि सासरचा त्रास या दोन्ही गोष्टी 'गारव्याचे झाड' या शब्दांत सामावल्या आहेत. त्यातल्या त्यात आईलाच हे तिने विशेषण दिले असावे.

सूचक ओव्या लिहिण्यात या मालनीचे फारच चातुर्य असते. 'आंब्याची आंबरायी पीकून झाला सडा' या ओवीत आंब्यांची समृद्धीच केवळ नाही. ती हळूच बाजूला केली तर आत एक आईच्या जिवाची सूक्ष्म घालमेल दिसून येते. बाप आणि भाऊ कर्ते आहेत. आंबे पाडाला आले, पिकले— त्यांचा जमिनीवर सडा पडायला लागला तरी या पुरुषांना आपल्या लेकीची, बहिणीची आठवण झालेली नाही हे एक सत्य आहे. तोवर आई बोललेली नाही. घरात सुना नांदत्या असल्या की काय, केव्हा बोलावे याची या मातृहृदयाला जाण आहे. सडा पडायला लागला तेव्हा मात्र 'आईचा जीव वेडा' म्हणतो— 'बाबांनू, आंब्याचा सडा पडतोय. माझ्या लेकीला बोलवा— तिला आंबा खाऊ द्या.' तेव्हा या बांधवांना जाग येते. गाडी सजवतात. निघतात. तेव्हाही आईच्या वेड्या जीवाला राहवत नाही. ती म्हणते, 'मैनाला लागं ऊनऽ गाडी हाका बागांतून.'

या बहिणीसारखीच इतर बहिणींची गत— त्यांनाही आईच बोलावून घेते आणि एक विचार घरच्या माणसांना बोलून दाखवते.

'जोवर मायबापऽ; लेकी येऊ द्या, जाऊ द्या
आंब्याची आंबरायीऽ लेकीबाळींना खाऊ द्या.'

तिच्या लेकींनीही हे चाणाक्षपणाने समजून घेतले आहे. मनाशी एक निश्चय केला आहे. कारण त्यांनाही सासरचा अभिमान आहेच.

शेवटची ओवी फार सुंदर आहे. या पाच-सहा बहिणी असणार. मालनीला माहीत आहे. आमचे हे येणे-जाणे आई आहे तोपर्यंतच. पण तोवर आम्ही येणार. आमच्या येण्यात आईला आनंद आहे. आम्हाला सुख आहे. आम्ही येतच राहू. या सर्व बहिणी डोंगरापलीकडे दिल्या असणार. म्हणून मालन म्हणते,

'जंवर मायबापऽ तंवर येरझाराऽऽ
आडवा डोंगरऽ पायांखाली झाला चुरा—

पुढील गाथेत मालनीने आपल्या माहेरचे मोठेपण सांगितले आहे. माहेरच्या निसर्गाची तुलना केलेली आहे. मराठवाडा-विदर्भ या बाजूच्या ग्रामीण बोलीतील ही गाथा आहे.

* **गाथा (१९)**

माहेर लागनाऽ हावू पहाड कसानाऽऽ
माले बलावस पीताऽ मना हावू बानीनाऽऽ

माहेर लागनीऽ हायी नदी वंऽ अंजनीऽऽ
मनी तीस भागाडेऽ हायी माय शे रंजनीऽऽ

माहेर लागनीऽ देखू रायीऽ आमऽ नीऽऽ
अमरूत चाखूऽ मनी भाऊ मीठारामनी

माहेर लाग नाऽ हावू मारोतीना पारऽऽ
पारावरऽ बठीऽ मन जीव थंडगारऽऽ

(१) लागना = जवळ, शेजारी. (२) कसाना = कशाला (३) बानीना = बाणेदार. (४) तीस = तहान.

मालनीचे माहेर पहाडाच्या पायथ्याशी आहे. शेजारून अंजनी नदी वाहते आहे. गावाजवळ आमराया आहेत आणि गावाला लागून मारुतीचे देऊळ आहे. समोर पिंपळाच्या मोठ्या वृक्षाला पार आहे. याचा अर्थ मालनीचे माहेर निसर्गसुंदर आणि समृद्ध आहे. पण मालनीला त्याचे काही विशेष वाटत नाही. ती म्हणते, या सगळ्याच्या तोडीला तोड असे माहेरघर आहे.

ती मोठ्या अभिमानाने सांगते. पहाडाचे काय एवढे मोठे! माझा बाप त्याच्यासारखाच बाणेदार आहे आणि तो मला किती मायेने बोलावतो. गावाला नदी आहे पण माझी तहान भागवणारी प्रेमळ आई घरात आहे. मला ते आंबे काय करायचे— माझा भाऊ मीठाराम याचे मायेचे बोलणे अमृतासारखे गोड आहे. गावाला लागून मारुतीचे देऊळ आहे खरे; पण माझे देवासमान आईबाप जिथे राहतात ते मला देवळासमान आहे. समोरच्या पारावर बसले म्हणजे मात्र गारेगार वाटते. कारण माझे माहेरही असेच सळसळते, तजेल, दाट सावलीच्या वृक्षासारखे आहे. त्याच्याखाली बसले की मला शरीराला आणि मनाला गार गार वाटते. कारण तिचे माहेर हेच तिचे गारव्याचे झाड आहे.

मालनींच्या माहेराविषयीच्या या सर्व भावना मंत्रमुग्ध करणाऱ्या आहेत.

◆

५

सासर-माह्यार गावात

नांदायला गेलेल्या मुलीचे सासर जितके जवळ, तितके आईला बरे वाटते. गाडी-घोड्याचा प्रश्न नसल्याने मुलगी केव्हाही माहेरी येऊन जाते. आली नाही तरी तिचा समाचार कळतो. जाणारी-येणारी तिला भेटून येतात. शेतातील माळवे, खरवसाचे दूध, उसाचा रस असे पाठवण्यास सोपे जाते. आईकडे लेक न्हाण्यासाठी सुद्धा येऊ शकते. मग लेकीला गावात दिलेली असली तर याहून चांगले होते. दारातून हाळी घालून तिच्याशी बोलताही येते. आईला लेक घरी असल्याप्रमाणेच वाटते.

आईला हे सुखाचे असले तरी पुष्कळदा मुलीला असे गावात सासर-माहेर आवडत नाही. एक तर वरचेवर माहेरी गेले तर घरात आवडत नाही. फार दिवस राहता येत नाही. घरच्या गोष्टी लगेच माहेरी पोहोचतात आणि माहेरच्या सासरी. त्यानेही दोन्ही घरांत वाकडे येण्याचा संभव असतो. सासर गरिबीचे असले तर या सासुरवाशिणीची अधिकच पंचाईत होते. त्यामुळे माहेरची माया असली तरी ते दूरच असावे असे तिला वाटत असते. तेव्हा लेकीला माहेर गावात असावे असे वाटते आणि नसावे असेही वाटते.

गावात माहेर असावेसे वाटते, ते नव्यानेच नांदायला गेलेल्या बालसासुरवाशिणीला. बालस्वभावाने काही हवे असले, खायला काही हवे असले, तर ती चटकन माहेरी येते. जिला जरा परकेपणाने वागवले जाते— जिच्या खाण्यापिण्याची आबाळ होते, जिला कुणी रागावलेले सहन होत नाही, अशी सासुरवाशीण तर घडीघडी तक्रार घेऊन माहेरी येते. तिला अशा वेळी माहेरचा मोठा आधार वाटतो. आईही तिच्या मनाची व्यथा समजून घेते. तिला ठेवून घेते.

अशी ही गावातच सासर-माहेर ज्यांचे असते, त्यांची सुखदुःखे. आईने आणि लेकीने— दोघींनीही या सासर-माहेराबद्दल ओव्या गायिल्या आहेत. दोघींचेही अनुभव वेगवेगळे आणि हृदयस्पर्शी आहेत.

खालील गाथा एका आईने गायिली आहे. हिची मुलगी नवाळीशी नांदायला गेली आहे. सासर गावात आहे. एवढेच नाही तर जे तिचे सासर, ते तिचे आजोळही आहे. मालनीने आपल्या लेकीला भावाच्या मुलाला दिलेली आहे. भाऊ चांगला असतो; पण भावजयीचा प्रश्न असतो ना!

※ **गाथा (२०)**

लाडकी नेनंतीऽ	गावशीवंपाशीऽ दीलीऽ
बाई माह्यारी नीघू आलीऽ	घारी खावीशी वाटलीऽऽ
गावात सोचिरा गऽ	हाकंसरशी वई देतोऽ
बंधू बोलतो गऽ	गाडी बैलाशी गऽ चेतोऽऽ
गावातल्या गावामंदीऽ	येऊ नगंऽ अपेमानऽ
बाई नेनंते ग माझेऽ	येऊ द्यावंऽ बोलावनंऽऽ
नेनत्या लेकीचं गऽ	सासर गावामंदीऽ
दिवा लावून घालवीलीऽ	मामाच्या घरामंदी
गावातल्या गावामंदीऽ	बलावनी कीती घेशीऽऽ
माझे सखे बाईऽ	पुढं कंठ मागं येशीऽऽ

(१) घारी = घारगे. (२) वई देणे = ओ देणे. (३) अपेमान = आपण होऊन, न सांगता, परवानगी न घेता.

गावाच्या शिवेजवळच मुलीचे सासर आहे आणि मामा-मामीचे घर आहे. मालनीची लेक नेहमी घरी येते, पण आईला त्याचे अवघड वाटते. भाऊ आपला, पण भावजय परक्याची आहे आणि आता ती विहीण आहे हे आई विसरू शकत नाही. मुलगी घारगा खायला आली आहे. तिला पाहूनच ही मालन दारातून भावाला हाळी घालून 'सून घरी आल्याचे' सांगते. भाचीला न्यायला तो गाडी घेऊन येणार होता पण ती मी तिला पोहोचवीन म्हणते आणि रात्री दिवा बरोबर देऊन सोबतीने वा आपणच तिला सासरी पोहोचवून येते. पण तिचे मन अस्वस्थ असतेच. ती लेकीला 'अशी अपेमान येऊ नको' म्हणून सांगतेही. मुलीचे न सांगता घरातून जाणे, नवऱ्याने त्याचे कौतुक करणे आणि मुलीला ठेवून घेऊन रात्री सासरी पोहोचविणे हे भावजयीला सोसणारे नाही असे तिला वाटते.

शेवटची ओवी त्या घटनेचा परिणामच बोलून दाखविणारी आहे. त्यानंतर मुलगी बोलवून देखील आलेली नाही. आली तरी नवरा बरोबर असतो. ही त्या मायलेकींची दोघींची व्यथा, पण आईने व्यक्त केलेली. सासर गावात असले की असे प्रसंग निर्माण होतात, हे दाखविणारी. सूचक शब्दांत गायिलेली ही गाथा— पण मनाला समजणारी— न सांगताही.

पुढील गाथा जरा वेगळ्या स्वरूपाची आहे. गावात सासर-माहेर असूनही ती

माहेरघराला दुरावली आहे. या मालनीचे आई-वडील नसावेत. भावजय गर्विष्ठ आहे. बहीण गरिबाघरी दिलेली असणार. म्हणून तिच्याशी तिने संबंध ठेवलेला नाही. 'बहिणी येत्यात्या लूटायाला' अशी तिची भावना असावी. तिने नणंदेशी अबोला धरला आहे. या पार्श्वभूमीवर एका भावपूर्ण प्रसंगातून ही गाथा साकार झालेली आहे.

※ गाथा (२१)

गावातल्या गावामंदीऽ माझं सासर-माह्यारऽऽ
पानी पूरवीतीऽ दोनी घराला येक हीरऽऽ

गावातल्या गावातऽ भाऊ भैनाशी बोलयीनाऽऽ
अस्तूरीच्या पुढंऽ तेचा वीलाज चालयीनाऽऽ

भाऊ भाऊ करूऽ भाऊ चालला दुरूनऽऽ
भावाच्या मायेनंऽ डोळं आलं गऽ भरूनऽऽ

बंधूजी न्हायी घरीऽ माझी चवथी येरझारऽऽ
बोलंनाशी झालीऽ भावज गूजरीऽ कुर्दारऽऽ

गावाच्या गावामंदीऽ हा गऽ अबोला कशालाऽऽ
ताईता बंधू माझाऽ चांद पाठीचा तूला दिलाऽऽ

कशाला घरी यावंऽ भाऊ भेटतोऽ वाटंतऽऽ
माह्यार गऽ माझंऽ व्हतं बीदी बाजारातऽऽ

(१) कुर्दार = गर्विष्ठ, ताठा असलेली.

वरील गाथेत बहिणीने भावाच्या घरी चार खेपा घातल्या; पण भावजय बोलली नाही. या खेपा घालण्याला काहीतरी कारण असणार. तिला कसली गरज असणार. भावजयीने ओळखले आहे. म्हणूनच ती बोलली नाही. मालनीच्या मनाला हे फार लागले आहे. कारण दोन्ही घरं जी एकाच विहिरीचं पाणी पीत होती— आणि नेहमी भेटणारी, बोलणारी होती. तो जिव्हाळा आता आटला आहे.

तिने मनाला खुपणारा एक प्रसंग दिला आहे— भावाला हाका मारल्या तरी तो लक्ष देत नाही. दुरून निघून जातो. पण तिला भावाचा राग येत नाही. तिला वाटते, बायकोपुढे माझ्या भावाचे काही चालत नाही. म्हणून तो असे वागतो. चारदा खेपा घातल्या तरी भावजय बोलली नाही, तेव्हा ही मालन तिला सांगते,

'हा गऽ अबोला कशाला? चांद पाठीचा तुला दिलाऽ' आणि पुढे म्हणते ती शेवटची ओवी तर दोन किरणे टाकणारी आहे.

'माझा भाऊ मला भेटतो— बोलतो. वाटेवर बाजारात बोलतो. माझं तेच माहेर आहे.' यात भावाबहिणींमधला जिव्हाळा तर दिसतोच; पण भावजयीला तुझा हा अबोला— त्याचा काही उपयोग होणार नाही अशी जाणीवही करून देतो.

गावात माहेर असले तरी ते माहेर राहत नाही. भाऊ जिथे वाटेवर बाजारात भेटतो तिथेच माझे माहेर असते— ही कल्पना सुंदर आहे. अशी ही लहानसहान दुःखे सासुरवाशिणीला गावात माहेर नसावे असे वाटायला लावणारी आहे.

पुढील गाथा एका आईने गायिली आहे. लेकीचे सासर गावातच असल्याने तिला किती समाधान मिळते हे तिने या गाथेत सांगितले आहे. गाय-वासरू या प्रतिमेच्या झोतांनी त्या समाधानाचा आविष्कार प्रकट झालेला आहे.

❋ गाथा (२२)

साकरंचा लाडूऽ केळीच्या पानायातऽ
सई मालनीचंऽ तिचं सासर गावाऽतऽऽ

गावच्या गावातऽ मालनीचं गऽ सासयीरऽऽ
भाऊ माझा जुप्पीऽ तिच्या गाडीला वासयीरऽऽ

लाडक्या लेकीचंऽ तिचं गावात सासयीरऽऽ
अंदानऽ देल्या गायीऽ वाड्या येत्याती वासयीरंऽ

लाडकी माझी लेकऽ हायी जवळ सासयीरऽऽ
तान्हाळू गाईचंऽ हात चाटीत वासयीरऽऽ

लाडकी यवढी लेकऽ गावामंदी तीला दीलीऽऽ
काय सांगू बाईऽ बारा सनाची बोली केलीऽऽ

(१) तान्हाळू = तान्हेली— भेटीला आसुसलेली. (२) बारा सण = लग्नातील एक नवरीच्या लोकांना घातलेली अट. लग्नाच्या पहिल्या वर्षातील बारा सण त्यांनी करायचे. प्रत्येक सणाला सासरच्या माणसांना गोडाचे जेवण, मानपान इत्यादी करायचे.

या मालनीची मुलगी इतकी लाडकी आहे, की तिला ती जवळ असावी म्हणून गावात दिली आहे. बारा सणांची बोली करून हे स्थळ त्यासाठी पक्के केले आहे.

या दोन्ही घरांतील अंतरही तिने फार चतुराईने सांगितले आहे. ती म्हणते, घरे इतकी जवळ आहेत म्हणूनच की काय, बहिणीला पोहोचवायला भाऊ गाडीला वासरं जोडतो आणि बरोबर द्यायचे लाडू—साखरेचे लाडू केळीच्या पानात बांधून दिले तरी धक्का लागून ते नाजूक पान चिरत नाही, की लाडू ढासळत नाही. इतकी जवळ असणारी घरे!

वासरे जोडली हे जरा स्पष्ट करायला हवे. या गावातील लेकीला आईने गाई आंदण दिल्या; आणि त्यांना पाडे झाले की आपल्या वाड्यावर ते आणले. शेतीला घरचे बैल झाले आणि लाडक्या लेकीला तिच्या मुलांना दही, दूध, तूप मिळाले. दोन्ही कामे झाली. गाडीला हे पाडे जोडले. खरे म्हणजे गाडी ओढायला शिकताना पाडे फार खळखळ करतात. पण हे पाडे शांत राहिले. कारण गाडीत बाळपणीची मालकीण होती आणि आता त्या जुन्या घरीच ते निघाले होते. त्यामुळे तक्रार न करता एका ओढीने ते गाडी चालवू लागले— आणि अंतर तर अगदी थोडेच; आणि या सुरळीत चालीमुळे पान व लाडू चांगले राहिले. लाडवाचा धक्क्यांनी भुगा झाला नाही.

गायवासरू ही प्रतिमा पुढच्या ओवीत फार समर्पक वाटते. गायवासरांना जशी पान्ह्याची आणि भुकेची ओढ लागते, त्याप्रमाणे या आईला लेकीच्या भेटीची ओढ लागते— आणि लेकही त्याच ओढीने आईकडे येते. आईने आपल्या लेकीच्या भेटीसाठी 'तान्हाळू' झालेली म्हटले आहे. हा शब्दच गोड वाटतो आणि वासरू हात चाटते, तितकी जिव्हाळ्याने लेक भेटते— गाय-वासरांचा इतका सुंदर मिलाफ ती मालनच करू जाणे. ही एक गाथा म्हणजे एक सुरेख कविताच आहे.

पुढील गाथा ग्रामीण भाषेतील नसून अहिराणी बोलीतील आहे. या मालनीने आपले सासर-माहेर दोन्ही गावातच असल्याने दोन्हींकडे जातेवेळी आपल्या मनाची काय अवस्था होते ते तिने मोठ्या चतुराईने सांगितले आहे.

※ गाथा (२३)

एक डोया हुगडूऽ मी ते एक डोया लावूऽ
इबाक मना रामऽ तिबाक मना भाऊऽऽ

एक कान खोलूऽ मी ते एक कान झाकूऽ
इबाकऽ सासराऽ तिबाक पीता ऐकूऽऽ

दोनी हात जोडूऽ मी ते दोनी हात जोडूऽ
इबाक सासू जमुनाऽ तिबाक गंगामैया गोडूऽऽ

एक जीव राहे मनाऽ एक जीव जायेऽऽ
सासर माहेर माऽ हावू कसा कल्हो बयेऽऽ

(१) इबाक-तिबाक = इकडे आणि तिकडे. इथे आणि तिथे. (२) हुगडू = उघडू. (३) डोया = डोळा (४) लावू = मिटून घेते. (५) मना = माझा. (६) हावू = आहे. (७) कल्हो = झोका.

या मालनीला सासरची माणसे प्रिय आहेत आणि माहेरची तर आहेतच. पण सासरी गेले की माहेरची माणसे अंतरतात, माहेरी आले की सासरची माणसे अंतरतात. याचे तिने वेगळ्याच गमतीदार प्रकारांनी वर्णन केले आहे. एक डोळा उघडते आणि दुसरा झाकते. माझ्या रामाला पाहायचे, तर भावाकडचा डोळा झाकावा लागतो. एक कान झाकते आणि दुसरा उघडते— सासऱ्याचे बोलणे ऐकायचे. पित्याचे ऐकू येत नसते. इकडे सासू यमुनेसारखी आहे, तिकडे आई गंगामैयासारखी गोड आहे. हात दोन्हींकडे जोडले आहेत. सासरी असेपर्यंत सासूला आणि माहेरी गेल्यावर आईला. हे सासर-माहेर म्हणजे एक जीव जायचा आणि एक जीव राहायचा, अशी मनाची अवस्था होती... शेवटच्या ओळीत तिने एका प्रतिमेने या सर्व गाथेवर कळस चढवला आहे. हे माहेरी-सासरी जाणे आणि येणे म्हणजे केवढा लांब झोका आहे! मला ही झोक्याची कल्पना फार आवडली.

असे हे एका गावातील सासर आणि माहेर. कधी चांगले, तर कधी त्रास देणारे. एक मात्र खरे, माहेराहून फार लांब कुठे जाऊन पडण्यापेक्षा गावात सासर चांगले असेच मालनींना वाटते.

◆

६

झालं माह्यार मनहर

मालन माहेरी आली की तिचे स्वागत जितके जिव्हाळ्याने होते, तितकाच तिचा माहेरवासही आनंदाचा जातो. मुख्य म्हणजे कामाकष्टांपासून ती मोकळी झाल्याने हिला विसावा मिळतो. वागण्या-बोलण्यांत मोकळेपणा येतो. हवाहवासा वाटणारा आईचा सहवास मिळतो. माहेरच्या मैत्रिणीही भेटतात. सर्वांकडून कौतुकाचा वर्षाव होत असतो. अशा सुखात राहिले तरी तिला माहेरी फार दिवस राहवत नाही आणि सासरच्या माणसांनी किती राहायचे याची मुदत दिलेली असते. माहेरून सासरी निघावे हे लागतेच. त्या वेळीचा महत्त्वाचा सोहळा म्हणजे माहेरची बोळवण.

माहेरून निघताना तिला बोळवण म्हणून भेट द्यावी लागते. मुख्य म्हणजे माहेरच्या माणसांची तशी अपेक्षा असते. तिचे सासरचे मोठेपण या तिच्या भेटवस्तूवर अवलंबून असते. खण देणे, चुडा भरणे एवढ्यावर भागत नसते. ज्यांची तशी परिस्थिती असेल ते देतातही. पण पुष्कळदा गरिबीमुळे माहेरचे बोलवणेही येत नाही. हक्काच्या अशा सणावारीही ती माहेरी जाऊ शकत नाही. न्यायला कोणी मुराळी येत नाही. अशी ही बोळवण महत्त्वाची असते. तिच्यावरील या पुढच्या गाथा आहेत. ज्या मालनींना मनासारखी माहेरची भेट मिळाली, त्यांना सासरी गेल्यावर बोलायचा एक विषय असतो, 'मला माझ्या म्हायारानं अमुक दिलं, तमुक दिलं,' असा आणि घरच्या-दारच्या मैत्रिणींच्या बोलण्याचाही तोच विषय असतो.

खालील गाथेत मालनीने आपली माहेरून निघते वेळीची कौतुके व गडबड सांगितली आहे. त्याबरोबर कुणी कुणी काय काय 'माह्यार' केलं, याचेही तिने मोठ्या खुशीने आणि अभिमानाने वर्णन केले आहे.

✳ गाथा (२४)

पिता माझा म्हनयीतोऽ झालं माह्यार मनहर
माह्यार मला केलंऽ बाई केलंऽ गऽ ईरसरऽऽ

थोरल्या बंधूजीनंऽ खनासंगटऽ पीतांबरऽ
बाई धाकल्या बंधूजीनं केला गळ्यावर सरऽऽ

बया मालन माझी म्हनीऽ जेव मैना गाऽ पोटभरऽ
मैना माझी सांगयीतीऽ राखडी केवडा भांग भरऽऽ

भावज गूजरी म्हनीती मोती पवळ्यानं वटी भराऽ
चुलता पंडीत म्हनयीतोऽ लेकी आवर भरा भराऽऽ

तेलच्या दहीबुत्तीऽ बांधी शिदोरी चूलईतीऽ
मावळन येती घाईऽ कळ्या येनीत माळयीतीऽऽ

भाचा बाळ म्हनयीतो बसा आत्या घोड्यावरऽ
सावल्या आल्या जोत्यावरऽ सासरचा पल्ला दूरऽऽ

सये तुला काय सांगूऽ आडवं भरतार अरध्यावरऽ
नागमोडी सवारीचीऽ गाडी ऊभी गऽ तासावरऽऽ

(१) ईरसर = एकाहून एक वरचढ. (२) राखडी केवडा = वेणीत घालायचे दागिने. (३) तेलच्या = करंज्या, कानवले. (४) तासावर = नदीच्या काठापाशी.

एका एकत्र कुटुंबातील माहेरवाशीण सासरी जाणार... त्या दिवसाची त्या कुटुंबातील प्रत्येकाचीच या माहेरवाशिणीविषयीची आस्था या गाथेत दिसून येते.

मालनीचा बाप आपल्या दोन मुलांनी बहिणीचे जे माहेर केले त्यासाठी खूश आहे. माहेर मनपसंत केले इतकेच नाही, एकावर एक वरचढ केले. त्याचा त्याला अभिमान आहे.

आईचे लक्ष नेहमीच मुलाच्या पोटावर असते. आज तर लेक जाणार, तेव्हा आई तिच्यासाठी तिचे आवडते पदार्थ करण्यात गुंतली आहे. मनात एक अस्वस्थता आहे. 'लेकी, पोटभर जेव' असे म्हणायला उद्या ती नाही.

बहीण वेणीत राखाडी केवडा घाल, भांगात बिंदी घाल असे सांगते. याला कारण आहे. माहेरवाशिणीने जातानाच दिलेले वापरायचे असते. म्हणूनच देताना घडी मोडून देणारी साडीचा पदर तिला पांघरते. आता पीतांबर नेसायचा. जरीची चोळी, गळ्यात सर घालायचा. मग केसांत दागिने नकोत? म्हणून बहिणीने तिला ही आठवण दिली आहे.

भावजय ओटीची तयारी करीत आहे. मोती-पोवळे म्हणजे जोंधळे आणि गहू. पुष्कळदा ओटीबरोबर दोन-चार मोती-पोवळीही हातावर ठेवतात.

इतके होईपर्यंत दुपार टळून जाते, हे मावळणीने जुई-मोगरीच्या कळ्या आणून सुचवले आहे. संध्याकाळी त्या उमलतात. वेणी करायची (माळ) बांधायची वेळ ऊन कलल्यावरच असते. तेवढ्यासाठीच चुलता आणि मोठा घाई करताहेत. उन्हे जोत्यावर आली आहेत. हे सर्व वर्णन अत्यंत साधे, पण गतिमान वाटावे असे आहे.

मालनीने आणखी एका व्यक्तीला या माहेरच्या प्रेमळ कुटुंबात सामील करून घेतले आहे. सासर-माहेर मधे नदी आहे. प्रत्यक्ष नवरा नागमोडी सवारीची गाडी घेऊन पलीकडे तिची वाट पाहत आहे. हे तर तिच्या अपेक्षेच्या सुंदर सुवर्णकळसासारखे! ती मैत्रिणीला सांगताना तिच्या चेहऱ्यावरच तो झळकत असणार. अशी ही सहज— साजिरी गाथा.

❋ गाथा (२५)

माझ्या मायबाईनंऽ माह्यार मला केलंऽ
लुगड्याचं मोलऽ एका चोळीला ग दीलंऽऽ

माझ्या बापाजीचंऽ घर बाई लौकिकाचंऽ
माह्यार मला केलंऽ दुही पदर गोपीकांचंऽऽ

लाडक्या भाचीला गऽ केलं माह्यार मावशीनंऽ
तांबड्या लुगड्याच्याऽ निऱ्या घालते हौशीयीनंऽऽ

कान भरलं कापानंऽ वटी भरली नारळानंऽ
लाडक्या भाचीला गऽ केलं माह्यार मावळ्यानंऽऽ

माह्यार मला केलंऽ नवं आगळं शंबराचंऽऽ
बाई चुलत्याचंऽ नाव कागदी हंबीराचंऽऽ

माह्यार करी बंधूऽ एका गावाचा वसूईलऽ
सया पुशीत्यातऽ बंधू सम्रत असयीलऽऽ

कंथ पूशीत्यातीऽ रानी माह्यारवास कसाऽ
केळीच्या पानावरऽ जिरेसाळीचा भात तसाऽऽ

(१) काप = हा कानातील दागिना. कुडीला जोडून, गालाच्या बाजूने केसांपर्यंत नेऊन, केसांत अडकवलेला असतो किंवा कानाच्या वरच्या बाजूच्या बुगडीत अडकवून, केसांत वेणीपर्यंत अडकवलेला असतो. बारीक सोन्याचे मणी वा बारीक मोती गुंफलेला हा सुंदर नाजूक वेलीसारखा दिसतो.

या गाथेत मालनीने आपल्याला माहेरची बोळवण काय केली हे सांगितले आहे. त्याचप्रमाणे माहेरचे मोठेपण, मातबरपण, त्याचा लौकिक हेही सुचवले आहे. हिचेही एकत्र कुटुंब प्रेमळ आहे आणि आई बापाप्रमाणे घराची रीत पाळणारे आहे. मामा-मामीही मातबर आहेत आणि मनाने मोठी आहेत.

त्यांनी काय काय दिले ते मालन मैत्रिणींना सांगते आहे. आईने लुगड्याच्या मोलाचा म्हणजे भारी किमतीचा खण दिला. तो रेशमी जरीचा, मोत्या-जायीचा असा असणार. तेवढ्या किमतीत एक लुगडे आले असते पण आईला ते मानवले नसते. लुगडे कसे आहे, त्याचे पुढच्याच ओळीत वर्णन आहे. ते पाटावू आहे आणि त्याच्या दोन्ही पदरांवर गवळणी काढल्या आहेत. बापाच्या लौकिकाला शोभेल असेच ते आहे. या वर्णनाची गाथाच.

मावशीने दिलेले लुगडे सांगण्यापेक्षा— ते देतानाचे तिचे प्रेम 'तिने ते निऱ्या काढून नेसायला दिले' यात व्यक्त केले आहे.

चुलत्याने जे दिले ते नवे आणले आहे. त्याने शंभर रुपयांची चळतच दिली आहे. दाग-दागिने नेहमीचेच त्यांचे कौतुक असतेच; पण मालनींना पैशाचे कौतुक अधिक असते. कारण ते डब्यात बंद न होता हाती वापरायला राहतात. ही अशी रक्कम भाऊ भाऊबिजेला देतो. ते त्यांना फार महत्त्वाचे वाटते. त्याला कारण म्हणजे इतर मिळते ते 'स्त्रीधन' असते. रोख रक्कम, साडी-चोळी हे तिला आपल्या मालकीचे स्त्रीधन वाटते. हा फरक मोठा आहे. म्हणून चुलत्याचा तिने गौरव केला आहे. त्याचे

हंबीरराव असे कागदावर नाव लिहितात, यात तिला अधिक अभिमान आहे.

हे सर्व सांगत असता मालनीने एक गुपितही सांगितले. 'कंथाने काय दिले विचारले नाही' त्याचा हिशेब केला नाही. त्याने विचारले, 'राणी, माहेरचे दिवस कसे गेले?' तो द्रव्याचा लोभी नसून प्रेमाचा लोभी आहे. तीही आहे. तिने जे उत्तर दिले ते अतिशय चतुर आहे. दिवस फार सुंदर गेले. पण मला त्यात गोडी वाटेना. केळीच्या पानावर गरम जिरेसाळीचा भात वाढला तर त्याला वास येतो. घास गिळवत नाही. भावार्थ असा, की 'तुमच्या आठवणीने काही नको वाटायचे.' आणखीही अर्थ काढायचा म्हणजे— 'हे इतके सगळे माहेरने दिले; पण तुम्ही भेटलात हा आनंद मोठा!' मालनीचे माहेरी राहणे असेच असते. हे तिने सहजभावाने व्यक्त केले.

पुढील गाथेतील भेट एक वेगळीच आहे. मालनीने 'मला दुसरे काही नको. मला गोठ्यातील गाय माहेर म्हणून दे,' असा आग्रह धरला आहे.

❊ गाथा (२६)

दिवाळीचा दिवाऽ ववाळीते गोठ्याकडं
बंधूराया माझ्याऽ दावणीची गाय सोडऽऽ

बारा बैलांची दावनऽ असू दे तुझी तुलाऽ
गाय सावळी नरमदाऽ बंधू द्यावी माझी मलाऽऽ

दिवाळीच्या दीशी दादाऽ गोठ्यात जाऊ देऽऽ
दावणीची गायऽ हाती पडली घेऊ देऽऽ

दिवाळीची चोळीऽ उद्या फाटून जाईलऽ
आंदन देली गायऽ वेल विस्तार व्हयीलऽऽ

दिवाळी-दसऱ्याचीऽ चोळी फाटून झाली चिंधीऽऽ
नटव्या बंधूजीनंऽ औताला देलं नंदीऽऽ

सकाळच्या पारीऽ हात भरला अम्रूतानंऽ
बंधूजीनं माझ्याऽ गाय देली गऽ आंदनऽऽ

आंदन देली गायऽ गायीसंगंऽ दीलं दावंऽ
बंधवाचं माझ्याऽ लांबवर गेलंऽ नावऽऽ

(१) हाती पडली घेऊ दे = गोठ्यात गेल्यावर जी गाय हिला पाहून पुढे मान करील, ती.

ही मालन दिवाळीला माहेरी आली आहे. भाऊबीज म्हणून तिला तिच्या गोठ्यातील गाय हवी आहे. सासरी थोडी शेती असणार; पण घरी औताला बैल नसणार. शिवाय गाय व्याली की घरात मुलांना दूध मिळते. खण फाटून जातो; पण हे आंदण पिढ्यान्पिढ्या समृद्धी देणारे असते. म्हणून मालनीला गाय हवी आहे.

भावाने तिला म्हणून गाय दिली. नवी दावीही बरोबर दिली. याचे तिला फार वाटते. ती भावाच्या या देणगीने धन्य झाली आहे. कृतज्ञ आहे. रोज गाईचे दूध काढताना वा ताकातील लोणी काढताना तिला भावाची आठवण येते.

ही सर्व बोळवण तिने संवादातून दिली आहे. माहेरच्या भेटींचा गाजावाजा नाही. पण भावाशी ती प्रेमाने कृतज्ञ आहे. हे या गाथेचे वैशिष्ट्य आहे.

असे हे माहेरी जाणे जितके सुखाचे, तितकेच माहेरून बोळवण आणणेही सुखाचेच असते. याला आणखी एक कारण म्हणजे मुलगी परघरी असल्याने तिला माहेर दुरावलेले असते... मातबर माहेरच्या सुखसोईही दुरावल्या असतात. या बोळवणीने त्याची थोडी-फार भरपाई होते. पण चतुर मालनी ओळखून असतात की, 'जोवरी आई-बाप, तोवरी माह्यारपण.'

◆

गाथागंठन : ६

मालनीचे आंतरमाहेर : पंढरी

१

सख्या सावळ्या पांडुरंगा

या मालनींचा पांडुरंगाबद्दलचा जिव्हाळाच काही विलक्षण! त्यांना संधी मिळेल तेव्हा पंढरीला जाऊन विठूला भेटून यावे असे वाटते. घरचा व्यवसाय, ऋतूपरत्वे घरची कामे, आर्थिक परिस्थिती, एकत्र कुटुंबाचा गुंता, लहान मुले, सासरच्या माणसांची परवानगी— इतके डोंगर ओलांडावे तेव्हा कुठे पंढरीच्या वाटेवर पाऊल पडते. तोपर्यंत त्यांच्या ध्यानीमनी स्वप्नी पंढरीचा विठूराया विटेवर उभा असायचा.

त्यालाही या मालनींचा जिव्हाळा. ज्यांना कोणी नाही अशा भक्तांचा त्याला नेहमीच जिव्हाळा. तोही त्यांची वाट पाहतो. त्यांना मुराळी पाठवतो. बोलावणे कधी नाकारू नये ही श्रद्धा त्यांच्यांत निर्माण करतो. या दोन्ही इच्छांची जेव्हा युती होईल, तेव्हा मालनींच्या आनंदाला पारावर राहत नाही. अशा या मालनी आणि असा हा त्यांचा सखा सावळा पांडुरंग! मला वाटते, त्या नावातच एक जादू आहे. त्याशिवाय मालनींच्या असंख्य ओव्यांनी त्याला त्या नावाने हाक घातली नसती.

पांडुरंगाऐवजी कधी तो 'हरि', 'विठू', 'विठूराया', 'विठ्ठला' अशी नावे बदलतो इतकेच.

मीही जेव्हा या नावाची हाक मनात घोळवते, तेव्हा मला वाटते हा सखा आहे. सखा हे जिव्हाळ्याचे नाते. मग ते भावाचे, बापाचे, दैवताचे, प्रियकराचे— कुणाचेही असो. जिवाभावाचे, श्रद्धेचे, अपार मायेचे मैतर हा याचा गुणधर्म. या पाच-सहा पाकळ्यांच्या मैतरांच्या फुलाला— स्नेहभावाच्या आविष्कारालाच 'सखा' हे नाव आहे. या पाकळ्या अलग करता येत नाहीत. याच्या परिमळात सर्व जिव्हाळे एकवटून दरवळत असतात असे वाटते.

पांडुरंगाला वाहिलेले हे फूल मालनींच्या हृदयात उमलून परमळत असते. त्याला कोमेजणे कसे ते माहीत नाही. त्या पांडुरंगाचे कितीही दर्शन घेतले तरी त्यांची तहान भागत नाही. कितीदा त्याच्या चरणांवर मस्तक ठेवले— पोटाशी डुयी

घातली तरी त्यांची समीपतेच्या भक्तिभावाची भूक भागत नाही. विठूच्या ओव्या गाण्यासाठी पायलीपायलींनी दळणे त्यांना आनंदाचे वाटते— कष्ट वाटत नाहीत. त्याचे भजन-कीर्तन त्या सहसा चुकवीत नाहीत. रामधरमाच्या वेळी कुणी विठूचे गुणगान करणारा आला तर त्याच्या पदरात दोन पसे धान्य अधिक पडते. हातचे काम सोडून ते एकतारीवरील भजन ऐकण्यात त्या गुंग होऊन जातात. या सख्या सावळ्या पांडुरंगाच्या जिव्हाळ्याच्या आड त्यांचे वय, त्यांची परिस्थिती असे काही काही येत नाही.

मी त्या अप्रूप अशा जिव्हाळ्याला फूल म्हटले. ते पांडुरंगासंमुखच असते. मग मनात येते : हा सखा सावळा पांडुरंग म्हणजे शांताकार असे अवकाशरूप तर नव्हे? रात्रीचे सावळे प्रेमळ प्रसन्न आकाश— दिवसाचे तेजस असे नागचाफ्याच्या फुलासारखे आकाश अशी ही दोन आकाशरूपे एकवटलेले हे अवकाश तर नव्हे!

एका अर्थाने या मालनी अवकाशपूजकच आहेत. घनदाट मेघ भरून आले, की या मनात भरून येतात. पर्जन्यवृष्टीने यांच्या मनालाही उधाण येते. चंद्र तर यांचा कोणत्या अनुबंधाने झालेला लाडका भाऊ, पावसाची नक्षत्रे तर यांची दैवते... उगवता सूर्यनारायण तर त्यांचा लाडका. त्यांच्या वट्यात हळदकुंकू घालणारा, दारात येऊन चौकशी करणारा. अंगणात उभे राहून उगवत्या सूर्याला जाईचे फूल वाहून नमस्कार करणे हे तर मालनींचे व्रत. तो तापला, तर रागवतात. अस्तमानाला निघाला की म्हणतात, 'सूर्यनारायणा, तुम्ही अस्तमाना जा, पण हुरुद्यात माझी आठवण ठेवून जा.'

त्या सख्या सावळ्या पांडुरंगात हे पूर्णाकार अवकाश तर त्यांना भावत नसेल? किंवा या विश्वरूपाला तर त्या पांडुरंगात पाहत नसतील? त्याशिवाय हा विलक्षण जिव्हाळा परमळणे कठीणच!

पुढील गाथांतून मालनींच्या या जिव्हाळ्याचा उत्कट आविष्कार उमलून आला आहे. पुढील गाथेत मालन पंढरी हे आपले माहेर समजते. या मालनीला माहेरी कधी जाईन असे झाले आहे. विठ्ठल-रखुमाई हे तिचे आई-वडील, पुंडलिक हा भाऊ आणि चंद्रभागा ही भावजय. या सर्वांचे या मालनीवर अतिशय प्रेम. या मालनीला माहेरी यायची ओढ लागली की सखा सावळा अस्वस्थ होतो. पुंडलिकाला वा नामदेवाला मुराळी पाठवतो. मालनीला अतिशय जपून आणायची ताकीद देतो. आपल्या लेकीचं दुबळेपण त्याला माहीत आहे. सर्व नीट व्यवस्था करून तो तिच्या वाटेकडे डोळे लावून उभा राहतो.

*** गाथा (१)**

जीवाला वाटईतंऽ पंढरीला जावंऽ जावंऽऽ
आई बापाऽ भेटू यावंऽ कुंडलीकालाऽ लूटावंऽऽ

पांडुरंगऽ पीताऽ रुकमीन माझी बयाऽऽ
आखाडवारीला गऽ कुंडलीकऽ आलाऽ नेयाऽऽ

पंढरीच्या वाटंऽ न्हयी लागतऽ थंडीवाराऽऽ
इट्टू देवऽ माझाऽ हळू नेतूया माह्याराऽऽ

पंढरीला जातेऽ वाटखरची झाली थोडीऽऽ
सख्या इट्ठलानंऽ धाडीलीऽ घोडागाडीऽऽ

पंढरीला जातेऽ कशाचंऽ पीठऽ कूऽटऽऽ
न्याहारी काल्याला गऽ देव खजीन्याचा ऊठंऽऽ

पंढरीला गेलेऽ उबी ऱ्हायीलेऽ रंगशीळंऽऽ
इट्टू गऽ बोलतोऽ कवा आलीस लेक बाळऽऽ

(१) लुटावं = भावाकडून बोळवण करून घ्यावी. (२) हळू = जपून (३) पीठकूट = वाटेत भाकरी-झुणक्यासाठी पीठ व मीठ, मसाला मिरची हे सर्व मिळून कूट. (४) खजीन्याचा = पैशाची व खर्चाची जबाबदारी असलेला. (५) रंगशीळ = विठ्ठलाच्या देवळातील सोळा खांबी मंडपातील विठ्ठलाच्या समोरची विशिष्ट जागा.

ही मालन दुबळी असल्याने पंढरीला येऊ शकत नाही हे पांडुरंगाने बरोबर ओळखले आहे. एकंदर वर्णनावरून ती दिंडीसोबत निघाली आहे. पुंडलिकाने कुणाच्या घोडागाडीत तिची व्यवस्था केली आहे. कधी कष्टाशिवाय भाकरीचा तुकडा चावायला न मिळणाऱ्या या मालनीला न्याहरी-काला अगत्याने पुढ्यात येतो, हा त्या मायबाप विठूचा केवढा मोठा अनुग्रह तिला वाटला असेल. घासा-घोटाला ती पांडुरंगाची आठवण काढून डोळे पुसत असेल. असे अगत्य आपला जन्मदाता पिता तरी करील काय? आपला भाऊ तरी आपल्याला असे फुलाच्या पाकळीत जपून आणल्यासारखे आणील काय? असे त्या मालनीला खचितच वाटले असेल.

पंढरीला गेल्यावर भरल्या मनाने ती रंगशिळेवर जाऊन उभी राहिली. तो पांडुरंग— तो तर तिची वाट पाहत उभाच होता. त्याचे डोळे तिलाच शोधत होते. 'कवा आलीस लेकबाळ?' म्हणून त्याने आपल्या प्रेमळ डोळ्यांनी तिचे स्वागत केले. मालनीला हे शब्द उच्चारले क्षण, ती डोळ्यांतील माया— परत परत

अनुभवावी अशी वाटण्यासारखीच असते. त्यासाठी मालनीला पंढरीला जावं असे वाटत असते.

पुढील गाथेतली मालन विठू सावळ्याच्या भेटीसाठी कंठाशी प्राण आणून वाट पाहत आहे. ही मालन अतिशय आजारी आहे. असा आजार आहे की, त्याने तिचे सर्वांग पिवळे पडले आहे. घरात माणसे असूनही ती निराधार आहे. तिची कुणाला माया नाही. तिला पंढरीला कुणी घेऊन जावे वाटते, पण कोण नेणार तिला? म्हणून ती घरातील देवाच्या पुढे खांबाच्या आधाराने उभी राहून पांडुरंगाला अवघड अशी विनंती करते आहे.

* गाथा (२)

माझ्या जीवाला जडभारीऽ कूनाला घालू वज्झंऽऽ
इट्टला देवा माझ्याऽ तातडीनंऽ येनंऽ तूझंऽऽ

पाह्यते कीती वाटऽ माझी पीवळी झाली कायाऽऽ
पांडुरंगा माझ्याऽ कशी कठीनऽ केली मायाऽऽ

जीवाला जडभारीऽ उभी मीऽ खांबाआडऽ
इट्टूबाऽ देवाजीऽलाऽ विनवीते अवघऽडऽ

जीवाला माझ्या जडऽ न्हायी कूनाला माया येतऽऽ
सावळ्या पांडूरंगाऽ यावंऽ गरुडासहीतऽऽ

आला गऽ धावतऽ माझा पंढरीचा हरीऽऽ
चंद्रावाचूनऽ गऽ उजेड पडला माझ्या घरीऽऽ

कस्तूरीचाऽ वासऽ माझ्या अंगालाऽ कूठूलाऽऽ
इट्टल सावळा गऽ मला भेटूईनऽ गेलाऽऽ

(१) जडभारी = आजारी असणे. (२) अवघड = अतिशय संकोच वाटणारे.

ही मालन 'मी आजारी आहे, मला बरे करण्याकरता ये' असे म्हणत नाही. 'मला फक्त तुला भेटायचे आहे, तूच इकडे ये' अशी पांडुरंगाला अवघड अशी विनंती करते— देवाला ये म्हणते म्हणजे केवढी मोठी धाडसाची गोष्ट. पण तिला दर्शनाची ओढ लागली आहे. डोळे मिटण्यापूर्वी तिला विठ्ठलाला भेटायचे आहे म्हणून ती हे धाडस करते. आणि तिचा तो भावरथी पांडुरंग तिच्या या निकराच्या

हाकेने गरुडावरून येतो. त्याचे त्या मालनीने इतके प्रसन्न व मनोहारी वर्णन केले आहे! ती म्हणते, चंद्रावाचून घरात उजेड पडला! त्या चंद्रप्रकाशाला बघून त्या मालनीला बेभानी आली असावी. पण विठू येऊन तिला भेटला... ही एकूण गाथाच त्या कस्तूरीच्या वासाने माखल्यासारखी झाली आहे.

असा हा जिवलग पांडुरंग. जे माहेरच्या-सासरच्या माणसांनी त्या रुग्ण बाईसाठी केले नाही... त्यासाठी तो स्वत: गरुडावरून धावत आला!

पुढील गाथा एका मालनीने गायिली आहे. विठूराया तिला प्राणाहून प्रिय आहे. तो तिचा जिवलग आहे. पहिल्या ओवीतच तिने हे मोकळेपणाने सांगितले आहे.

* गाथा (३)

पंढरपूरामंदीऽ तिथं हायीऽ माझी वगऽऽ
तुळशीबागंमंदीऽ ऱ्हायी माझा जिवलगऽऽ

इठू म्हनू इठूऽ झाडाच्या दाटनीतऽऽ
तेच्या भेटीपायीऽ सोडलं मी गनगोतऽऽ

पांडूरंग देवऽ आडूच्या पलीकडंऽऽ
तेच्या दरशनालाऽ न्हायी पहात जीवाकडंऽऽ

संगत करावीऽ इठू सारीक्या सजनाचीऽऽ
वटीत माळबुक्काऽ शिडी चढावी चंदनाचीऽऽ

अंतरीचं गूजऽ माझ्या हुरूदी दाटलंऽऽ
सावळा पांडुरंगऽ कधी एकांती भेटंलऽऽ

पंढरीला जाऊऽ बाई ईठूला काय नेऊऽऽ
सख्या गऽ सावळ्यालाऽऽ तुळशीचीऽ प्रीत वाहूऽऽ

(१) वग = ओळख, स्नेहभाव. (२) आडू = देवाच्या दर्शनासाठी गाभाऱ्यात एकदम घुसू नये म्हणून बाहेर आडवा लावलेला खांब.

आपल्या या जिवलग विठ्ठलाला भेटायला ती नेहमीच उत्सुक असते. गणगोत काय म्हणेल हा विचार तिच्या मनात नाही आणि त्याबद्दल गणगोतालाही काही वाटत नसावे. कारण हा जिव्हाळ्याचा जो स्नेहभाव आहे, त्याला भक्तीच्या प्रीतीचा स्पर्श आहे. हा जिव्हाळा लौकिक नाही. या स्नेहभावाने उदात्तपणाचा कळस गाठला

आहे. ज्याचा आविष्कार ज्ञानेश्वर-तुकाराम यांच्यासारखे संतश्रेष्ठच इतक्या मोकळेपणाने करू शकले. 'संगत करावी' या ओवीतच या जिव्हाळ्याचे सार आले आहे. जन्माला येऊन विठूसारखा सजण करावा. त्याला भेटायला जावे ते पदरात तुळस व बुक्का घेऊन. त्याला भेटण्यासाठी चंदनाची शिडी चढून जावी. चंदनाची शिडी हिचा भावार्थ निराळा आहे. विठूच्या महादरवाजातून आत जाताना बारा पायऱ्या चढून जाव्या लागतात. त्यांतली एक नामदेवाची पायरी आहे. अशा या पवित्र अकरा पायऱ्या म्हणजे चंदनाची शिडी. ज्या पायऱ्या उतरून प्रत्यक्ष विठ्ठल चोखा मेळ्याला भेटायला येतो, त्या या पायऱ्या... या चढून जायच्या आणि पांडुरंगाला आपले गूज सांगून त्याला तुळशीची प्रीत वाहायची. या मालनीची विठ्ठलावरील प्रीती ही तुळशीच्या प्रीतीसारखी आहे. या सर्व वर्णनातच त्या जिव्हाळ्याची उदात्तता अत्यंत सूचकतेने आणि उत्कटतेने व्यक्त केली आहे.

मला इथे त्या मालनीचा हेवा करावा, की ह्या पांडुरंगाचा करावा हेच समजेना. मनातून तो हेव्याचा विचारच निघून गेला... मनात उरला, तो फक्त तिने पांडुरंगाला वाहिलेल्या तुळशीचा सुवास!

यापुढील गाथा बंधुप्रेमाचा जिव्हाळा व्यक्त करणारी आहे. ही मालन वयाने लहान आहे. जिला पाच-सहा वर्षांचे लहान भाऊ आहेत, अशी ही मालन. दिवाळीला हिला माहेरची ओढ वाटणे स्वाभाविक आहे. कार्तिकीच्या वारीला जाण्याची हिच्या माहेरची रीत असावी. पण ही मालन दिवाळीला माहेरी जाऊ शकली नाही. भावाला ओवाळू शकली नाही. त्याचप्रमाणे भावाइतकेच किंबहुना अधिक असे हिचे प्रेम पंढरीच्या भावावर— विठूवर आहे. या भावावर ओव्या अधिक गाता याव्या, म्हणून ही दळताना जात्याला लहान घास देते आणि बंधू पांडुरंगावर पोटभर ओव्या गाऊन तृप्त होते. थोडा संदर्भ जाणून घेतल्याखेरीज या गाथेची काव्यात्मता स्पष्ट होणार नाही.

या वेळी कार्तिकीला वा भाऊबिजेला असे तिला कोणत्याच भावाकडे जाणे झाले नाही. त्यामुळे ती व्यथित आहे. तरी दिंडीतील पालखीतील विठ्ठलमूर्तीला तिने ओवाळून या भावाची कार्तिकीची भेट आणि भाऊबीज साजरी केली... पण हे काही पुरेसे समाधान देणारे नाही. तरी पण जो आनंद मिळाला तो ती जात्यावर ओव्या गाऊन व्यक्त करीत आहे. विठ्ठलमूर्तीला ओवाळले या संदर्भात तिला द्रौपदीने विठ्ठलाला (विठ्ठल, कृष्ण दोन्ही एकच रूपे) केलेल्या भाऊबिजेची आठवण येते... त्यावरील ओव्या रंगतात, तो दळण संपते. सरता घास घालून सुपात पाहते तो सुकलेला केवडा दिसतो. शेवटचा घास घालून सुपात जे दाणे उरतात, ते उरवायचेच असतात. सूप मोकळे करायचे नसते. ज्या ओव्या गातात, त्या संदर्भात

त्या दाण्यांना नावे ठेवतात... कधी तो रत्नचुडा असतो. कधी मोतीपवळी असतात. कधी जाईचा तुरा असतो. आता हा मालनीच्या सुपातला सुकलेला केवडा आहे. तिचे केवड्यासारखे टवटवीत असलेले मन दळण संपताच केवड्यासारखे सुकले आहे.

त्याला कारण आहे. दळण संपले की नेहमीच मालनीला माहेरची आठवण येते. दळणाचा सरता फेरा माहेरी जातो असे म्हणतात. माहेर दिसताच लहान भाऊ डोळ्यांसमोर येतात. या वर्षी आपण या भावांना ओवाळले नाही याने, मन हिरमुसते... आणि या भावांबरोबरच आपल्या पंढरीच्या भावाची तिला आठवण तीव्रतेने येते... कार्तिकीला ती या सावळ्या भावाला भेटायला गेली नाही या गोष्टीचा मनाला डंख बसतो. विठू तरी काय मोठा... तोही माझ्या भावंडाएवढाच की... तिन्ही भावंडे सारख्या शिणेची. पण मी बहीण दूर राहिले... या विचाराने तिच्या मनाचा जो क्षोभ झाला, त्याने सुपातील सुकलेल्या केवड्याचे रूप घेतले. ती ही गाथा.

❋ गाथा (४)

जात्याची वईरनऽ मी गऽ घालीते थोडी थोडीऽऽ
बंधवा पांडुरंगाऽ तुझ्या नावातऽ कीती गोडीऽऽ

पंढरीऽ पंढरीऽ विठूरायाची नगरीऽऽ
विठ्ठल बंधू माझाऽ उभा भीमाच्या डगरीऽऽ

दिवाळी-दसऱ्याचीऽ दोनीची एक तीथऽऽ
सावळा पांडुरंगऽ ववाळीते पालखीतऽऽ

दुरपदाच्या दारी बाईऽ सोन्याचा चवरंगऽ
अंगूळी करीतो गऽ बंधू माझा पांडूरंगऽऽ

सरलं दळनऽ माझा सुकतो केवडाऽऽ
पंढरीचा विठूऽ माझ्या भावंडाएवढाऽऽ

(१) वैरईन = धान्याचा जात्यात घालण्याचा घास. (२) डगर = नदीच्या तीराची चढण वा उतरण.

पुढील गाथा विशेष प्रकारच्या जिव्हाळ्याचा आविष्कार अशी नसून, त्या जिव्हाळ्यामुळे मनाची जी उत्कट अवस्था होते— त्या जिव्हाळ्याला ओलांडून पुढे जावे असे मालनीला वाटते– ती त्याच्या सूचक पण प्रत्ययकारी आविष्काराची आहे.

* **गाथा (५)**

पंढरपूरीचाऽ	*मी का व्हयीन खराटाऽऽ*
इट्ठलाच्या बाईऽ	*लोटंऽनऽ चारी वाटाऽऽ*
पंढरपूरीचीऽ	*व्हयीन देवाची पायरीऽऽ*
ठेवील गऽ पायऽ	*सये येता जाता हरीऽऽ*
पंढरपूरामंदीऽ	*व्हयीन देवाचा दरोजाऽऽ*
साधूसंताच्या गऽ	*लागतील भूजाऽऽ*
पंढरपूरीचीऽ	*मी गऽ व्हयीन परातऽऽ*
विठूच्या पंगतीलाऽ	*वाढीनऽ साखरभातऽऽ*
पंढरपूरामंदीऽ	*मी गऽ व्हयीनऽ चीमनीऽऽ*
इट्ठलाच्या पंगतीचंऽ	*बाई येचीनऽ दानापानीऽऽ*
पंढरपूरामंदीऽ	*मी का व्हयीनऽ पारवाऽऽ*
येचीन मंडपातऽ	*हरिनामाचा सरवाऽऽ*

(१) सरवा = शेतातील पिकाची कापणी झाल्यानंतर जमिनीवर जे धान्य सांडते, उरते त्याला सरवा म्हणतात.

प्रथम पंढरीला जावे, हा ध्यास मालनीला लागतो. जाऊन, दर्शन घेऊन, भेटून आले तरी भक्तिभावाचा जिव्हाळा पुन्हा पुन्हा पंढरीला जावे म्हणतो. वारंवार दर आखाडी-कार्तिकीला जाऊन आले तरी पुन्हा ध्यानी मनी असलेल्या विठूरायाला जात्यावरील ओव्यांतून हाकारले जाते, 'सख्या सावळ्या पांडुरंगा.' अशी त्याच्या भेटीची मालनीला सदाच ओढ लागून राहिलेली असते. पण ह्या ओढीएवढी नसली, तरी संसाराची ओढ असतेच. गोठ्यातील गुरांपासून पाळण्यातील लेकरापर्यंत आणि सासू, जावा, नणंदापासून भरतारापर्यंतची बंधने मायेची असतात, ती तोडता येत नाहीत. आपले घर, आपले शेत आपल्या घरातील खटला यांपासून तिला मुक्त होता येत नाही. ते तिला नकोही असते. पांडुरंगाची ओढ तिला संसारातून मोकळे होण्यास सांगत नाही. उलट सर्वांच्या सुखासाठी तू संसारात राहा, अशीच ती शिकवण देते. यामुळे दर्शन घेतल्यावर तिला अधिक प्रसन्नतेने घरी यावे, पंढरीच्या विठ्ठलाचे नाव घेत कामे करावी, आनंदात राहावे, असेच वाटते.

तरी पण तिला हा संसाराचा पाश, घरची माणसे असली तरी यथातथाच आहे. तिला मात्र वाटते, 'नको हे घर, नको हा संसार.' मी बाईमाणूस म्हणून घरी परतावे

लागते आहे. यापेक्षा इथेच दगड-धोंडा होऊन विठ्ठलाची सेवा करीत राहणे मला अधिक आवडेल. रोज विठ्ठलाचे दर्शन— त्याची सेवा हेच मला हवे आहे. वरील गाथेत हा भाव गायिला आहे.

शेवटची ओवी मला अतिशय आवडली. मालन म्हणते, 'मी पंढरपूरचा पारवा होईन आणि हरिनामाचा सरवा वेचेन.' कल्पना फार सुंदर आहे. पंढरपुरातील विठ्ठलाच्या देवळात मंडपातून कीर्तन-भजनाचे गजर नेहमीच होत असतात. ते कीर्तन-भजन संपले, की त्यात नादावून गेलेला श्रोतृवर्ग भक्तिभावाने बाहेर मंडपात असताना तेच नामस्मरण गुणगुणत राहतात. याला मालनीने सरवा म्हटले आहे. गर्दी पातळ झाल्यावर ही मालन पारवा होऊन हे उरलेले ऐकू येणारे नामसंकीर्तन वेचणार आहे!

अशी या सख्या सावळ्या पांडुरंगाच्या, सहा पाकळ्यांच्या त्याच्या आवडत्या सुवासी जाईच्या प्रमाणे असलेली मालनीच्या जिव्हाळ्याची प्रीती— त्या फुलासारखीच— भक्तिभावाची, प्रीतीची, आणि एकरूप होणारी! त्या उत्कटतेचे नाव 'सख्या सावळ्या पांडुरंगा.'

◆

२

मालन घरादाराच्या कामाने वेढलेली असो, तान्ह्या मुलांची आई असो, आजारी असो किंवा गाठीला एक पैही नाही अशा गरिबीतील असो— तिला पंढरीच्या विठूरायाला भेटण्याची इच्छा असतेच. अगदी आंतरिक इच्छा असते. तरी ती पुरी होत नाही. घरचे पुरुष जाऊ शकतात पण मालनीला सासू-सासऱ्यांची परवानगी, मग भ्रताराची संमती, पैशाची, पिठाकुटाची जोडणी, सोबतीला घरचे कुणी वा गावातील बायका हे सर्व जमले तरच तिचे पाऊल बाहेर पडू शकते. एकीकडे पांडुरंगाच्या भेटीची ओढ आणि एकीकडे हा अडचणींचा डोंगर! तिचा जीव कात्रीत सापडल्यासारखा होतो!

मग जात्यावर पांडुरंगाच्या भेटीसाठी होणाऱ्या कासाविशीच्या ओव्या गाणे, मनाशी कल्पना करणे— त्या खऱ्याच समजणे— मला 'ये' म्हणून पांडुरंगाच्या दोन चिठ्ठ्या आल्या. पांडुरंग मला न्यायला कुणाला पाठविणार आहे. मुराळी येणार आहे. अशा गोष्टींनी ती मनाचे समाधान करू पाहते, पण ते होत नाही. मग अतीव निराशेने मनाची तीव्रता इतकी वाढते, इतकी वाढते, की ती सर्व अडचणी बाजूला ठेवून कुणी नावे ठेवील, इकडे दुर्लक्ष करून एक दिवस ती घरातून निघण्याचे धाडस करते.

अशीच एक मालन 'जीव निघाला एकट्टा' म्हणून पंढरीला निघाली आहे. तिच्या या गाथा.

खालील गाथेत मालनीने आपली विठ्ठलदर्शनाची ओढ वर्णिली आहे.

* गाथा (६)

पंढरपूरातऽ उदंड येतं केनंऽऽ
विठूचं एका मलेऽ नाव गऽ देनं घेनंऽऽ

पंढरपूरातऽ वसती गऽ हजाराचीऽऽ
दयाळ पांडूरंगऽ मले गरज एकाचीऽऽ

मनाला आस मोठीऽकधी पंढरी जाईनऽऽ
दयाळाला माझ्याऽ कधी डोळ्यांनी पाहीनऽऽ

जाईनऽ जाईनऽऽ जीव झाला बाई वाराऽऽ
सावळ्या इठ्ठलाऽ कधी नेशीलऽ माह्याराऽऽ

पंढरीला जायाऽऽ केला जीवाचा अट्टापिट्टाऽऽ
कसलं गऽ भ्यावऽ जीव नीघालाऽ एकट्टाऽऽ

(१) केनं = विक्रीच्या वस्तू.

पहिल्या तीन ओव्यांत अगदी थोडक्यात तिने विठ्ठलदर्शनाची तीव्रता वर्णिली आहे. मला काही विकत घ्यायचे नाही. फणी-करंडा इ. वस्तू बायका तिथल्या यात्रेसाठी बसलेल्या पालांमधून घेतात. दुसऱ्याला देण्यासाठी खण-बुक्का हे तरी घेतात. घरात कसली लहानसहान भांडी, मुलांना झबली-टोपडी हे घेतात, पण तिच्या मनात ते स्वप्न नाही. तिथे हजारांनी वस्ती आहे; पण तिला कुणाला भेटायचे नाही. तिला फक्त विठ्ठलाचे दर्शन हवे आहे. त्यासाठी तिचा जीव सैरभैर झाला आहे. 'मला माहेरी घेऊन जा,' ही तिची विठ्ठलापाशी आळवणी आहे... पण व्यर्थ. शेवटी जीव वारा वारा झाला होता. त्याने तुफानाचे रूप घेतले आणि ती निघाली... निघण्यासाठी तिला जे जे करावे लागले, ते सर्व 'अट्टापिट्टा' या शब्दात तिने ठासून भरले आहे. तो शब्द उच्चारताना तो जोर द्यावा लागतो, तोच ते सांगतो आणि शेवटी तीव्र निराशेचे रूपांतर निर्भयतेत, धाडसात झाले आणि ती दृढनिश्चयाने पंढरीला निघाली... 'जीव निघाला एकट्टा' यात ते धाडस स्पष्ट उमटले आहे.

अगदी साध्या-सोप्या ओव्या आहेत पण त्यांनी तिची विठ्ठल-भेटीची तीव्र

मालनीचे आंतरमाहेर : पंढरी । १८९

उत्कंठा आणि तिचा निश्चय हे तितक्याच परिणामकारक रीतीने व्यक्त केला आहे. म्हणूनच ही एक उत्कट कवितेचे रूप घेतलेली सुंदर गाथा आहे.

पुढील गाथा त्याच मालनीची प्रवासातील तिची मनाची वळणे सांगणारी आहे. ती एकटीच आहे हे महत्त्वाचे. त्यात तिच्या जवळ पीठ-कूट, पै-पैसा काही नाही. धडोतीचे लुगडे-चोळी तेवढी असणार... मग... तिचा प्रवास कसा झाला याचे तिने निरनिराळ्या प्रतिमांतून व्यक्त केले आहे.

दिंडीतून जाणाऱ्या स्त्री-पुरुषांची मनोभावना वेगळी असते. ती विठ्ठलाने गजबजलेली असते. दुसरी व्यक्ती स्त्री वा पुरुष— तिच्याविषयी त्यांना आदर असतो. विश्वास म्हणजेच सौहार्द असते. ती व्यक्तीही विठ्ठलदर्शनाला निघाली आहे, ही गाढ भावना असते. ही मालन त्या दिंडीतील स्त्रियांचे ओझे घेते— कडेवरचे मूल घेते. दमलेल्यांना पाणी देते— सर्वांशीच पायांतील गवताप्रमाणे नम्रतेने वागते. कारण त्या देखील पंढरीला निघाल्या आहेत, हे सौहार्द तिच्या मनात निर्माण होते. पुरुष वारकरी देखील तिच्याशी मायेने वागतात— त्यांना ती साधू म्हणते. तिने हे सर्व 'माथन', 'गवत', 'बाभूळ', 'तुळस' या प्रतिमांतून आपला प्रवास कसा झाला त्याचे वर्णन केले आहे.

❋ गाथा (७)

पंढरीच्या वाटंऽ मी तंऽ व्हयीन माथनऽऽ
येतील मायबापऽ पानी घेतीलऽ वतूनऽऽ

पंढरीच्या वाटंऽ मी गऽ गवत व्हयीनऽऽ
येतील मायबापऽ तेंचं चरन धरीनऽऽ

पंढरीच्या वाटंऽ मी तंऽ व्हयीन बाभूळऽऽ
येतील मायबापऽ वर टाकीतीऽ तांदूळऽऽ

पंढरीच्या वाटंऽ मी गऽ व्हयीन तूळसऽऽ
येतील मायबापऽ पानी देतील मंजूळसंऽऽ

पंढरीच्या वाटंऽ वाटंऽ पंढरी कीती दूरऽऽ
नादावला जीवऽ वाजंऽईना गऽ बीदीवरऽऽ

(१) माथन = मातीचा डेरा, घागर. (२) मंजूळ = स्वर, लय, ताल, नाद यांनी मधुर ध्वनी देणारे. (३) बीदीवर = वाटेवर.

पंढरीच्या वाटेला निघालेल्या मालनीला वारकरी भेटले आणि तिचे मन आकाशासारखे निर्मळ, आनंदी आणि नम्र झाले. आतापासूनच ती वाट विठूरायाची झाली. त्या वारकऱ्यांच्या आधाराने निर्धास्त झाली. त्यांच्यांतच तिला विठू दिसू लागला— ती त्यांचे पाय धरू लागली— या नम्रपणाला तिने 'मी गवत झाले' म्हटले आहे, ते इतके सुंदर आहे!

तिच्या या सेवाभावाने त्यांनाही पायांखालचे खडे टोचले नाहीत. या दोन संवेदनांनी भारलेली अशी ती प्रतिमा आहे. या सेवेसाठी ती माठ झाली आहे. कुणाचा रिकामा माठ नदी-पाणोठ्यावरून आणते, तहानलेल्यांना पाणी घालते.

'मी तं व्हयीन बाभूळ' यावर जरा लिहायला हवे. वारकरी पीठ वगैरे बरोबर घेतातच, पण एक पिशवी तांदळाची ही घेतात. कुणी गोसावी इ. दिसले, की त्यांना वा कुणालाच ते पीठ वगैरे देत नाहीत. भाजी-भाकरी देतात आणि ज्यांना अन्न नको असेल त्यांना मूठभर तांदूळ देतात. ही त्यांची पद्धत आहे. बाभळीचे झाड हे घनदाट पालवीचे नसते. त्यावर काटे असले तरी पाखरे येतात. राघूंचे थवे येतात. या झाडाला पालवी नसल्याने पाखरे दिसतात व पाखरांनाही तांदूळ उडविलेले दिसतात. वारकरी पाखरे बघून बाभळीवर तांदूळ फेकतो आणि पाखरे खाली उतरून ते टिपतात. या मालनीजवळ काही नसते. पण सर्वांची सेवा करण्यामुळे ती बाभळीच्या सावलीसारखी वारकऱ्यांना वाटते. म्हणून कुणी तिलाही मूठभर तांदूळ देतात. असा याचा संदर्भ असावा. कुणी तिला जेवणात भाकऱ्या इ. केल्याबद्दल थोडे जेवणही देतात. अशी तिला त्यांची सोबत होते. त्यासाठी तिने 'तुळस' म्हटले आहे.

वारकरी बायकांची पद्धत अशी, की वारीत जाताना लहानसे पितळी किंवा मातीचे वृंदावन डोक्यावर घ्यायचे. वृंदावनात तुळस असते. या तुळशीला किंवा रस्त्यावर कुठे तुळशीचे रोप दिसले, की त्याला जवळचे थोडे पाणी घालायचे हा त्यांचा नियम. तसेच या मालनीला ते तुळसच समजून खाणे-पिणे देत असतील. पण हे जे पाणी वारकरी तिला देतात, त्या पाण्याला तिने 'मंजूळसं' असे म्हटले आहे. तिच्याजवळ काही पिण्यासाठी भांडे नाही. हाताची ओंजळ ओठांशी धरून ती पाणी पिणार. त्या ओंजळीत धरलेली पाण्याची धार तिला मंजूळ वाटते. ही प्रतिमा मला अतिशय आवडली. या गाथेचा शेवट तर अगदी दाद मागणारा आहे.

निघताना, चालताना मन रमले तरी शरीर थकणारच. पाय दुखणार. उन्हाचा, पावसाचा, थंडीचा त्रास होणार. पण वाटचाल थोडी झाली आणि तिचा जीव नादावला— शरीराच्या कष्टाचे भानच नाहीसे झाले. संगत सोबत, सेवाभाव आणि विठ्ठलमय समुदाय भजन-कीर्तनात दंग असलेला. यात तिचा जीव नादावला. पुढे ती म्हणते, 'वाजंऽईना ग बीदीवर.' ही प्रतिमा सुंदर आहे. तिच्या झणत्कारात ही

गुंग झाली. हे तर खरेच; पण या दिंडीचे जे चालणे आहे किंवा आपली जी पावलामागे पावले पडताहेत, ती देखील या बिदीच्या तारेवरील झणत्कारच आहे. आपले चालणे हेच वीणावादनासारखे झाले— इतकी त्या दिंडीत ती रमली आणि वाट ही तिची जाणीवच राहिली नाही.

अशी ही काव्यात्म गाथा— तीन-चारदा वाचल्यावर तिची गुणवत्ता अशी भावते.

पुढील गाथाही या दिंडीमधे वाटचाल करताना सांसारिक, सामाजिक अशा स्त्रियांच्या नियमबंधनांतूनही ती मुक्त कशी झाली, याचे ती 'मोकळे माझे केस' या प्रतीकातून सुचवते आहे. एकट्या बाईमाणसाला वाटणारे भय, काळजी, घरच्या गोष्टी, मायापाश वा सासुरवास हे सगळे आता ती विसरली आहे. लोकांत वावरताना स्त्रीला जी बंधने असतात, तीही तिने सोडली आहेत. गरती बायका समाजात केस मोकळे सोडत नाहीत. बांधलेला जुडा वा वेणी आणि डोक्यावरून पदर हे त्यांना बंधन आहे. इथे तिचेच काय, पण सर्वच वारकरणींचे केस मोकळे सोडलेले असतात. नदी दिसली की तिच्यात स्नान करणे, उन्हात घामाच्या धारा लागणे, पावसात चिंब भिजणे हे सर्व चालताना लागतेच. त्यामुळे केस मोकळे असतात. यांना गरतीपणा, पातिव्रत्य आता आड येत नाही. कारण वारकरी हा पुरुष नसून साधू आहे. आपण सर्व स्त्री-पुरुष नसून, विठ्ठलाचे भक्त आहोत. सर्व जण सारखे आहोत. त्यामुळे सोडलेल्या केसांचे तिने मोठ्या अप्रूपाने वर्णन केले आहे. तिला साधू पेढे देतात— तिच्याशी सौहार्दाने वागतात. हा समभाव तिला प्रथमच पाहायला मिळतो आहे. या गाथेत थोडी पुनरावृत्ती आहे. पण स्त्रीजीवनाच्या दृष्टीने हा भावाविष्कार महत्त्वाचा आहे... आणि म्हणूनच या वेणीला तिने इतके महत्त्व दिले आहे.

❋ गाथा (८)

पंढरीला जातेऽ मोकळी माझी येनी
साधूच्या बराबरीऽ मी गऽ आखाड्या केला दोनीऽऽ

पंढरीच्या वाटंऽ मोकळा माझा जूडाऽऽ
साधूच्या संगतीत मीळाला दूध पेढाऽऽ

पंढरीच्या वाटंऽ मोकळी माझी येनी
वाटंऽत जाता येताऽ साधू भेटती देवावानीऽऽ

पंढरी मी गऽ जातेऽ मोकळं माझं क्यासऽऽ
साधूच्या संगतीनंऽ मला घडली एकादसऽऽ

पंढरीच्या वाटंऽ मोकळी माझी येनीऽऽ
सांगते गऽ सयेऽ मला घडली तीरथं दोनीऽऽ

(१) आखाड्या = आषाढातील एकादश्या. (२) जूडा = केसांचा अंबाडा, गाठ.

तिला सांगायचे आहे, की धर्माविरुद्ध असे केस मोकळे ठेवून मी राहिले तरी मला कुणी दूषण दिले नाही. सर्व माझ्याशी आदराने, मायेने वागले. साधूंची पुण्यमय संगत लाभली— त्यांनी एकादश्यांचा उपास करण्यास मला प्रवृत्त केले आणि मला दोन तीर्थेही घडली.

माझ्यासारखी पुण्यवान मीच, अशी तिची भावना होते. पहिल्या एकादशीला पंढरपूरच्या विठोबाचे दर्शन आणि दुसऱ्या एकादशीला आळंदीच्या ज्ञानोबा माऊलीचे दर्शन या दोन यात्रा साधूंच्या संगतीनेच केल्या. वेणी मोकळीच राहिली म्हणून माझे काही वाईट झाले नाही, हा तिच्या गाथेचा भावार्थ. मनाचे बंधन सुटले हा आनंद.

पुढील गाथा त्याच मालनीची आहे. पंढरपूरच्या सीमेत आल्यावर भक्तिभावाने आणि भेटीच्या अधीरतेने तिच्या मनाची जी अवस्था होते, ती तिने या गाथेत गायिली आहे. पंढरपूरला येण्याचे दिंडीचे शेवटचे थांबण्याचे ठिकाण 'विसावा' हे आहे. (तिथून चंद्रभागा ओलांडली की पंढरपूर.) ही मालन विसाव्यापर्यंत आली आणि आता विठ्ठल भेटणार म्हणून भक्तिभावाने गदगदली, अधीर झाली. तिचा हा भाव पुढील गाथेत व्यक्त केला आहे.

✳ गाथा (९)

पैला माजा दंडवतऽ हायी विसाव्यापासूनऽऽ
सावळ्या पांडूरंगा तुझा कळस देखूनऽऽ

दुसरा दंडवतऽ चंद्रभागाच्या वाळवंटीऽऽ
सावळ्या पांडूरंगाऽ झाल्या पुंडलीकाच्या भेटीऽऽ

तिसरा दंडवतऽ नामदेवाच्या पायरीऽऽ
सावळ्या पांडूरंगाऽ आले वंऽ तुझ्या दारीऽऽ

चवथा दंडवतऽ उभी ऱ्हायीले बारीलाऽऽ
माझ्या ग दरशनाचीऽ चिंता पडली हरीलाऽऽ

पाचवा दंडवतऽ उभी राऊळीच्या कोनाऽऽ
मला भेट द्यावीऽ इटंवरल्या मोहनाऽऽ

साव्वा माझा दंडवतऽ उभी ऱ्हायीले वीटंपाशीऽऽ
सावळा भेटला गऽ पाय धरले ऊराशीऽऽ

अशी नादावल्या, निर्भर आणि मुक्त मनाने दिंडीबरोबर ती विसाव्यापाशी आली. कळस पाहिला आणि विठ्ठलच नजरेत आला, म्हणून तिने दंडवत घातला. पुढे चंद्रभागेच्या वाळवंटात पुंडलीक पाहिला. माझा विठू प्रथम त्याला भेटला, या भावनेने त्या भेटीला तिने तिथे दंडवत घातला. नामदेवाची पायरी म्हणजे विठ्ठलाच्या राऊळाचा दरवाजाच. तिथेही तिने दंडवत घातला. तिथे बारीला उभी राहतानाही विठूकडे जाण्याची वाट म्हणून तिने बारीला दंडवत घातला. इथे तिच्या मनात जे आले, ते फार गोड आहे. 'केवढी मोठी ही वारी! तिला आपले दर्शन कसे होईल, या काळजीत असेल माझा विठूराया.' गाभाऱ्याशी गेली, दंडवत घालून म्हणते, 'मला भेट दे रे मोहना.' ज्याच्यासाठी अट्टापिट्टा करून एकट्टा जीव निघाला, तो इतका भेटीसाठी उत्कट होणारच. मग विटेपाशी आली आणि दंडवत घालून विठूचे पाय तिने उराशी धरले. तिचे स्वप्न पूर्ण झाले. ही एका मालनीची विठ्ठलाच्या भेटीची कहाणी मला फारच आवडली. भक्तिभाव जो म्हणतात, तो असा असतो!

■

३

गाते पाकळूका

पंढरीला जावे, विठ्ठलाला भेटावे, त्याचे नामसंकीर्तन ऐकावे याची मालनींना ओढ लागून राहिलेली असते. दिवसाकाठी एकदा तरी या ओढीने त्यांचे मन उमलून आल्याशिवाय राहत नाही. पहाटेच्या निवांत वेळी जात्याच्या सुराच्या संथ प्रवाहात या मालनी या दर्शन-भेटीच्या ध्यासाचे दिवे ओवीच्या नितळ केळीच्या पानाच्या द्रोणांतून मोकळेपणाने सोडत असतात. प्रत्येक ज्योतीचे आकार वेगळे, उजळणे वेगळे, रंगही वेगळे.

पंढरीचा विठूराया जपमाळेतून भावणारा नव्हे. त्याच्या गुणगानानेही समाधान देणारा नव्हे. त्याला भक्ताची भेट हवीच असते. भक्तालाही तीच ओढ असते. एका मालनीने गायिले आहे,

'पंढरीचा विठूऽ न्हायी कूनाच्या देवाऱ्यातऽऽ
माळकऱ्याच्या हुरूद्यातऽऽ'

विठ्ठल हे देव्हाऱ्यात राहायचे दैवत नव्हे. ते भक्ताच्या हृदयात राहते. विठू आजही युगानुयुग भक्ताची वाट पाहत तत्परतेने कमरेवर हात ठेवून, स्वागतशील, आश्वासक नजरेने भक्तांकडे पाहत उभा आहे. (हे पाहिले, की त्याच्याही अंत:करणात भक्ताची मूर्ती उभी असावी असे वाटते.) मालनींना हवी असलेली भेट वेगळी वाटते, ती या कल्पनेने. त्या मालनीच्या अंत:करणातील विठूराया आणि त्या विठूरायाच्या अंत:करणातील मालन यांच्या भेटीची ही आस आहे. हा ध्यास आहे. ही भेट जीव आणि शिव यांची नसून, शिवाच्याच दोन रूपांची ही भेट आहे. जलवाहिनीने जलाशयाला मिळणे, एकरूप होणे अशी ही भेट त्यांना हवी आहे. ही एकरूपता समाधानाचा कळस अशी आहे. त्या समाधानाचा एक क्षण तरी मिळावा, हा त्यांचा ध्यास आहे. ज्ञानेश्वर-तुकारामही याच ओढीच्या ध्यासाने आणि तिच्या सार्थकात समाधानाने न्हाऊन निघाले आहेत. मालनीच्या चरणदर्शनाच्या ध्यासाच्या ओव्या वाचल्या, की हे विचार मनात आल्याशिवाय राहत नाहीत.

खालील गाथांतून विठूरायाच्या दर्शनाचा ध्यास निरनिराळ्या आविष्कारांतून डोंगरातील झऱ्यासारखा खळाळतो आहे.

खालील गाथेतील मालनीने अजून पंढरी पाहिली सुद्धा नाही. ऐकलेली मात्र आहे. तिच्या ध्यासाने उगवतीच्या रंगांच्या आविष्कारातून त्या पंढरीतील दृश्यांचे प्रकट झालेले संवेदनांचे हे शब्दरूपच.

❊ गाथा (१०)

इथून दीसती पंढरी काळीनीळीऽऽ
कुरूंदाचं जातंऽ रुक्मीना बुक्का दळीऽऽ

इथून दीसतीऽ पंढरी लाल लालऽऽ
सोन्याच्या सूपातऽ रुक्मा पाखडी गुल्लालऽऽ

इथून दीसतीऽ पंढरी गऽ पीवळीऽऽ
सोन्याचं इंद्रावनऽ आत तुळस कवळीऽऽ

इथून दीसतीऽ पंढरी हिरवीगारऽऽ
देवा इठ्ठलाच्याऽ तुळशीला आला भारऽऽ

अशी पंढरी पाह्यताऽ मना माझ्या समाधानऽऽ
देवा इट्ठलाचेऽ कधी पाहीन चरनऽऽ

(१) कुरुंद = एक प्रकारचा टणक असा तांबूस रंगाचा दगड. (२) भार = बहर.

गाथेच्या वाचनातच शब्दांचा पडदा वर जातो आणि एक मनोरम असे दृश्य दिसते. पहाटेची वेळ— मालन अंधूक प्रकाशाच्या ओसरीत दळण मांडते आहे. दारा-खिडक्यांतून उगवतीचे आकाश न्याहाळते आहे. तिथे क्षितिजाशी निळे-काळे पट्टे असलेले आकाश दिसते आहे. मधेच येणाऱ्या सूर्याची अगदी अस्पटशी तांबूस प्रकाशाची रेखा दिसते आहे. ती आता दळते आहे. पहिली ओवी पंढरीवर गायली. ते आकाश तिला काळ्या-निळ्या पंढरीसारखे वाटले आणि त्यात रुक्मिणी कुरुंदाच्या जात्यावर बुक्का दळीत आहे हे चित्र तिने पाहिले. विठूचा सावळा-निळा रंग तीच पंढरी. कुरुंदाचा दगड तांबूस रंगाचा— आणि बुक्क्याचा काळा— या तांबूस-काळ्या रंगातून तिला भावलेले चित्र हे जितके वास्तवाला धरून, तितकेच आकाशाला पोहोचलेले असे वाटते.

जशा उगवतीच्या रंगच्छटा बदलतात, तशी चित्रेही बदलतात. मघा जात्यातून पडलेला बुक्का काळ्या रंगाचा होता. आता आकाशात अरुणोदय झाला आहे. क्षितिजावर सोनेरी लालभडक रंग उधळल्यासारखा पसरला आहे. मालनीच्या रंगभावनात आता रुक्मिणी सोन्याच्या सुपातून गुलाल पाखडते आहे. या दोन्ही ओव्यांतील चित्रात रुक्मिणी दिसत नाही. ती जे करते आहे, तेवढेच उगवतीवर तिला भासते आहे. या दोन भासांनी तिला पंढरीची जाग आली. उगवतीवरही आता वेगळेच दृश्य होते. मधे लखलखणारे सोनेरी सूर्यबिंब आणि भोवताली सगळीकडे आकाशात पिवळी आभा. आता तिला पंढरीचा कळस दिसू लागला. सोन्याच्या वृंदावनाच्या रूपात— ते सूर्यबिंब— तो कळस— सोन्याचे वृंदावन असा हा मालनीच्या काव्यशक्तीचा गोफ. तुळस कोवळी. पांढरट-पिवळ्या पानांची. ती सूर्याची कोवळी किरणे तर नव्हेत? असे हे नवलाचे रंगभावन! अशी ही पंढरी.

सूर्य उगवल्यानंतर रंग नाहीसे झाले— माळावरून, शेतावरून कोवळी तेजस किरणे पसरली— त्यांत हिरवी शेते, हिरवे माळ, हिरवी आमराई उठून दिसू लागली. मालनीला यात पंढरीच्या हिरव्यागार तुळशीबागा दिसू लागल्या. या पंढरी-दर्शनाने ती कधी नव्हे ती इतकी समाधान पावली. त्या पंढरीत दंग झाली आणि त्या रंगभावनाने ज्याची ती पंढरी, त्याचे चरण मी कधी पाहीन ही ओढ मात्र वाढत राहिली. मला ही गाथा त्या पंढरीच्या भास-चित्रासारखीच सूक्ष्म संवेदनांच्या जाणिवांची आणि अतिशय उत्कट ध्यासाची वाटली.

या मालनींना नेहमीच विठ्ठलाचे दर्शन घडते असे नाही. घरगुती, आर्थिक अडचणी येतात आणि ते राहून जाते. पण त्यांच्या मनाला सारखी खंत असते. मला पंढरीला जाणे झाले नाही, या विचारांची. ती ओव्यांतून आविष्कार घेते.

खालील गाथेत या भावाविष्काराच्या ओव्या आहेत. वाट पाहून पाहून ही मालन आता निराश झाली आहे. पण भेटीचा ध्यास काही सुटत नाही.

*** गाथा (११)**

पयली माझी ववीऽ मी गऽ बसले दळनालाऽऽ
गेलं गऽ माझं चित्तऽ विठूरायाच्या पंढरीलाऽऽ

दुसरी माझी ववीऽ दूजं न्हायी कायीऽ
लक्ष तूझ्या पायीऽ पांडूरंगाऽऽ

तिसरी माझी ववीऽ जात्या उलीशी वैरऽनऽऽ
माझ्या पांडूरंगाऽ मी गऽ गाईनऽ धीरानंऽऽ

चवथी माझी ववीऽ गाते पाकळूकाऽऽ
ववीला गाते मीऽ पंढरीचा परणसखाऽऽ

पाचवी माझी ववीऽ किती येळ येळाऽऽ
देवा पांडुरंगाऽ बसलास डोळाऽऽ

साव्वी माझी ववीऽ साहा गऽ वरसं झालीऽऽ
विठू सावळ्याचीऽ मला भेट अंतरलीऽऽ

(१) पाकळूका = काकुळतीला येऊन, गहिवरून. (२) परणसखा = प्राणसखा. (३) उलीशी = थोडीशी, लहान घास. (४) धीरानं = सावकाश.

दिवस-रात्र पांडुरंगाच्या भेटीची ओढ असल्याने दळताना जात्याचा पहिला झोलच तिला पंढरीला घेऊन जातो. दळणाची सुरुवात प्रथम माहेरावरच्या, आईवरच्या ओव्यांनी सुरू करायची अशी नेहमीची रीत असते. मालनीचा जात्याचा पहिला फेरा तिला माहेरी घेऊन जातो असे म्हणतात. पण या मालनीला विठूचा जिव्हाळा माहेराहूनही अधिक आहे. तिला दुसरे काही सुचतच नाही. पांडुरंगाचे दर्शन हाच ध्यास तिला लागला आहे. या प्राणसख्या विठूला काकुळतीला येऊन हे मनाचे दुःख ती सांगते आहे. मला पंढरी अंतरली, हे तिचे दुःख आहे.

मालनीचे आंतरमाहेर : पंढरी । १९७

पाचव्या ओवीत ती एक मनची गोष्ट सांगते— पांडुरंगा, तू कितीदा माझ्या डोळ्यांत बसून मला भेट दिली आहेस— पण मला मात्र तुझी भेट अंतरली आहे. या ओवीतील विठू डोळ्यांत येणे ही कल्पना फारच सुंदर आहे. असा हा मालनीचा आणि विठूचा जिव्हाळा— अगदी बाळबोध शब्दांत तिने हा खरा जिव्हाळा किती उत्कटतेने व्यक्त केला आहे!

खालील गाथेतही अशीच एक मालन पंढरीला अंतरली आहे. माहेरी असताना ती आईबापांबरोबर पंढरीला जात असावी. त्या दर्शनाने विठूविषयी तिला जिव्हाळा वाटतो. त्याच्या दर्शनाला जावेसे वाटते. पण सासरी आल्यावर तिला पंढरीला जाता आले नाही. त्या घरात पंढरीचे एवढे माहात्म्य नसावे. तिची जाण्याची इच्छा ते घर मनावर घेत नसावे किंवा तिला ते शक्य होत नसावे. ती मात्र पंढरीला अंतरली, एवढे खरे. पण ज्याचा ध्यास लागला आहे, त्या पंढरीविषयी, पांडुरंगाविषयी कुणाशी तरी बोलावे, त्याच्या गोष्टी ऐकाव्या, त्याचे गुणगान ऐकावे, असे तिला वाटते. त्याशिवाय तिला चैनच पडत नाही. मग ती पाणोठ्यावर, शेतीच्या कामावर गेली, की पंढरीला जाऊन आलेल्या बायकांची ओळख करून घेते. त्यांच्याबरोबर गोष्टी करीत राहते, पंढरीच्या वाटेपासून मोठ्या साधूंच्या कीर्तनापर्यंत. त्यातील अभंग व आत्मज्ञानापर्यंत सर्व काही त्या तिला ऐकवतात. पंढरीला गेल्यावर चंद्रभागेचे पाणी आणताना कडेवर घागरी घेऊन या बायका वाळवंटात चाललेले भजन-कीर्तन ऐकत उभ्या राहतात. मंडपात जाऊन भक्तीने प्रवचने ऐकतात. ते सर्व तिला ऐकवताना त्यांनाही आनंद होतो. कुठे कीर्तन वगैरे असले, कुणी पोथी सांगत असले, तर त्या तिला तिथे ऐकायला घेऊन जातात.

पण काही केल्या याने काही तिचे समाधान होत नाही. या श्रवणभक्तीत ती रमत नाही. उलट, तिची खंत अधिक वाढते. पांडुरंगाला ती सांगते, 'पोथी नी पुस्तकाचाऽ न्हायी येत अनुभावऽ पंढरी तंऽ तू दाव' याचाच भावार्थ असा : 'पंढरीला जाऊन विठ्ठलाच्या दर्शनाने जे मिळते, ते पोथी-पुस्तकात नसते.' म्हणून तर मालनीला पांडुरंगाच्या भेटीची एवढी आतुरता. या पंढरीला अंतरलेल्या सासुरवाशिणीची ही श्रद्धा मनाला अस्वस्थ केल्याशिवाय राहत नाही. आपलीच त्या पंढरीविषयी हुरहूर वाढते! अशी मनाला हुरहूर लावणारी ही गाथा.

✻ **गाथा (१२)**

साधू संतांचं दरशनऽ मी का घेतू येता जाताऽऽ
विठूरायाच्या पंढरीतऽ मायबापाचा वग होताऽऽ

पंढरपूरामंदीऽ घागरीच्या उभ्या बायाऽऽ
चंद्रभागंऽच्या काठालाऽ कथा साधूची ऐकायाऽऽ

सख्या जीवाला जोडील्याऽ साधुसंतांच्या बायकाऽऽ
पंढरी नगरीतऽ नित भजनऽ आईकाऽऽ

सख्या जीवाला जोडील्याऽ साधुसंतांच्या गऽ भैनीऽऽ
पंढरीच्या कीर्तनाचाऽ नित उतारा येतो कानीऽऽ

पोथी नी पुस्तकाचाऽ न्हायी येत अनुभावऽऽ
सावळ्या इट्ठलाऽ मला पंढरी तंऽ दावऽऽ

(१) वग = जाणे, येणे. (२) आईका = ऐकलेल्या, ऐकायला जाणाऱ्या. (३) उतारा = ऐकलेले- लिहून घेतलेले, लक्षात ठेवलेले, पुस्तकातील लेखन.

अशी ही मनोमनी प्रयत्न करूनही पुन्हा दर्शनासाठी आसावलेली मालन!

पुढील गाथेत अगदी वेगळा भाव आहे. ही मालन नेहमी पंढरीला जाणारी; पण एका आखाडीची तिची वारी चुकली. तिला खूप वाईट वाटले. पण ती इथे आपला विठूविषयी जिव्हाळा सांगताना त्याला न भेटल्याचे दु:ख सांगत नाही. ती सांगते आहे— मी एका वारीला गेले नाही, तर विठूला किती चुकल्यासारखे वाटले, 'माझी लेकबाळ आली नाही' याची त्याला खंत लागली. त्यानेच मला सांगावा पाठवला, 'ये ग लेकबाळ—' ही मालन या गाथेत विठूला जो तिच्याविषयी जिव्हाळा वाटतो, तो मोठ्या कौतुकाने ओव्यांतून गाते. नुसते 'बोलावले' असा निरोप सांगून तिचा विठूराया थांबत नाही. कार्तिकीच्या वारीला तो या मालनीसाठी मुराळी म्हणून येतो. येताना घोडेही घेऊन येतो. असा त्याचा मालनीवरील घनदाट जिव्हाळा.

✻ गाथा (१३)

आषाढी एकादसऽ न्हायी अवंदा झालं जाणंऽऽ
सावळ्या इट्ठलानंऽ मला धाडीलं बलावणंऽऽ

पंढरीला जातेऽ कारतीकीच्या ओढीईनंऽऽ
इट्ठल रखूमाईऽ मला भेटंऽल जोडीईनंऽऽ

पंढरीला जातेऽ भेटीलाऽ काय घेऊऽऽ
देवा इट्ठलालाऽऽ तुळशी बुक्का वाहूऽऽ

पंढरीला जातेऽ वटीलाऽ काय नेऊऽऽ
रखुमाई सजनीलाऽ अंजीरी चोळी शीवूऽऽ

पंढरीला जायाऽ माझी कालची तय्यारीऽऽ
बाई इट्ठल मुराळीऽ घोडं चरतंऽ नेयारीऽऽ

(१) अवंदा = या वर्षी. (२) नेयारी = डोंगराच्या उतरणीवर.

सावळ्या विठ्ठलाचे बोलावणे आल्यापासूनच मालनीने पंढरीला जाण्याच्या तयारीला सुरुवात केली असावी. खेडेगाव आणि त्यात दुबळेपण. खणासाठी शेजारगावाला जाऊन बाजार धुंडायचा— बरोबर शिदोरी म्हणून जोंधळ्याचे, डाळीचे, पीठ-मीठ मिरची, मसाला— काय कमी लागते? ते धान्य घरचे असले, तरी पीठ दळणे, मिरची-मसाला विकत आणून कुटणे हे सर्व आहेच आणि आता विठूचे बोलावणे— सावले चोळी तरी करी असावी. पुष्कळदा मालनी आईचे लुगडे बरोबर घेतात. चांगले असते, शिवाय चंद्रभागेत खळबळल्याचे पुण्यही आईच्या खाती जमा होते.

विठू मुराळी आला, त्याने तिचा आनंद गगनात मावेना. तयारी होतीच. तिची मुटकुळी तर तिने निघण्याच्या आधीच एक दिवस बांधून ठेवली. सगळी तयारी करून ती जवळच्या डोंगराच्या उतरणीवर चरणाऱ्या घोड्याकडे न्याहाळात राहिली. आता विठूराया आला, की निघायचे... त्या ओव्यांतून ही लगबग, ही उतावळी. बरोबर काय घ्यायचे, याची घोकणी. तिची उतावळी ओसंडून चाललेला आनंद दाखवते. मालनीला वाटते, प्रत्यक्ष पांडुरंग मुराळी आला आहे. हा तिच्या विठ्ठलावरील घनदाट श्रद्धेचा आणि त्या दोघांच्या एकमेकांवरील जिव्हाळ्याचा परिपाक आहे असे मला वाटते. मालनीच्या या मनोमनी जपलेल्या श्रद्धाभावाला चिकित्सेची दुर्बीण लावावी असे मला मुळी सुद्धा वाटत नाही.

आपल्या जीवनाला ज्या कलाटण्या मिळतात, त्यांना आपण योगायोग म्हणतो. योगायोग म्हणजे तरी काय? त्याचे मूळ अजून तरी कुणी शोधून काढलेले नाही. मग मालनीच्या जिव्हाळ्याच्या श्रद्धेला तरी कशाला प्रश्नचिन्हात टांगायचे? तो श्रद्धाभाव समजून घेऊन आपणही आनंदित व्हावे आणि त्या भाववाहिनीत उतरावे असे मला वाटते. अशी ही एक आगळीवेगळी विठूच्या मनोभावाची गाथा.

पुढील गाथेत मालनीचा विठूविषयीचा जिव्हाळा कळसाला पोहोचलेला असा आहे. या जिव्हाळ्याची तऱ्हाच वेगळी आहे.

ही मालन पंढरीला अंतरली आहे. सासर-माहेरच्या अडवणुकीने किंवा त्यांनी

मनावर न घेतल्याने ही त्या विठ्ठलचरणाला पारखी झाली आहे. पण या सर्व अडचणी आणि अडणे बाजूला टाकून ती पंढरीला येते.

* गाथा (१४)

अंतरली पंढरीऽ सये तिकडं माझा डोळाऽऽ
सावळा पांडुरंगऽ माझा पिरतीचा पानमळाऽऽ

अंतरली पंढरीऽ मी गऽ मोजीती आठवडंऽऽ
सावळ्या पांडुरंगाऽ चित्त तूझ्या वाटंकडंऽऽ

पंढरी गऽ मधीऽ न्हायी कूनाचं देनं घेनंऽऽ
सख्या पांडुरंगाऽ तुझ्यासाठीऽ माझं येनंऽऽ

जीवाचं सूकदूकऽ तुला सांगीते इट्टलाऽ
सावळ्या पांडुरंगाऽ कवा भेटसी एकलाऽऽ

पंढरीला जातेऽ न्हायी मागची आशा केलीऽऽ
इट्टल सावळ्यानंऽ मला गऽ भेट दीलीऽऽ

चरणावर माथाऽ आले सख्यालाऽ भेटूनऽऽ
अभीर गुल्लालऽ चोळीला गऽ आठवनऽऽ

सावळ्या पांडुरंगाला मालनीने 'पिरतीचा पानमळा' म्हटले आहे. हे अतिशय प्रत्ययकारी आहे. पानमळा दिसायला प्रसन्न, हिरवागार, डोळ्यांना सुखावणारा. आत जाऊन पाहिले, तर नागवेलीच्या नाजूक वेलींचा मांडवावर चढलेला विस्तार. पानांचा आकार, स्पर्श सर्वच सुख देणारे आणि खाली जमीन मऊ आणि गार, तशीच अवतीभवती खेळणारी मंद हवाही गार-गार आणि आल्हाद देणारी. एक सांगता येणार नाही अशी तृप्ती देणारी. विठ्ठलाची पंढरी अशीच आणि तो तर प्रीतीचा पानमळा. त्यात शिरले की मालन सर्व भवतालचे विसरून त्या गारव्यात नागिणीसारखी डुलत राहणार.

'नाही मागची आशा केली' हे पद अतिशय सूक्ष्म संवेदने प्रक्षेपित करणारे आहे. जिला पानमळ्याची ओढ लागली, तिला जगात काय अवघड वाटणार? मागची हा शब्द फार अर्थसूचक आहे. माहेर-सासर, आप्त, इष्टमित्र, अपत्ये, पती या सर्वांपासून ती दूर झाली आहे. हे सगळे धागे पंढरीच्या वाटेसाठी तिने तोडले आहेत. त्याचप्रमाणे आचारसंहिता, देवधर्म, व्रते, वैकल्ये, कर्तव्ये, जबाबदाऱ्या हे सारे काही तिने आता मागे टाकले आहे. सर्वांत कठीण बंध ते जनांचे— समाजाचे.

हे तर काटेरी बंध, सोडताना अंगातून रक्त काढणारे— पण त्यांनाही न जुमानता ती पंढरीची वाट चोखाळते आहे. भक्तीचा पगडा एवढा जबरदस्त, की हे सर्व तिने सहज दूर सारले— आशाच उरवली नाही. अशी सर्वमुक्त होऊन ती निघाली. पण हे सर्व तिला मुळीच त्रास देत नाही, कारण तिला विठ्ठलचरणांशिवाय दुसरे कसलेही भान नाही. त्याला भेटायचे— त्याला मनाचे गूज सांगायचे, त्याच्या चरणी मस्तक ठेवायचे, त्याच्यात सामावून जायचे, हे तिच्या मनात.

ही मालन अशी सर्वमुक्त विठ्ठलाच्या चरणी माथा ठेवून भेट घेते. समर्पणाची भेट घेते. हे समर्पण, हे एकरूप होणे तिने किती सूचक आणि सूक्ष्म संवेदनेने विनटलेले असे शब्दरूपात मांडले आहे! 'अभीर गुल्लालऽ चोळीला आठवण'... आपल्यात एकरूप होण्यासाठी आलेल्या या जिव्हाळ्याला पांडुरंगाने उचलून जवळ घेतले, तर नवल ते काय? एकदम वाटून गेले, तुकारामाच्या एका विराणीने हे मालनरूप घेतले नाही ना? की ही मालनच तुकारामाने गायिलेली विराणी झाली! मी मंत्रमुग्ध झाले!

असा हा सख्या सावळ्या पांडुरंगाचा आणि मालनीचा दोन हुरुदांतून भेटीसाठी झऱ्यासारखा वाहणारा जिव्हाळा. त्याची ही ओढ, हा ध्यास.

अशा या गाथांमुळे या जिव्हाळ्यात खोल खोल उतरावेसे वाटते. पाण्याने पाण्याला मिळावे, अधिकाने आणखी अधिक व्हावे, अद्वैताला पूजावे, असा हा जिव्हाळा. संसारी मालनींनी विठ्ठलाची भक्ती करावी हे समजते; पण त्यांचे विठूत सामावून जाणे... या मागे काय असावे? ही ओढ मालनीला का लागावी?

हा जिव्हाळा निर्मम सहकारातून उगम पावतो. ज्या सहकार तत्त्वावर हा विश्वाचा व्याप आधारलेला आहे, ते मूलतत्त्व. प्राणी आणि मानव यांच्यांत हा निर्मम सहकार कधीच नसतो. हा सहकार जीवनासाठी असल्याने स्वार्थी असतो. एकूण नातेबंध निखळ वात्सल्य सोडून एकूण नातेबंध हे सोईसाठी— सुखासाठी— जीवनातील विघ्ने दूर व्हावीत म्हणून असतात. बहुशः हे नातेबंधाचे जिव्हाळे लादलेले असतात. ही कर्तव्ये असतात. समाजात राहण्यासाठी म्हणून पुन्हा आणि सामाजिक सहकार असतात. ते तर अतिशय कडक असतात. ज्यांना या जिव्हाळ्यांचे फोलपण समजले, त्यांनाही यातून मुक्त होणे कठीण जाते. कारण हे जिव्हाळे आदिबंधापासून आपण स्वीकारतो. एक जीवनप्रवाह म्हणजे नातेबंधाच्या सांगाड्यातून केलेला प्रवाह. मला अशी ही जखडलेली मालन घुसळखांबाला बांधलेल्या संत सखूची आठवण करून देते. पण कधी कधी जन्मांच्या पहिल्या नाळातून आदिमातून हा निर्मम सहकार वर उचंबळत येतो. कारण या जखडलेल्या मालनीला त्याची ओढ लागते. नको नको हे बंधन, असे ज्याला होते, त्याच्याच वाट्याला तो सहकार येतो.

सावळ्या पांडुरंगाच्या प्रीतीच्या पानमळ्याच्या रूपाने येतो आणि मालनीला समाधानाने नाहू घालतो. सर्वभेदातीत असा हा निर्मम सहकार. हा निसर्गाचा आदिरस— सौहार्दाचा. निर्मम आणि निर्मळ.

◆

गाथागंठन : ७

एक भावरंगी रंगलेली वाट

१

पंढरी... पंढरी

मालनींच्या एकूण ओव्यांत दैवतांवरच्या ओव्या बऱ्याच आहेत. त्या दैवतांचे स्थूल मानाने तीन भाग पडतात. मालनीचा जीवनक्रम हा सृष्टीच्या जीवनक्रमाप्रमाणेच असणार, हे उघड आहे. त्या सृष्टीतील जे मालनींच्या जीवनक्रमाला तारक व पोषक आहे, त्याबद्दल कृतज्ञता व्यक्त करण्याकरता आणि अधिक सुख द्यावे ही इच्छा व्यक्त करण्याकरता मालनी त्या त्या शक्तींना दैवते मानतात. सूर्य, वर्षाकाळ, वनस्पती, नदी या सर्वांच्या त्या पूजक आहेत. विशिष्ट वनस्पती, वृक्ष, वेलींच्या, प्रकाशाच्या, धरित्रीच्या प्रतीकांची त्या पूजा करतात.

त्यांच्या जीवनक्रमाला जे विघातक आहे, विनाशक आहे, त्या शक्तींनी आपल्यावर कृपा करावी, आपल्याला संकटातून वाचवावे म्हणूनही त्या शक्तीचे देखील मालनी पूजन करतात. ही त्या दुष्ट शक्तींची प्रतीके पाषाणाची, लाकडाची असतात. या प्रतीकांच्या पुढे पुराणकथा झाल्या, दंतकथा झाल्या, पुराणांत त्यांचा अंतर्भाव झाला आणि आपल्या लोकसंस्कृतीत त्या सामावून गेल्या. एक उदाहरण पुरेसे आहे. समृद्धी देणारी ती धरणी आणि धरणीला सुफला करणारा पर्जन्य. यांच्यासाठी शेतावर मातीचे सात गोळे आणि कोऱ्या घागरीतील पाणी ही प्रतीके झाली. पुढे या धान्यलक्ष्मीला गौरी नाव मिळाले. ती नवरात्राच्या रुजवणातून प्रतीकरूपाने पुजली गेली. ही निर्माण करणारी, म्हणून हिला स्त्रीरूप मिळाले. पाषाणाचे प्रतीक असले तरी त्याला देवी हे नाव मिळाले. या प्रत्येक स्थित्यंतरात त्यांच्या कथा निर्माण झाल्या आणि त्यांच्या पूजनात देखील फरक पडत गेला.

नागर संस्कृती आणि लोकधाटी यांच्या सहिष्णुत्वातून पुन्हा जी दैवते निर्माण झाली किंवा उत्क्रांत झाली, तीही मालनींनी स्वीकारली. जेजुरीचा खंडोबा, चौऱ्याचा महादेव, तुळजापूरची भवानी, शिखर शिंगणापूरचा महादेव, पंढरपूरचा विठ्ठल ही या प्रकारची दैवते आहेत.

या सर्वांवर मालनींच्या भक्तिभावाने श्रद्धेने गायिलेल्या गाथा आहेत. या सर्व ओव्यांतून या दैवतांबद्दल मालनींना श्रद्धा आहे. या श्रद्धेमागे, उपासनेमागे हेतू आहे. हेतू हा, की 'देवा, माझे संकट निवारण कर', 'माझ्या मुलाला मूल नाही, त्याला मुलगा दे', 'आमचे दारिद्र्य घालव', 'माझ्या सर्व मुलांना दीर्घायुषी कर', 'म्हणून मी तुला पूजते, तुझ्या दर्शनाला येते, तुला नवस करते आणि ते फेडतेही.' ही कामनापूर्ती झाली की पुढे काही नाही. श्रद्धा असते; पण तिचे सातत्य नाही. पूजनात नाही.

एकूण ओव्या वाचल्यावर त्यांत 'पंढरीचा विठ्ठल' हा देव मात्र मालनीच्या भावविश्वात त्यांच्या घनदाट जिव्हाळ्याच्या विटेवर युगानुयुग उभा आहे असे दिसून येते. त्याला एक कारण त्यांच्या ओव्यांतूनच मिळते. त्यांना विठ्ठलाकडे काही मागायचे नाही. असेलच काही, तर ते मनातील सुखदुःख त्याच्यापाशी सांगायचे आहे. मन मोकळे करायचे आहे. आस आहे ती फक्त त्याच्या भेटीची. त्याच्या ओव्या गाण्याची. असा हा निर्हेतुक म्हणूनच अगदी आगळावेगळा असा मालनींचा विठ्ठलाशी भक्तिभावाचा अनुबंध आहे.

घराघरांतील मालनींना विठ्ठलाची पूर्ण माहिती आहे. इतकी, की तो पाहिला नाही तरी आपल्यापैकीच एक असे त्यांना वाटते. देव व भक्त यांत जो एक आदराचा, श्रेष्ठ-कनिष्ठपणाचा दुजाभाव असतो, तो त्यांच्यांत व विठूत नाही. एक साधी गोष्ट. खरे म्हणजे देवाने बसून असायचे— भक्ताने समोर उभे असायचे. पण इथे हा विठ्ठल भक्तासाठीच उभा आहे.

भागवत संप्रदायाचे जे आचार-विचार आहेत, ते याला बरेचसे कारणीभूत आहेत. प्रथम हा विठ्ठल जनसामान्यांचा आहे. हा संप्रदायच जनसामान्यांचा आहे. या संप्रदायाचे वारकऱ्यांचे आचारही सोपे-साधे-सरळ आहेत आणि यात उपासनेत समूहमनाला जितके स्थान आहे, तितके ते दुसऱ्या कोणत्याही दैवताच्या उपासनेला नाही. या देवासाठी काही द्यावे लागत नाही. याच्या नामस्मरणासाठी एकांत, जपमाळा, मौन असे काही नाही. उलट, टाळ, मृदंग, वीणा यांच्या मंजूळ झणत्कारात याचे नामस्मरण, कीर्तन आणि याचे अभंग गायनात गुणवर्णन चालते. त्यात नृत्य-झिम्मा-फुगडी सोंगे यांनाही वाव आहे. वर्षातून दोनदा अवघ्या मराठी देशातून पंढरपूरला दिंड्या निघतात. या दिंड्यांनी तर भागवत संप्रदाय प्रत्येक घराच्या अंगणात पोहोचवला. ही एक सामूहिक— पूर्ण अर्थाने सामूहिक आनंदयात्रा. एकत्र चालत राहणे, मुक्कामाला एकत्र भोजन करणे, पंढरीरायाच्या गजराखेरीज दुसरे अवधान नसणे, संसार विसरून एका मुक्तांगणातून पावले टाकत जाणे— हा मुक्तपणा मालनींना फार फार भावतो. 'माझे मोकळे ग केस', 'माझी वेणी ग मोकळी' अशा प्रतीकांतून वृद्ध, प्रौढ, तरुण आणि कोवळ्या मालनींनी हे मुक्त मन

दर्शविले आहे.

रामधरमाच्या वेळी सूर्योदयापूर्वी दारात बैरागी, गोसावी, वारकरी, वासुदेव, पिंगळे इ. जे दानधर्माला येतात, त्यांच्याकडूनही मालनींना विठूच्या कथा ऐकायला मिळतात. वारकरी महिला तर पंढरीहून आल्यावर कथासत्रच उघडतात. त्यामुळे ज्या मालनींनी पंढरी कशी ती अजून पाहिलेली नाही, त्यांना पंढरीला जाण्याची ओढ लागते. या ओढीचे ध्यासात रूपांतर होते. एकच ध्यास— 'पंढरीला जावंऽ जावंऽ...'

खालील गाथांतून हाच उत्कट भाव व्यक्त केलेला आहे.

*** गाथा (१)**

पंढरी पंढरीऽ न्हायी पाह्यली अजूनऽऽ
हायी कोनत्याऽ बाजूनंऽऽ

पंढरीऽ पंढरीऽ ईथनंऽ कीती लांबऽऽ
तिथं सोनीयाचा खांबऽऽ

पंढरीऽ पंढरीऽ न्हायी पाह्यली अजूनऽऽ
तिथं विठूचंऽ भजनऽ

पंढरी पंढरीऽ ईथून कीती कोसऽ
झालं म्हायीतऽ चाल्ला दीसऽऽ

पंढरीला जायाऽ जीव माझा धावंऽ धावंऽऽ
माझ्या विठ्ठलानंऽ पाठवीलाऽ नामदेवऽऽ

(१) सोनीयाचा खांब = गरुडखांब. (२) चाल्ला = निघून चालला.

ही अल्लड वयाची सासुरवाशीण दिसते. आवडत्या गोष्टीसाठी वेडे होण्याच्या वयाची. पंढरी पाहण्याची तिची उत्कटता तिनं तीन पदांच्या ओवीत मोठ्या चतुराईने मांडली आहे.

ही तर पंढरीला गेलेली नाही. तेव्हा संधी मिळेल तेव्हा भेटणारीला विचारते— प्रश्न— तिला उत्तरात रस असतो. ती उत्तरे ऐकून ती पाहण्याचा अनुभव घेते आणि तिची जाण्याची इच्छा अधिक उत्कट होते. पण जाणे परस्वाधीन— पूर्णपणे परस्वाधीन. सगळी माहिती आहे, विठूही आवडला आहे पण दिवस असेच चालले

आहेत. या निराशेत असतानाच एक प्रश्न तिची ती मर्मबंधाची ठेव घेऊन येतो. कुणी मामा, काका तिला म्हणतो, 'आमी जाणार हाव... तू ये... तुझ्या सासूला सांगतो— मैनाला पंढरी दावून आनतो म्हून.' हे तर अद्‌भुतच झाले! तिची श्रद्धा— हा नामदेवच विठ्ठलाने मला मुराळी पाठवला. त्या विठूरायाला माझी तगमग कळली आणि त्याने हे बोलावणे धाडले. तिच्या या तगमगीचे सार्थक झाले असे तिला वाटले.

खालील गाथेतील मालनीनेही पंढरी पाहिलेली नाही. पण पाहण्याची तिला अनावर इच्छा आहे. येणाऱ्या-जाणाऱ्याच्या, कीर्तना-प्रवचनाच्या कथनाने तिच्या मनात पंढरी आणि पंढरीचा विठ्ठल यांच्या दर्शनाची ओढ निर्माण झाली आहे. तिने जे जे ऐकले, त्यावरून तिने पंढरीची वाट मनोमनीच तयार केली आहे. तिच्या चिंतनात ती पंढरीला जाण्याचा अनुभव घेते आहे.

* **गाथा (२)**

पंडरीची वाटऽ हाी तंऽ चालाया चांगलीऽऽ
जाई वटीऽत फूललीऽऽ

यवडी पंडरीऽ पंडरीऽ नऊ लाखाचाऽ कळसऽऽ
वर लावीली तूळसऽऽ

यवडी पंडरी पंडरीऽ दूरनंऽ दीसती गूलजारऽऽ
तिला चंद्रभागंऽचा चंद्रहारऽ

यवडी पंडरीऽ पंडरीऽ दूरून दीसती निशानाचीऽऽ
टाळ मुरुदंगऽ झनकाराचीऽऽ

जलमाला येऊयीनऽ यकदा पंडरीऽ पहावीऽऽ
लक्ष तूळसऽ वहावीऽऽ

सया पूशीत्याताऽ यवडंऽ पंडरीलाऽ कायऽऽ
पीता पांडुरंगऽ दाट जीवाळाऽ रखुमाबायऽऽ

(१) यवडी = एवढी. (२) नऊ लाखाचा = अतिशय मोलाचा, कळस सोन्याचा आहे. (३) निशानाची = वारकऱ्यांच्या खांद्यांवरील भगव्या पताकांची.

पंढरीची वाट तिला मुलायम अशी वाटते. पहिल्याच ओवीत तिने दिलेला

दाखला प्रत्ययकारी आणि रमणीय आहे. तिने पदरात जाईच्या कळ्या घेतल्या आहेत. वाट खडबडीत असती तर त्या एकमेकींवर घर्षण होऊन मलूल झाल्या असत्या. कोमेजून गेल्या असत्या. पण तिच्या पंढरीची वाट इतकी चांगली आहे, की कळ्या उमलल्या आहेत. अगदी रसरशीत उमलल्या आहेत. जिची वाट इतकी कोमल, त्या पंढरीला 'गुलजार' हे विशेषणच हवे; आणि या गुलजार पंढरीनगरीच्या गळ्यात चंद्रहार आहे. या पंढरीच्या बाजूने भीमानदीने चंद्रकोरीचा आकार घेतला आहे. ते चंद्रभागेचे पाणी दुरून चालते. प्रवाहामुळे उत्फुल्ल दिसते. नाजूक आणि संपन्न असा चंद्रहारच वाटतो आणि मालनींच्या शब्दकळेची जाणीव किती सूक्ष्म आहे, हे समजते.

या चंद्रभागेसारखाच पंढरी नगरीच्या आतून देखील एक प्रवाह वाहतो आहे. हा प्रवाह— नाद संगीतमय आहे. वारकरी भजन करीत देवळाकडे थव्याने चालले आहेत. टाळ-मृदंग-वीणा यांच्या मंजूळ तालात आणि लयीत भजन वा गायन चालले आहे; आणि त्या वारकऱ्यांच्या खांद्यांवरील भगव्या पताकाही चालत, झुलत, डोलत नाचत आहेत. हा प्रवाहही तिला दुरून दिसतो आहे. चंद्रभागेचा प्रवाह पंढरीला वेढा घालून आहे, तर हा निशाणांचा भक्तिभावाचा केशरी आनंद नादमय प्रवाह पंढरीरायाच्या चरणांशी मिळण्यासाठी वाहतो आहे. साध्या त्या ओवीत मला हे सर्व भावले. एखाद्या शब्दातून उभा राहिलेला हा अवकाश किती मनोवेधक आहे.

घरबसल्या जिने ही वाट, ही चंद्रभागा, हा पंढरीचा रस्ता, असा मनोमनी उभा केला, तिला त्या पंढरीची आस किती लागली असेल हे सांगायला दुसरे शब्द नकोत.

पुढील गाथेतील मालनही पंढरीला जाण्यासाठी अशीच व्याकूळ झाली आहे. पंढरी पाहायची, तिथल्या विठ्ठलाला भेटायचे ही ओढ तिला आहे. पण या ओढीचे तिने दिलेले कारण मात्र आपल्यालाही चकित करणारे आहे. ती म्हणते, 'त्या विठ्ठलानेच माझ्यावर मव्हनी टाकली आहे, म्हणून मी तिकडे ओढली जाते आहे.' तिला वाटणे स्वाभाविक. आतापर्यंत ती जेजुरीच्या खंडोबाला, तुळजापूरच्या भवानीला जाऊन दर्शन घेऊन आली असेल. 'पण त्यांनी भेटून आल्यावरही मला आठवण दिली नाही. आणि हा पंढरीचा विठू— ज्याला मी पाहिलेही नाही, त्याने असा ध्यास लावला आहे. मी तर सासुरवाशीण. असा कुणाचा ध्यास घेईन काय? म्हणून म्हणते, त्या विठ्ठलाने मला मोहिनी घातली आहे. माझे मन सारखे ओढतो आहे.'

हा एक प्रकारचा मनावरचा अवसरच. त्या भरात तिला आपण पंढरीला निघालो असे वाटतेय. मैत्रिणी विचारतात, 'एवढं पंढरीस तुझं काय आहे?' ती

सांगते, 'विठोबा रखमाई माझे आई-बाप तिथे आहेत.'

✻ गाथा (३)

पंढरीला जावंऽ जावं गऽ माझ्या मनीऽ
मव्हनीऽ टाकीलीऽ बाई देवा विठ्ठलानीऽऽ

पंढरीला जायाऽ नगंऽ कुनाची सोबतऽ
देवा विठ्ठलाच्याऽ जाते कळसाला बघतऽऽ

पंढरीला जायाऽ न्हायी लागतऽ न्हाया धूयाऽऽ
विठ्ठलऽ रुकमीनीऽ हैत रावूळी बाबाबयाऽऽ

पंढरीच्या रायाऽ न्हायी कायी बीऽ लागतऽ
सये तुळशी बुक्क्याचीऽ हायी त्याला गऽ आगतऽ

पंढरपूरातऽ गऽ मी तंऽ देखीलंऽ शीखरऽऽ
काय सांगूऽ सयेऽ मन झालंऽ माझंऽ थीरऽऽ

चरणांवर माथाऽ पोटात घाली डूयीऽ
पंढरीराया माझ्याऽ तूच माझा सरवे कायीऽऽ

(१) मव्हनी = मोहिनी. (२) आगत = आवड, आस्था. (३) थीर = शांत.

आपण पंढरीला निघालो आहोत एवढेच ती जाणते. इतर भान तिला नाही. सोबत? ती काय करायची? त्याच्या देवळाचे शिखर दिसेल, ते पाहत त्या दिशेने जायचे. अंघोळ बिंगोळ तरी कशाला? तिथे आईबाप पांडुरंग रखुमाई आहेत, तेच घालतील. देवापुढे ठेवायला काही? ते कशाला? तिथे बुक्का-तुळस मिळतो, तोच वाहायचा. बाकीची तयारी तिच्या भानातच नाही. असा हा अवसर. त्यातच तिला पंढरीचे देवळाचे शिखर दिसले. मन स्थिरावले, पण कधी परमेश्वराचे पाय धरून चरणी माथा ठेवीन असे तिला झाले. किती मायेने त्याला भेटू असे तिला झाले. त्याच्या मोहिनीचा हा प्रताप! असे तिला वाटते. 'पोटात डुयी घाली' या शब्दांतच त्याच्या भेटीची तिला किती कमालीची उत्कंठा आहे हे व्यक्त झाले आहे.

खालील गाथेतील मालन अशीच पंढरीला जायला अतिशय उत्सुक आहे. हिचे जाण्याचे कारण मात्र वेगळे आहे. पंढरीहून विठ्ठलाचे हिला एक नाही, दोन सांगावे आले आहेत : 'लेकीबाळा, येऊन भेटून जा.' जसा विठ्ठलाचा भक्त विठ्ठलदर्शनाचा ध्यास घेतो, तसा विठ्ठलही भक्ताच्या भेटीला आसावलेला असतो. भक्ताची इच्छा

त्याला समजते आणि तो कुणाला तरी निरोप देतो. म्हणजे 'चल' म्हणून सांगण्याची बुद्धी देतो. ती निघणार आहे. म्हणून मैत्रिणीला विचारते आहे, 'सयांनू, तुम्ही येता का माझ्याबरोबर?'

❊ गाथा (४)

पंढरीला जातेऽ तुमी सयांनू येता कोनऽऽ
माझ्या इट्टलाचंऽ मला सांगावंऽ आलंऽ दोनऽऽ

पंढरीला जातेऽ तुमी सयांनू येता कोनीऽऽ
हरिनामाची गऽ तीथंऽ बाई उसवलीऽ गोनीऽऽ

पंढरीला जातेऽ सयांनू येता कोनीऽऽ
इटू सावळा गऽ माज्या भरला धेनीमनीऽऽ

इटू ईटू बाईऽ मला कधी गऽ भेटंऽलऽऽ
माज्या मनायाचाऽ कदी संशोव फीटंऽलंऽऽ

जीवाला वाटईतंऽ पंढरीला जावंऽ जावंऽऽ
सावळ्या इटूला गऽ पोटाशी धरूऽ यावंऽऽ

(१) गोनी = पोते (२) संशोव = संशय.

पंढरीला जाण्याचे मनात असलेल्या या मालनीला या पूर्वी कुणी दोघींनी विचारले असेल, 'आमच्याबरोबर पंढरीला चल.' पण त्या वेळी तिला जाणे जमले नसेल. त्या बोलावण्याला ती विठूचे सांगावे आले असे म्हणते. म्हणून तिला तातडीने जायचे आहे. तो कधी भेटेल असे तिला झाले आहे. त्याच्या भक्तीबद्दल, जिव्हाळ्याबद्दल आजवर जे ऐकले, ते प्रत्यक्ष अनुभवून बघण्याची तिची इच्छा आहे. तिला विठूकडे काही मागायचे नाही. फक्त त्याला पोटाशी धरून जिव्हाळ्याने भेटायचे आहे. या भेटीमध्ये देखील देवाच्या भेटीपेक्षा जिव्हाळा अधिक वाटतो. देवाची भेट ही आदरभावाची असते. हा भेटीचा सोहळा वेगळाच असा वात्सल्याचा वाटतो. याचे देवभेटीचे सुख एक वेगळेच. ते ही मालन जाणार या कल्पनेतूनच अनुभवत आहे हे विशेष. या मालनींची जीवनरीती जशी साधी पण उत्कट, तसा त्या जीवनरीतीचा काव्यात्म आविष्कारही साधा, पण उत्कट!

पुढील गाथेतील मालन जराशी प्रौढ आहे. कुटुंबात राहत असली, तरी तिला

कुणाचा फारसा जिव्हाळ्याचा पाश नसावा. तिने पंढरीविषयी व विठ्ठलाविषयी खूप मनन केले आहे. विठूची माळही घेतली आहे. पण ती पंढरीला अजून गेलेली नाही. जायचा ध्यास मात्र तिला लागून राहिला आहे.

✳ गाथा (५)

जात्यावऽ बसले मीऽ	*दळनाच्या बाई मीसंऽऽ*
पांडुरंगाच्या नावाचाऽ	*माज्या जीवालाऽ उल्लासऽऽ*
घेते मी तुजं नावऽ	*तुजं गाव पंढरपूरऽऽ*
तुजंऽ गाव पंढरपूरऽ	*जिवा लागली हूरहूरऽऽ*
इट्टल इट्टलऽ	*छंद लागला जीवालाऽऽ*
एकदा जायाचं गऽ	*पांडुरंगाच्या गावाऽलाऽऽ*
तुळशीची माळ गळाऽ	*नका गऽ चेष्टा करूऽऽ*
पंढरीचा राजाऽ	*इट्टऽल म्या केला गूरूऽऽ*
पंढरी जायालेऽ	*नका गऽ घालू मोडाऽऽ*
पांडुरंगाच्या भेटीसाठीऽ	*जीव होतूऽ थोडाऽ थोडाऽऽ*
पंढरीला जातूऽ	*संगं कशाला व्हावंऽ कूनीऽऽ*
पंढरीच्या वाटंऽ	*म्होरं इट्टलऽ मागं जनीऽऽ*
पंढरीला जातूऽ	*जाईन सारकीऽ सारकीऽऽ*
सावळ्या इट्टलाचीऽ	*गाय सोडीली मारकीऽऽ*

(१) मीसं = मिषाने, निमित्ताने. (२) गाय सोडीली = देवाच्या नावाने सोडलेली गाय.

विठ्ठलावर या मालनीची भक्ती आहे. त्याचे नाव घ्यावे, त्याच्यावर ओव्या गायला मिळाव्या, म्हणूनच दळण करते आहे. पांडुरंगाचे नाव घेतले की त्याचे गाव आठवते; आणि त्या गावाला जायची तिची इच्छा उत्कटतेची सीमा गाठते. तिने त्याला आपला गुरू केला आहे. गळ्यात तुळशीची माळ घातली आहे, तरी भेटीची इच्छा आहे. त्यासाठी तिचा जीव कसा तळमळतो आहे. मैत्रिणींना ती याबद्दल चेष्टा करू नका म्हणून बजावते.

पंढरीला तिला एकटे निघण्याचे भय नाही. ती मैत्रिणींना म्हणते, ‘मी एकटी कशी? पुढं माझा विठ्ठल चालतो आहे ना. आणि मी जनी— जनीसारखी त्याची

भक्त. मग प्रत्यक्ष विठूराया सोबत असल्यावर तिला भय कशाचे?'

तेव्हा मी आता पंढरपूरला जाणारच. आणखी सारखी सारखी जात राहीन. इथे तिने तिच्या या भाववृत्तीला सुरेख उपमा दिली आहे. ती जशी विठ्ठलाला सोडलेली गाय आहे. सदा देवळाच्या आसपास चरत राहणारी आणि मारकी, जर कुणी विठ्ठलाच्या भेटीला परावृत्त करण्याचा प्रयत्न केला, तर शिंगे उगारणारी, शिंगांवर घेणारी. अशी या मालनीची आतापासूनच त्याच्यावर निष्ठा.

न पाहिलेल्या देवाबद्दल इतकी भेटीची उत्कटता फक्त विठ्ठलाबद्दलच मालनींना वाटते. आणखी कोण्या दैवताविषयी नाही. हा त्यांना वाटणारा विश्वास, त्यांची त्याच्यावरील अनुपम अशी श्रद्धा आणि त्याच्या भेटीची इतकी उत्कट ओढ विठू सावळ्याचीच. त्यालाच हा भक्ताचा अनोखा जिव्हाळा लाभलेला. म्हणूनच मला वाटते, या मालनी याबाबतीत तुकाराम महाराजांच्या वारसदारिणी आहेत, तशाच नामदेवांच्याही.

◆

२

माझी पावलं रंगली

आर्थिक परिस्थिती, संसारातील-व्यवसायातील अडचणी, घरच्या सर्वांच्या परवानग्या या सर्वांतून वाट काढून शेवटी मालन पंढरीच्या वाटेला लागते आणि धन्य धन्य होते. या आपल्या घरापासून पंढरीपर्यंत जाण्याच्या वाटेला मालनींच्या भावविश्वात एका अमृतवाहिनीचे स्थान आहे. ही वाट भक्तिभावाने रंगलेली आहे. या वाटेवर मालनींच्या ओव्या त्या वाटेच्या रंगाने रंगल्या आहेत. उन्हाने पोळल्या आहेत, चिखलाने भरल्या आहेत. त्या वाटेवरील वीणाझंकाराने झंकारल्या आहेत. त्या भावरंगी वाटेवरील या गाथा आहेत.

आपल्याला वाटेल, वाट म्हणजे रस्ता असेल. पण तसे नाही. ही वाट पाऊलवाटही नसते. कधी तयार रस्त्यातून, कधी माळावरून, कधी शेतातून, नदीतून— पावसाच्या पुराच्या चिखलातून जाणारी ही एक दिशा असते. या दिशेचा शेवट पंढरीत होतो. या वाटेच्या प्रवासाला वास्तव प्रवासाचे भान नाही. हे प्रवासवर्णन नाही. म्हणूनच या वाटेला मी भावरंगी वाट म्हटले.

या वाटेने मालन कोणत्या गावातून निघाली, कुणासोबत निघाली, याचा उल्लेख नाही हे विशेष वाटले. बरोबर घरची माणसे असतीलही. पण त्यांचाही, वाटेला लागले की विसर पडलेला असतो. ह्या मालनीला एकच भान असते, ते पायांखालील वाटेचे आणि ती वाट जिथे पोहोचणार त्या पांडुरंगाच्या पंढरीचे.

परमेश्वराच्या भेटीला निघालेल्या भक्तीने रंगलेल्या अभिसारिकेची ही तशीच रंगभावन झालेली वाट आहे असे मला वाटते.

पुढील गाथेतील या भावरंगी वाटेचे वर्णनच याची साक्ष देईल.

❊ गाथा (६)

पंढरीची वाटऽ सये चालाया चांगलीऽ
हातात तुळशीमाळाऽ जाई वाटंत फूललीऽऽ

पंढरीची वाटऽ सये चालाया चांगलीऽऽ
पिवळी शाडूमातीऽ माझी पावलं रंगलीऽऽ

पंढरीच्या वाटंऽ लाल मुरुमाची मातीऽ
चालताना सयेऽ माझी पावलं रंगतीऽऽ

पंढरीची वाटऽ मला दिसती चांगलीऽऽ
हळद-कुक्कवानंऽ माझी पावलं सजलीऽऽ

पंढरीची वाटऽ न्हायी बोचत काडीमाडीऽ
सांगते ग सयेऽ वाट रेशमाची घडीऽऽ

पंढरीची वाटऽ कशानं सादळली
कावड गऽ बाईऽ एकनाथाची हिंदळलीऽऽ

(१) काडीमाडी = काड्या, काट्या इ. (२) सादळली = ओलसर झाली. (३) हिंदळली = हिनकळली.

पंढरीला जाणे या कल्पनेनेच मालन उचंबळून आली आहे. तिथे नेणारी जी वाट, तिच्यातच ती रंगून गेली आहे. निघतानाही बरोबर फक्त तुळशीची माळ घेतल्याचा उल्लेख आहे. वाटेवर मिळतील तिथे ती जाईची वगैरे फुले खुडून घेत असणार. म्हणजे विठ्ठलाची पूजा, एवढेच तिला निघताना भान आहे. दिंडीबरोबर पालखी असते. वाटेवरल्या खेड्यात देऊळ असते. तिथे तुळस-फुले वाहून विठूच्या दर्शनाने धन्य व्हावे एवढेच तिला माहीत. पंढरीच्या वाटेवर मारुतीचे का देऊळ लागेना, तिच्या दृष्टीला तो पांडुरंगच दिसतो; आणि डोळे आहेत, ते वाटेकडे पाहणारे. ही वाट कधी शाडूच्या मातीच्या जमिनीवरून, तर कधी मुरमाच्या माळावरून गेली आहे. पंढरीच्या वाटेचे हे दोन रंगच तिच्या पावलांवर चढले आहेत. शाडूचा पिवळा आणि मुरमाचा लाल. अशी तिची पावले हळद-कुंकवांनी

सजत विठूच्या दर्शनाला निघाली आहेत. ही कल्पना फार सुंदर आणि साजेशी अशी आहे. तिची पावलेच का, तिचे अवघे शरीरच असे पवित्र मंगळ रंगांनी सजले आहे. मनाच्या भक्तीचा हा बहर तिच्या कणांकणांतून भरून आला आहे असे वाटते. हातात तुळशीमाळा, ओट्यात वाटेवरली गोळा केलेली फुले आणि हे हळद-कुंकवाचे मंगल लेणे. वाट आणि ती अशी एकरूप होऊन पांडुरंगाच्या दर्शनाला निघाली आहेत की काय असे वाटते.

या संदर्भाला अधिक शोभा देणारी अशीच शेवटची ओवी आहे. खूप वा थोडासा पाऊस पडून गेला असेल. खालची वाट ओली झाली आहे. मालनीला वाटते, पैठणच्या एकनाथाची कावडच जणू हिंदकळत गेली आहे. घागरीतील पाणी सांडून वाट ओली झाली आहे. हा तीर्थाचा प्रसाद तिला वाटतो. तिने ती ओलसर माती अंगारा म्हणून कपाळाला देखील टेकवली असेल. मला तर ही अवघी गाथा त्या तीर्थात आपले प्रतिबिंब बघते आहे असे वाटते.

पुढील गाथेत पंढरीची वाट किती बिकट आहे, त्याचे वर्णन आहे. कुठे चढ आहे, कुठे चिखल आहे. कुठे बरड खडकाळ माळ लागतो, तर कुठे उन्हाने तर कहार मांडलेला असतो. कुठे सहानुभूतिशून्य अशी माणसांकडून वागणूक मिळते. पण हे सारे सारे ती एका विठ्ठलाच्या जिव्हाळ्यासाठी ही सहन करते.

* गाथा (७)

पंढरीला जातेऽ आडवी लागली भोसरीऽ
दगडाऽ वाचूनऽ न्हायी सावली दूसरीऽऽ

पंढरीला जातेऽ आडवी लागती जनूनीऽऽ
जागा वस्तीला दीना कुनीऽ काय बाईऽऽ

पंढरीला जातेऽ वाट लागती खडकाचीऽ
वाट लागती खडकाचीऽ बोटं नाजूक जोडव्याचीऽऽ

पंढरीला जातेऽ घाट चढते दरडीचाऽऽ
पांडुरंगाचा गऽ माझ्याऽ आला सांगावा पीरतीचाऽऽ

पंढरीला जातेऽ वाट लागती चीखलाचीऽऽ
मला संगत इट्ठलाचीऽ सये संगत इट्ठलाचीऽऽ

(१) भोसरी, जनूनी ही वाटेवर लागणारी गावे आहेत.

भोसरीच्या गावाच्या बरड, ओसाड माळावरून मालन निघाली आहे. उन्हाचा कहर आहे. तापलेल्या माळावरून चालताना पायपोळ होते आहे. सावलीला लहानसे झुडूपही नाही. मालन म्हणते, कुठे तरी दगडाची सावली आहे. ती केवढी असणार? मुळीच सावली नाही, हे मालनीने त्या पदाने सुचवले आहे. हे संसूचन फार प्रत्ययकारी वाटते.

पुढचा अनुभव मालनीलाच आश्चर्याने थक्क करणारा आहे. येणाऱ्या-जाणाऱ्याला ताकभात द्यावा, हे संस्कार घेऊन आलेल्या मालनीला या अनुभवाने धक्का बसल्याशिवाय राहत नाही. 'काय बाई' या दोन शब्दांत तिने तो प्रकट केला आहे. जनूनी गावी रात्र पडली असणार. तिथे कुणी वस्तीला जागा देत नाही. शेवटी देवळात वा पारावर कुठे तरी मुक्काम करावा लागतो.

'बोटं नाजूक जोडव्याची' या नाजूक पदाने खडकाच्या वाटेची तीव्रता किती असह्य आहे, हे गायिले आहे. पदाची द्विरुक्ती, त्यात भर म्हणजे बोटे नाजूक आहेत आणि त्यात जोडवी आहेत, हे सुंदर रीतीने वर्णन केले आहे. खडकाळातून चालताना जोडव्याचे बोटांना चिमटे बसतात. चमका मारतात.

असल्या कसल्याच तापदायक वाटेचा मालनीला शीण होत नाही. कारण ती पंढरीला जात असते. पंढरीच्या विठूरायाने तिला आग्रहाने निमंत्रिलेले असते. या जिव्हाळ्याच्या बोलावण्यामुळे वाट तिला मखमलीसारखीच वाटते. चढणीचा घाट चढून जायचा आहे. कष्टकारक आहे; पण तिच्या मनात निमंत्रणाचा विसावा आहे. दरडीची चढण बरी; पण शेतातून जाणारी चिखलाची वाट नको असे होते. डोकीवर वृंदावन, त्याच्या आधाराला एक हात, ओचे गुडघ्यांपर्यंत वर सावरायला एक हात, बिनआधाराने चिखलात रुतलेला पाय बाहेर काढणे मुश्किलीचे. अशा वेळी विठ्ठलच तिला आधार देऊन त्या चिखलापार नेतो. कारण पाय निसटण्याची भीती फार असते.

अशी ही पंढरीची वाट तापदायक असली, तरी मालनीला ती अमृतवाहिनीच वाटते. वाटेची बिकटता आणि मनीचा भक्तिभाव या दोन पदरांची ही गाथा म्हणजे एक मोत्यांचा सर आहे.

पुढील गाथेत मालनीने एका अनोख्या पण गाढ भक्तिभावाचा आविष्कार प्रकट केला आहे. पंढरीला जात असताना वाटेत बाजूला शेते असतात. त्यांत पेरणीची, भांगलणीची, शेतीची कामे चाललेली असतात. ती कामे करणारी माणसे विठ्ठलरूपात मालनीला भावतात. मळा दिसला, की तो सावता माळ्याचा वाटतो. मुराळी जसा विठू येतो, तसा सोबतही विठूच असतो. चंद्रभागेत स्नानाला उतरल्या, की पडदाणी घेऊन उभा राहिलेला मुलगा विठूच वाटतो. ही त्यांची काव्यकल्पना नसते. हे त्यांचे वास्तवच असते.

* गाथा (८)

पंढरीच्या वाटंऽ मळा सावता माळ्याचाऽ
इट्ठल धरी बाराऽ कंथ रुक्मीनी माईचाऽऽ

पंढरीच्या वाटंऽ कुनि पेरीला बाजराऽऽ
सोनानी गोफनऽ हाकंऽ पाखरं गोजीराऽऽ

पंढरीच्या वाटंऽ रुक्मिन निंदीती ग ववाऽऽ
देवा की इट्ठलाचाऽ ऐकू आला सारंगपावाऽऽ

पंढरीच्या वाटंऽ कुनि पेरीले तांदूळऽऽ
देवा त्या इट्ठलाचीऽ इना वाजीते मंजूळऽऽ

पंढरीच्या वाटंऽ इट्ठुसारीखा कोनऽ येतोऽऽ
खांद्यावर ईनाऽ तारा इनंऽच्या झळकीतोऽऽ

(१) धरी बारा = पाटाचे पाणी वाट पाडून वाफ्याकडे वळवतो. (२) बाजरा = बाजरी. (३) सोनानी = सोन्याची. (४) निंदीती = भांगलण करते, तण काढते. (५) ववा = ओवा. (६) सारंगपावा = पाव्यांवर वाजवलेली रागदारी— सारंग राग असावा. पाव्याचा एक प्रकार.

मळ्यात बारा धरणारा मळेकरी, बाजरीच्या शेतात गोफणीने पाखरे हाकलणारा मुलगा मालनीला विठूच वाटतो. एका शेतात तर विठ्ठल-रखुमाईचे त्यांना दर्शन होते. रुक्मिणी ओव्याचा वाफा भांगलते आहे, तर तिचे मनरंजन करायला विठ्ठल पावा वाजवतो आहे, असे त्यांना प्रत्येक माणूस विठ्ठलरूप दिसते. तन, मनच विठ्ठलमय झाल्यावर डोळे तरी विठूलाच बघणार.

एक ओवी मात्र प्रथम समजेना; पण उमजल्यावर इतकी गोड वाटली. 'कुनि पेरीले तांदूळ' इथे मला थांबावे लागले. मालनी जाणूनबुजून कधी नको तो शब्द वापरत नाहीत. त्यामागे काही अर्थ असतो, जो आपल्याला भावत नाही. तांदूळ हा शब्द तसाच झाकल्या माणकासारखा आहे. तांदूळ हे काही पेरायचे बियाणे नाही. तरी पण ते वाटेवर पेरलेले आहेत. तांदूळ पेरले आहेत म्हणजेच वाटेवर कुणाची पिशवी वाटेत ते तांदूळ ढाळत गेली आहे. पिशवीला लहानसे छिद्र असणार. त्याने तो वाटेवर आकृतिबंध रेखला. मालनीने तो पाहिला. शुभ्र, नाजूक, लांबट असे तांदूळ आणि सतत कानांवर पडत असलेले वीणेच्या लयीचे झंकार यांत तिला एकदम एकरूपता दिसली. जणू विठ्ठलानेच वीणेचे झंकार वाटेवर सांडले आहेत, अशी तिची काव्यशक्ती मोहरली. मला ही ओवी आणि ही प्रतिमा अतिशय गोड

आणि अप्रतिम वाटली. सर्व जग विष्णुमय आहे म्हणणाऱ्या संतांना देखील ओळीत सांडत गेलेल्या तांदळांतील झंकार अनोखे वाटतील यात शंका नाही.

पुढील गाथा आषाढीच्या वारीची आहे. वाटेत सगळीकडे चिखलच चिखल झाला आहे. आर्द्रा नक्षत्राचा पाऊस चांगला झाला असावा. त्या चिखलातून वारकरी पंढरीच्या यात्रेला चालले आहेत. त्याचे वर्णन मालनीने 'वाट वाहीती चिखलाची' या प्रतिमेत उभे केले आहे.

❊ गाथा (९)

आडद्या पावसाचीऽ *वाट वाहीती चीखलाचीऽऽ*
बाई आखाडीचीऽ *जत्रा चालली इट्ठलाचीऽऽ*

पंढरीची वाटऽ *दिंड्या पताका लोळतीऽ*
देवा माझ्या इट्टलाचंऽ *साधू रिंगान खेळतीऽऽ*

पंढरीची वाटऽ *कशानं गऽ झाली लालऽ*
ज्ञानूबा तुकारामऽ *या गऽ वाटे वइनं गेलंऽऽ*

पंढरीची वाटऽ *सये चालाया हलकी गेलीऽ*
ज्ञानूबा तुकारामऽ *तिथं साधूनी कथाऽ केलीऽऽ*

पंढरीची वाटऽ *कुनी गऽ नांगरीलीऽ*
सावळ्या इट्टलाचीऽ *गाडी बुक्क्याची हादरलीऽऽ*

पंढरीची वाटऽ *कशी लोण्यानं गोठलीऽ*
सावळ्या इट्टलाचीऽ *वर पावलं उमटलीऽऽ*

(१) आडद्या = आर्द्रा नक्षत्र. (२) रिंगान = रिंगण— गोलाकार उभे राहून भजन. (३) लोण्याने = घोटण्याने. (४) गोठली = आटली.

वाटेने चिखल असला तरी मालन ज्या दिंडीबरोबर चालली आहे, ती आनंदात चालली आहे. चिखलातच रिंगणही खेळताहेत. त्या चिखलातच कुठे गुलाल सांडला आहे. ज्ञानोबाच्या दिंडीच्या पालखीवर भजनात गुलाल उधळला, त्याचा तो रंग आहे. शेतात नांगरलेल्या जमिनीच्या चिखलातून साधुजन सहज गेले. बुक्क्याची गाडी हादरत गेली. अशा चिखलाच्या तुडवातुडवीने चिखल घोटून घोटून आटला आहे. त्यावर आता विठोबाची पावले उमटली आहेत. आतापर्यंत वारकऱ्यांचे पाय

गुडघ्यापर्यंत चिखलात रुतत होते. पण आता तो वारंवार तुडवला गेल्याने आळून गोठला आहे. साधारण टणक झाला आहे आणि विठ्ठलस्वरूप अशा वारकऱ्यांची त्यावर पावले उमटत आहेत. ही शेवटची ओवी चित्रवाण वाटली. अशी ही चिखलाची शेवटी विठूरायाने मऊ वाट केली, असे मालनीला वाटते.

पुढील गाथेत वाटेचेच वर्णन आहे. पण या वर्णनात वाटेला महत्त्व नसून, त्या वाटेने येताना जी महत्त्वाची पुण्यमय स्थळे लागली, याला महत्त्व आहे. पंढरी जवळ आल्याचा एक सुखद आनंदही यात सामावला आहे.

ही मालन कुठून निघाली, हे या गाथेत सांगत नाही. पण तिला जेजुरी हे खंडोबाचे गाव प्रथम लागले. वारीला निघाल्यावर प्रथम देवाचे दर्शन झाले हा एक शकुनच म्हणायचा. पुढे सासवडला सोपानदेवाची समाधी आहे. मालन आणि दिंडी तिचे दर्शन घेतल्याशिवाय पुढे कशी जाईल? नंतर लागते वाखरी हे खेडेगाव. याच्या माळावर सर्व दिंड्या मुक्काम करतात. पंढरीला जातानाचा हा दिंड्यांचा शेवटचा मुक्काम. इथे कथा, कीर्तने, भजने यांना अगदी ऊत येतो. इथे ज्ञानोबाच्या पालखीपुढे रिंगण होते. हा सोहळा बघायलाही लोक येतात. इथूनच पुढे मानाप्रमाणे सर्व दिंड्या एकीमागून एक निघतात. मालनीने मधे एक 'कडगाव' या गावाचा उल्लेख केला आहे. तिने या गावात चोळी घेतली. जिच्यावर खडी काढली आहे, असा रखुमाईला द्यायचा खण तिला मिळाला. हा आनंद व्यक्त करण्यासाठी हे स्थळ तिला महत्त्वाचे वाटले असणार. शेवटी विसावा हा मुक्कामाचा ठिकाणा. (इथे चंद्रभागा आडवी येते. ती ओलांडली, की पंढरी.) या विसाव्यापासून विठ्ठलाच्या मंदिराचा कळस दिसू लागतो. तो बघतच मालन मोठ्याने हाक घालते, 'पांडुरंगा, तुझ्या दर्शनाला आले रे.' पुढे जाणाऱ्या वारकऱ्यांना विठ्ठलाला, 'मी आले आहे' हा निरोप द्यायला सांगते! मालनच का, अवघी दिंडीच हाक घालते आहे.

✳ गाथा (१०)

पंढरीच्या वाटंऽ आडवी लागती जेजूरीऽ
इट्ठलाच्या आंदीऽ देव भेटला मल्हारीऽऽ

पंढरीच्या वाटंऽ आडवं लागीतं सासवडऽ
इट्ठलाच्या आंदीऽ सोपानकाका गऽ सापडंऽऽ

पंढरीच्या वाटंऽ आडवं लागीतं कडगावऽ
खडीच्या चोळीवरऽ इट्ठला तुझं नावऽऽ

पंढरीच्या वाटंऽ आडवं वाकरी गाव खेडंऽ
ज्ञानूबा तुकारामऽ तिथं साधूंचा तळ पडंऽऽ

ईसाव्यापासूनऽ आडवी लागीती चंद्रभागाऽऽ
हरी सावळ्यालाऽ दरशनाला आलू सांगाऽऽ

(१) आडवे लागते = वाटेवर लागते. (२) इसावा = पंढरपुरात प्रवेश करण्यापूर्वी जरा दूर असे ठिकाण. इथे वारी थांबते. थोडा वेळ मुक्काम करून चंद्रभागेत स्नान वगैरे करून मग दिंड्या पुढे चंद्रभागा ओलांडून जातात.

अशी ही मालनीची वाट. घरापासून पंढरीपर्यंतची. विसाव्याशी हा भक्तिभावाचा, आनंदाने तुडुंब भरलेला प्रवास संपतो आणि तिथेच तिला देवळाचा कळस दिसायला लागतो. आता देवाची भेट काही दूर नाही. वाट संपली.

◆

गाथागंठन : ८

भक्तवत्सल पांडुरंग

१

पाह्यं भक्ताच्या वाटंकडं

सर्वसाधारणपणे तिसऱ्या शतकापासून पंढरीचे पांडुरंग हे दैवत जनमानसात भक्तिभावाने आकारू लागले. ज्ञानेश्वरांपासून तर त्यांच्या भागवत संप्रदायाचे ते दैवत झाले. विठ्ठलदर्शनाला पूर्वीही माणसे येत असत. पण हा आता प्रवाह झाला. आषाढी आणि कार्तिकी एकादशीला विठ्ठलाचे दर्शन घेण्यासाठी महाराष्ट्र-कर्नाटक काय, पण उत्तरेतूनही भक्त येऊ लागले. नागपंथी, दासपंथी असे सर्व पंथांचे लोक जमू लागले. यात भागवत संप्रदायाचा फार मोठा भाग आहे. हे येणारे लोक नियमित काळी दर्शनाला येतात, म्हणून यांना वारकरी असे नाव पडले. हे वारकरी आपापल्या दिंड्या घेऊन येऊ लागले. जवळ जवळ पंधरा-वीस लाख लोक या वाऱ्यांसाठी येतात, असे म्हणतात.

भागवत संप्रदायाचे हे मुख्य एकमेव दैवत. या संप्रदायाची आचारसंहिता, पूजा, जप, आराधना यांची अतिशय सोपी अशी संहिता आहे. चंद्रभागेचे स्थान, विठ्ठलाचे दर्शन त्याची दोन्ही हातांनी घेतलेली पायभेट, त्याला वाहायचा बुक्का व तुळशीमाळ आणि उरलेल्या वेळात भजन-कीर्तन-प्रवचन-निरूपण असे अगदी साधे, गरिबातल्या गरिबाला परवडतील असे नियम आहेत. ज्ञानेश्वर, नामदेव, तुकाराम इ. साधुसंतांचे अभंग गाणे हे अतिशय महत्त्वाचे आहे. टाळ, मृदंग, वीणा व एकतारी ही गाण्यातील साथीला असतात. या दिंड्या दर्शनाला येतात, त्या वाद्यांच्या गजरात भजन व कीर्तन करीतच येतात.

या देवाच्या भेटीला येणाऱ्या अवघ्या जनसमुदायाचा एकमेव हेतू असतो विठूचे दर्शन. प्रत्येक भक्ताला विठ्ठलाची भेट होते. तो धन्य धन्य होतो; आणि या आनंद-सोहळ्यात पुनीत होऊन परत आपल्या प्रपंचाच्या कोशात आनंदानेच मग्न होतो. विठ्ठलाबद्दलचा त्यांचा जिव्हाळा त्यांना पुन्हा पुन्हा पंढरीला नेत असतो. पंढरीला पांडुरंगही आपल्या भक्तांची आतुर होऊन वाट पाहत असतो. प्रत्येकाला

भेटतो. या भेटीत भक्त आपले त्रिविध ताप विसरून जातो. आपल्या भक्तावर विठूचे अतिशय प्रेम आहे. सर्व भक्त त्याला सारखेच आहे. विठ्ठलाचा आणि त्याच्या भक्तांचा हा दिठीमिठीचा सोहळा जिव्हाळ्याने तुडुंब भरलेला असतो. निखळ अशा दोन सौहार्द-सागरांचा हा अपूर्व असा संगमच असतो.

अशा या भक्तवत्सल पांडुरंगाचा भक्ताविषयी जिव्हाळा दाखविणाऱ्या ओव्या मालनींनी गायिल्या आहेत. या ओव्या त्यांच्या स्वत:च्या अनुभवाच्या नाहीत, तर या सोहळ्याच्या त्या एक साक्षीदार म्हणून उभ्या आहेत. विठ्ठल आपल्या भक्तासाठी आपले अधिकार फेकून देतो, आपली पट्टराणी जगन्माता रुक्मिणी हिलाही दूर सारतो आणि भक्तांच्या भेटीला धावतो— याचे प्रत्ययकारी असे प्रसंग या गाथांतून गायिले आहेत. रुक्मिणीला विठ्ठलाचे भक्तजन आवडत नाहीत. कारण भक्ताधीन असा तो तिच्या वाट्याला फारसा येतच नाही. तिला भक्तांची गर्दी सोसत नाही. बुक्क्याच्या धुरळ्याने तर ती घुसमटल्यासारखी होते. विठ्ठलाने भक्तांची एवढी मर्जी राखणेही तिला आवडत नाही. त्यांना सामोरे जाणे, त्यांची देखभाल करणे ही गोष्ट तिला पटत नाही. किती केले, तरी ती मूळची राजकन्या आहे. असा तिचा स्वभाव आहे. विठ्ठल गवळ्याघरचा आहे— गवळ्यांच्या पोरांत वाढला आहे— त्याला त्यात कमीपणा वाटत नाही. उलट, ज्ञानेश्वर-तुकारामांना सामोरे जाणे, नामदेवाचे, चोखोबाच्या सुनेचे कीर्तन ऐकताना वेडावून जाणे— मन उतू येऊन नामदेवाच्या कीर्तनात पुढे फार नाचणेही त्याला आवडते. विठ्ठलाच्या देवळात विठोबाबरोबर रखुमाई नाही. तिचे देऊळ वेगळे आहे. तिची व्यवस्था, पुजारी सगळेच वेगळे आहे. मालनींना या वेगळेपणाचा अर्थ समजण्याइतक्या त्या चतुर आहेत. हे चतुरपण त्यांच्या मनांत विठ्ठल-रुक्मिणीचे संवाद उभे करते. या अशा नातेबंधाला आणखी एक कारण आहे. विठोबा आणि पदूबाई या धनगरांच्या राजाराणीची कथा याला कारण आहे. तो विठ्ठल आता विटेवरचा हरी झाला आहे आणि पदूबाई रुक्मिणी झाली आहे. ज्या कारणाने पदूबाई विठोबापासून दूर झाली— वेडी झाली— मृत्यू पावली आणि नंतर पंढरपूरच्या पद्मतळ्यात कमळ होऊन राहिली, ते कारण विठोबाच्या त्या वेळच्या भक्ताबद्दल, त्यांच्या पाहुणचाराबद्दल पदूबाईने रागाने नाराजी व्यक्त केली, असे होते. कमळाची रुक्मिणी झाली, तरी आताही विठ्ठल-रुक्मिणीमध्ये अंतर हे राहिलेच. विठ्ठलाची भक्तवत्सलता एवढी मोठी आहे. या लोककथेचाही मालनींच्या ओव्यांवर प्रभाव पडलेला असणारच.

खालील गाथांतून विठ्ठलाची भक्तावरील भक्ती दाखविण्यासाठी विठू-रुक्मिणी संवादाचे मालनींनी जणू नाट्यप्रवेशच उभे केले आहेत.

* **गाथा (१)**

आषाढी कारतीकीलाऽ देव गरूडावर चढंऽऽ
सावळा पांडूरंगऽ पाह्यं भक्ताच्या वाटंकडंऽऽ

आषाढी कारतीकीलाऽ सारा राऊळ थापलाऽऽ
सावळा पांडुरंगऽ हजरी घेनारा एकलाऽऽ

पंढरीच्या देवळातऽ बडवंऽ करीती मारामारीऽऽ
देव विठ्ठल बोलईतोऽ येऊ द्यात माझी सारीऽऽ

इठ्ठल देव बोलंऽ घे गऽ रुक्मिनी झाडूईनऽऽ
तुझ्या-माझ्या दरसनाला आलं परपंच सोडूईनऽऽ

इठ्ठल देव बोलंऽ सारवून दीवा लावऽऽ
आलं गऽ माझं भक्तऽ वारकऱ्याला जागा दावऽऽ

रुक्मिणी बोलं देवाऽ मला सोसंना दाटीवाटीऽऽ
इठ्ठल देव बोलंऽ यात्रा भरलीऽ दोगासाठीऽऽ

(१) थापला = गर्दी झाली, गच्च भरला. (२) हजेरी घेणारा = प्रत्येकाची दखल घेणारा, चौकशी करणारा. (३) रावळ = देऊळ, वाडा.

गाथा वाचत गेले, की प्रवेशच डोळ्यांपुढे उभा राहतो. गाभाऱ्यातून उंचावरून देव आपले भक्त किती आलेत ते पाहतो आहे. बाहेर देऊळ भरले आहे आणि देवाचे पुजारी व बडवे ओरडून, दणके घालून भक्तांना आत येण्याची मनाई करीत आहेत. ही प्रवेशरचना— पुढे संवाद. बडव्यांची कृती पाहून विठ्ठल कळवळतो— तो त्यांना जोराने हाक घालतो, 'अरे, ती सगळी माझीच आहेत... त्यांना येऊ दे'— रुक्मिणी त्रस्त चेहरा करून उभी असते. तिला तो येणाऱ्या लोकांची व्यवस्था करण्याच्या सूचना देतो— ती म्हणते, 'देवा, मला दाटीवाटीचा त्रास होतो हो-' पण विठ्ठल तिच्या रुसक्या आवाजाकडे दुर्लक्ष करून सांगतो, 'अगं रुक्मिणी, हे लोक आपला अवघा प्रपंच सोडून आपल्या दोघांसाठी आले आहेत.'— त्याच्या मृदू आवाजातील रुक्मिणीला समजावून देणे आणि आपल्या भक्तांची देखभाल करणे या गोष्टी मनाला स्पर्शून जातात. ओवी गाणारी मालन जेव्हा हे आपल्या मनश्चक्षूंपुढे पाहते, तेव्हा या भावरथी विठूचे तिने पायच धरले असतील.

पुढील गाथेत असाच एक दोनपात्री प्रवेश आहे. पात्रे दोनच. विठ्ठल आणि रुक्मिणी. रुक्मिणीचा अभिनय फक्त आणि विठ्ठलाचे बोलणे.

* **गाथा (२)**

इट्टल देव बोलंऽ चल रुक्मिनी माडीवरऽऽ
आली नऊ लाख दिंडीऽ हवा पाहू घडीभरऽऽ

इट्टल म्हनीतीऽ सोड रुक्मिणी दुपट्टाऽऽ
साधू या संतांनीऽ भरल्या चारी वाटाऽऽ

इट्टल देव बोलंऽऽ सोड रुक्मिणी माझी बंडीऽऽ
आल्याती साधूसंतऽ दिंडी दरवाजाच्या तोंडीऽऽ

इट्टल म्हनीतीऽ आन रुकमिणी खडावऽऽ
असा आला भक्तमेळाऽ जाऊ दिंडीला आडवंऽऽ

इट्टल देव बोलंऽ सोड रुक्मिणी माझी वाटऽऽ
आलं ग साधू संतऽ झाली रावळी बोभाईटऽऽ

(१) हवा = शोभा. (२) दुपट्टा = उपरणे.

या प्रवेशात आवाज फक्त दोन— लांबून येणाऱ्या असंख्य दिंड्यांतील टाळमृदंगांचा, अभंगाचा, भजनाचा— आणि उत्सुक आणि अधीर झालेल्या अशा विठ्ठलाचा. विठ्ठल मोठ्या कौतुकाने रुक्मिणीला म्हणतो, 'रुक्मिणी, आपल्या दर्शनासाठी साधूसंत येऊ लागले आहेत— चल माडीवर. ती दिंड्यांची शोभा पाहू चल!' इथे त्याने तिचा हातही धरला असेल; पण तिने तो झिडकारला आहे. त्याने जाऊ नये, म्हणून त्याचा शेला धरून ती उभी आहे. त्याने शेला बाजूला टाकला— विठोबा पुन्हा तिला आग्रह करू लागला. साधूसंतांनी चारी वाटा भरल्या. दिंड्या येऊन प्रवेशद्वाराजवळ ठाकल्या— आता काय माडीवरून त्या 'प्रवाहो'ची शोभा बघणार?— आता या भक्तांना दारी सामोरे जाऊ या म्हणतो— पण रुक्मिणी ऐकत नाही. त्याच्या खडावाही त्याला आणून देत नाही— शेवटी हा भक्तवेडा विठ्ठल तिला बाजूला करून अनवाणीच सामोरे जायला निघाला— 'देव अजून बाहेर का आले नाहीत,' असा जनमानसात विचारही येऊ नये, अशी त्याला काळजी घ्यावी असे वाटते. आपले भक्त असे मनोमनी दुखावले जाता कामा नयेत म्हणून तो तातडीने रुक्मिणीच्या हट्टाची पर्वाही न करता निघतो— भक्तांना आनंदी ठेवायची विठ्ठल जी काळजी घेतो तिला तोड नाही.

पुढील गाथेतील प्रवेश तर अतिसुंदर असा रेखला आहे. पांडुरंगाचे परमभक्त

एका अनोख्या सौहार्दाचे स्नेही ज्ञानेश्वर, एकनाथ, तुकाराम अशांसारखे जिव्हाळ्याचे, अंतरीचे भक्त भेटीला येत आहेत. त्यांचा वीणाझंकार, टाळ-मृदंगाचा घोष विठ्ठलाच्या खुणेचा— तो दुरून ऐकू येत आहे. अशा वेळी पांडुरंगाचा आनंद काय वर्णावा—

* **गाथा (३)**

पांडूरंग म्हनीऽ — ऐक रुक्मिणी झनत्कारऽऽ
हातात टाळ ईनाऽ — आलं आलं ग्यानेसरऽऽ

इट्टल म्हनीतीऽ — रुक्मिणी सोडऽ शेलाऽऽ
माझ्या गऽ दरसानालाऽ — साधू आळंदीचा आलाऽऽ

इट्टल म्हनीतीऽ — रुक्मिणी सोड हातऽऽ
आलं माझ्या भेटीसाठीऽ — ग्यानेसर एकनाथऽऽ

इट्टल देव म्हनीऽऽ — नेस रुक्मिनी सवळंऽऽ
ग्यानूबा तुकारामऽऽ — साधू भेटायला आलंऽऽ

इट्टल म्हनीतीऽ — दे गऽ रुक्मिनी धोतईरऽऽ
आलं आलं ग्यानेसरऽ — मी गऽ जातो सामोईरऽऽ

इट्टल म्हनीयीतीऽ — हो गऽ रुक्मिणी बाजूलाऽऽ
साधू आला आळंदीचाऽ — दारी मुरुदंगऽ वाजीलाऽऽ

(१) सवळं = उंची रेशमी वस्त्र.

आपला आनंद रुक्मिणीला सांगताना विठ्ठल अगदी लहान मुलासारखा वाटतो. आता काय करू आणि काय नाही असे त्याला होते; आणि रुक्मिणी शांत असते. उलट, त्याचा हात धरून ठेवते— विठ्ठलाचा हा उतावळेपणा बरा दिसत नाही, असे त्या राजकन्येच्या मनाला वाटत असावे.

पुढच्या दोन ओव्या मला विचारात पाडून गेल्या. विठ्ठल- रुक्मिणीला 'सवळं' नेस म्हणतो आणि आपल्याला धोतर आणून दे म्हणतो— मालनीने धोतराचा उल्लेख का केला असेल?

ज्ञानेश्वर, तुकाराम, एकनाथ यांच्या मनांत जी विठ्ठलमूर्ती आहे, ती 'कासे पीतांबर' 'गळा वैजयंती माळा' अशा सुंदर ध्यानाची आहे. पण धोतर विठ्ठलाला का हवे असेल? मालन कोणताही शब्द उगाच वापरणार नाही. तेव्हा त्यात काही तरी

हेतू असावा— विठ्ठल ज्या सौहार्दाने या भक्तांना मानतो, त्या सौहार्दात विठ्ठलाचे देवपण वा मोठेपण दर्शविणाऱ्या या झगमगणाऱ्या वस्तू बसत नाहीत. विठूच्या लेखी हे संत आणि तो एकच आहेत— जसे ते साधेसुधे, तसाच हा विठ्ठलही. ज्ञानेश्वरासारखे संत दाराशी येतात आणि आपण त्यांना पीतांबर-पैठणीच्या थाटामाटात सामोरे जातो, ही कल्पनाच त्याला सहन झाली नसावी. म्हणूनच तो रुक्मिणीला म्हणतो 'सवळं' नेस. ही जरीच्या काठापदराची, मध्ये बुट्ट्या असलेली पैठणी नको. सवळे हे रेशमी असते, पण साधे असते. तसाच तो जरीकाठी पीतांबर सोडून साधे शुभ्र धोतर नेसून या संतांना सामोरे जाणार असतो. हा एवढा देव-भक्तातील सुहृदभाव या दोन शब्दांत व्यापून राहिलेला आहे. मला यासाठी मालनीच्या कल्पनेचे मोठे कौतुक वाटले. जसा भक्त देवापुढे नम्र असतो, तसा हा विठ्ठलही भक्तापुढे आपला देवपणा विसरून नम्र होतो. हा जिव्हाळा विठ्ठलाच्या ठिकाणी आहे. इतर दैवतांना आपले देवपण सोडणे जमलेले नाही. रुक्मिणीचा काहीच प्रतिसाद न मिळाल्यावर विठ्ठल धोतर नेसून, गळ्यात फक्त तुळशीमाळ ठेवून, रुक्मिणीला 'बाजूला हो' म्हणून सांगून कसा धावत दाराशी गेला असेल! ज्ञानदेवादी संतांना कसा भेटला असेल, ही कल्पना आपल्याला भावते आणि विठूच्या त्या वात्सल्याला किती नमस्कार केले तरी ते अपुरे होतात, इतके मन कसे भरून येते! मला ही गाथा— हा प्रवेश, त्यातील संवाद व अभिनय हे सर्व फार फार मनोज्ञ वाटले. म्हणून मी म्हटले, हा प्रवेश म्हणजे सोहळ्याचा कळस आहे.

❊ गाथा (४)

रुसली रुक्मीनऽ इठू शेजारी बसईनाऽऽ
अबीर बुक्कीयाचाऽ तिला उकाडा सोसवंनाऽऽ

रखुमाई म्हनीऽ नकु इठूची सोबतऽऽ
बायको परासऽ तेला भक्ताची पीरतऽऽ

रुक्मीनऽ म्हनीयीतीऽ नकु इठूचा शेजाऽरऽऽ
चालतो रातदीनऽ भक्तांचा येरझारऽऽ

न्हायी मी न्हायाचीऽ म्हनती रुक्मीनऽऽ
लागंनाऽ डोळा माझाऽ रातदीन जागरानऽऽ

रुसली रूकमीनऽ जाऊन बसली वाळवंटीऽऽ
इट्टल देव बोलंऽ ज्यान हातरा दोगांसाठीऽऽ

भक्तवत्सल पांडुरंग । २२५

रुक्मीन रूसलीऽ बसली देऊळाच्या मागंऽऽ
देव इट्ठल ऊठूनऽ तिला समजावितो अंगंऽऽ

इट्ठल देव बोलंऽ सोड रुक्मीनी भेटगाठऽऽ
माझं आलं साधूसंतऽ एवढा कशाला बोभाटऽऽ

(१) अंगं = स्वतः, प्रत्यक्ष (२) बोभाटा = गाऱ्हाणे, तक्रार, गवगवा.

या गाथेत विठ्ठलाची भक्तावरील भक्ती किती मोठी आहे हे दिसून येते— तसेच त्याच्या स्वभावातील मार्दव रुक्मिणीशी त्याच्या झालेल्या संवादात व्यक्त होते. रुक्मिणी अजाण आहे— हे त्याला माहीत आहे. आपला भक्तिभाव वा भक्तावरील आपले प्रेम कळण्याजोगी ती ज्ञानी नाही— हे माहीत असल्यानेच त्याचे तिच्याशी झालेले संवाद मृदू, मवाळ असे आहेत. तिला समजावून देताना त्याला यश येत नाही— तेव्हा तो म्हणतो, 'रुक्मिणी— माझ्याकडे माझे साधूसंत येतात याबद्दल एवढी गाऱ्हाणी, तक्रारी आणि गवगवा तू कशासाठी मांडतेस? ते येणारच— मी त्यांना विकलेलो आहे— नव्हे, ते माझे ब्रीदच आहे. तुला त्याचा त्रास होतो ना? मग आपण यापुढे भेटीगाठी बंद करू— मग तर झाले ना?' यात सुद्धा एक प्रकारची समजावणीच आहे.

रुक्मिणीचे स्वगत तर आदिमायेपासून आजच्या स्त्रिया ज्यांचे नवरे समाजधुरीण आहेत, डॉक्टर आहेत, उद्योजक आहेत, त्यांच्याही मनांत उमळून येणारे असेच आहे. एक असतन, असंज्ञ अशीच ही भाववृत्ती आहे. आणखी एक गोष्ट लक्षात येते— तुकारामादी संतांच्या अभंगांतून विठ्ठल— रुक्मिणीबद्दल विसंवाद कुठे मी वाचला नाही. जनाबाईच्याही नाही. केवळ ती लोककथा व रुक्मिणीचे वेगळे देऊळ या दोन आधारांवर मालनीनी रुक्मिणीला 'रुसकी' केली आहे काय? तसे म्हटले, तर रुक्मिणी-तुळशी, रुक्मिणी-जनाबाई, रुक्मिणी व राधा, रुक्मिणी व कृष्णाने मुक्त केलेल्या सोळा हजार एकशे आठ स्त्रिया या जोड्यांतही रुक्मिणी काहीशी तापट, संशयी, हट्टी अशीच चितारली गेली आहे. नाही तरी, कितीही म्हटले, तरी ती राजकन्या आहे हे ती विसरू शकत नसेल.

मालनींना रखुमाई अतिशय प्रिय आहे. तिचे कुंकू, तिचा खण त्या प्रसाद म्हणून आणतात. रखुमाईलाही त्या देवता मानतात. आपल्याला असे वाटेल, की मालन आपल्या सांसारिक भावना तिच्यावर लादते. या ज्या ओव्या आहेत, त्यांच्या गाथा मी केल्या आहेत. पाच ओव्यांच्या गाथेत त्या पूर्णपणे एका मालनीच्या नाहीत. कदाचित त्या पाच जणींच्या पाचही असतील. या पाच जणी भौगोलिक, ऐतिहासिक, आर्थिक परिस्थिती व संस्कार या सर्व दृष्टींनी भिन्न भिन्न आहेत. यात कालाचीही

मर्यादा आलीच. अशा या भिन्न भिन्न स्त्रियांचे हे हुंकार आहेत. त्यांचेच ही गाथा म्हणजे एक समूहगीत झालेले आहे. स्थल-काल-संस्कारातीत असे हे उमाळे आहेत. म्हणूनच या हुंकारांना मी हे असतन असंज्ञाचे हुंकार असे म्हटले. हे केवळ रुक्मिणीच्या ओव्यांबद्दलच मी म्हणते असे नाही, तर मालनीच्या अवघ्या ओव्यांचे रूपच असे आहे— असावे, असे मला वाटते. एक खरे, की जाणकारांच्या अभ्यासाचा हा विषय होऊ शकतो— व्हावा.

विठ्ठलाला आराध्यदैवत मानणाऱ्या या मालनींना रुक्मिणीला पतीविरोधी अशी ठरवायची तर मुळीच नाही. विठ्ठलाचा भावरथीपणा दाखविण्यासाठी रुक्मिणी-विठ्ठल संवादाची वा त्यांच्या वागण्याची एक एक गोड अशी खेळी आहे. त्या दोघांमधील हा एक सुहृद भावाचा अनोखा असा आविष्कार आहे. मैत्रीला बंधने मानवत नाहीत. गुलामगिरी मानवत नाही. एक निर्भेळ असे स्वातंत्र्य मैत्रीत असते. ते स्वातंत्र्य विठ्ठलही घेतो आहे आणि रुक्मिणीही घेते आहे. विठ्ठलाचे रुक्मिणीवर नितांत प्रेम आहे— रुक्मिणीचे तर आहेच. तुळशीच्या पानाने तिने प्रभूची तुला केली, इतके तिचे प्रेम आहे आणि पातिव्रत्यही आहे. हे पातिव्रत्य सुहृदभावाचे आहे— गुलामगिरीचे नाही. असे विठ्ठल-रुक्मिणीच्या सौहार्दाचे चित्र या गाथांतून मालनींनी मोठ्या कौतुकाने गायिले आहे. या गाथांचा सुहृदभावाच्या आविष्काराचा हा विशेष म्हणता येईल.

या चारी गाथा वाचून सौभद्रातील तो कृष्ण-रुक्मिणीचा प्रवेश माझ्या डोळ्यांसमोर उभा राहिला; आणि त्याच तोडीचा पण भक्तिभावाला प्राधान्य दिलेला हा नाट्यप्रवेश एकामागून एक वाचून मला मालनीचे कौतुक वाटले.

◆

२

इठ्ठल आला घरा

पंढरी हे मालनींचे माहेर आहे. विठ्ठल हा पिता आणि रखुमाई ही माता आहे. या माहेराला जाण्याची त्यांना नेहमीच ओढ असते. वर्षातून एकदा तरी पंढरीला जावे, विठ्ठल-रखुमाईला भेटावे अशी त्यांची इच्छा असते. विठ्ठल देखील तिला लेकबाळ मानतो. तिची वाट पाहतो. आली नाही तर तिला मूळ पाठवतो. त्याला देखील लेकीला भेटावेसे वाटते. भक्ताला जशी देवाच्या भेटीची आस असते, तशीच या दैवतालाही भक्ताच्या भेटीची आस असते.

आपण जर नेहमी माहेरी जातो, तर आईबापांनी केव्हातरी आपल्याकडे यावे असे कोणत्या लेकीला वाटत नाही? माहेरी जाते तेव्हा ती पण विठ्ठलाला निमंत्रण

देते. हे बोलावणे इतके जिव्हाळ्याचे असते, की तोही तिच्याकडे पाहुणा म्हणून जातो. तिच्या मनाची आस पुरवतो. तीही यथाशक्ति— कदाचित शक्तीबाहेरही त्याचा अत्यंत आनंदाने पाहुणचार करते.

या लेखात या पाहुणचाराच्या गाथा आहेत. 'पांडुरंग माझ्या घरी आला' याचा त्या मालनींना केवढा आनंद! त्याच्या बसण्याची, स्नानाची, भोजनाची व्यवस्था त्या इतक्या उत्साहाने आणि अगत्याने करतात... त्यांना आपले अवघे जीवन धन्य धन्य होऊन गेले आहे असे वाटते. मालनींच्या घरी पाहुणे तर नेहमीच येत असतात. भाऊ येतो, बाप येतो, नणंदेचा नवरा येतो, बहिणीचा नवरा येतो. पण विठूच्या पाहुणचारात आणि या नातेवाइकांच्या केलेल्या पाहुणचारांत एक मोठा फरक आहे. हा फरक या गाथांतून अगदी विशेषत्वाने दिसून येतो. प्रापंचिक पाहुण्यांच्या सरबराईत घरदार सामील असते. गाथांतून तशी वर्णने आहेत. सासू पाणी आणते, जाऊ स्वयंपाक करते, नणंदा-भावजया वाढायला लागतात, नवरा त्यांच्या पंक्तीला येतो. दारात पाहुणा दिसला की मालन उसन्यासाठी आधी शेजीच्या घरी पळते. अंगणातील पिकलेल्या केळीच्या घडापासून दूध, तूप, गहू, बुंदीचे लाडू येथपर्यंत हे उसने आणले जाते. असे सारे घरदार पाहुणचारात सामील होते.

पण इथे ज्या घरी विठ्ठल पाहुणा आला, त्या घरी घरच्या माणसांचे कोणत्याही सहभागाचे वर्णन ओव्यांतून नसते. मालन हीच एकमेव पाहुणचार करणारी. तिला कुणाची मदत लागत नाही, काही उसने आणावे लागत नाही. कशाचीच कमतरता भासत नाही. तिचा भ्रतार देखील पंक्तीला असत नाही. कुठल्याही देवळात गेल्यावर अगोदर कडेवरच्या मुलाला देवाच्या पायांशी ठेवणारी ही मालन, पण एवढे मोठे पंढरीचे दैवत घरी आले असता तिला मुलाचीही आठवण उरत नाही. इतकी ही तनभूल मनभूल होऊन जाते. पाहुणा आलेला विठू आणि त्याचा पाहुणचार करणारी ती मालन. देव आणि भक्त यांच्या जिव्हाळ्यात कोणी कधी वाटेकरी असत नाही— असूच शकत नाही, हा भाव तर या मालनींना यातून व्यक्त करायचा नसेल ना?

आणखी एक वाटते... भक्तांची वाट पाहत 'युगे अठ्ठावीस, विटेवरी उभा' असा हा विठुराया मालनीकडे खरोखरीच पाहुणा म्हणून जातो काय? जाईल काय? मालनीला तसे वाटते. ते का वाटते? हे त्यांना स्वप्न वाटत नाही. ही कल्पना नसते. हा भास नसतो. हे तर त्यांना वास्तवच वाटत असते. ते का वाटते? त्याचे काय कारण असावे?

पहिला सोपा व सर्वांना माहीत असलेला विचार हा... दिंडीतील सर्व विठ्ठल-स्वरूपच असतात, असा सर्वसामान्यांचाही श्रद्धाभाव असतो. म्हणून दिंडीला जाऊन आलेला कुणीही असो, त्याच्या पायांवर डोके ठेवल्याशिवाय श्रद्धाळू लोक राहत नाहीत. श्रीमती दुर्गाबाई भागवतांसारख्या बुद्धिमती आणि चिकित्सक विदुषींनी

आपल्या 'पैस' या पुस्तकातही म्हटले आहे— त्या विठ्ठलदर्शन घेऊन बाहेर पडल्या. मुक्कामाकडे जात असताना समोर त्यांना एक काळा, उंच, ओबडधोबड पायांचा धनगर दिसला. तो त्यांना कोणत्या का भावाने होईना, पण विठ्ठलस्वरूपच वाटला. मग या मालनी तर कमालीच्या श्रद्धाळू— त्यांना दिंडीवरून घरी आलेला पाहुणा प्रत्यक्ष विठ्ठलच वाटला तर त्यात नवल ते काय?

खालील गाथेत एका मालनीकडे दिंडीतील पालखीचे मानकरी पाहुणे म्हणून आले— त्यांचा - त्यांच्या विठ्ठलस्वरूपी दैवताचा - आपण कसा पाहुणचार केला, हे तिने गायिले आहे.

✱ **गाथा (५)**

सकाळी उठूनऽ   आधी केरवाराऽऽ
विठूबादेवाजीचीऽ   पालखी आली घराऽऽ

पाव्हनंऽ माझ्या घरीऽ   पंढरीचं साधूसंतऽऽ
त्येंच्या नी अंगूळीलाऽ   पानी काढीलं गंगाळातऽऽ

पाव्हनी माझ्या घरीऽ   इठुसंगट चंद्रभागाऽऽ
जिरंसाळीच्या तांदळाचाऽ मी का आधन ठेवी मोगाऽऽ

पाव्हनी माझ्या घरीऽ   इठुसंगटऽ रखुमाबाईऽऽ
त्येंच्या गऽ भोजनालाऽ   ताटं केल्याती ठायी ठायीऽऽ

जिरंसाळीचा ऊन भातऽ   येळा लौंगाची केली शाकऽऽ
पाच पानांचं गऽ ईडंऽ   सोन्याच्या तबकातऽऽ

इठूच्या पंगतीलाऽ   मी गऽ बसून तळते भजंऽऽ
इठू पाव्हना गऽ माझाऽ   आलं भरून हुरूदऽ माझंऽऽ

(१) मोगा = मातीचे मोठे भांडे, डेरा. (२) येळा = वेलदोडे.

पालखी येणार हे आधीच समजले आहे. सकाळपासून केरवारा, सडारांगोळीची मालनीची लगबग सुरू झाली. स्वागताची ही पहिली तयारी. त्यांच्या स्नानासाठी आदले दिवशीच रांजण भरून ठेवले असतील. ते तापवून न्हाणीघरात वा अंगणातील केळीपाशी अंघोळीसाठी घातलेल्या धोंड्यापाशी पाणी नेऊन ठेवणे— विसणाची तरतूद करणे— मग भोजनाची व्यवस्था— ठायी ठायी ताटे केलेली आहेत,

म्हणजे बरीच मंडळी जेवायला असणार. घाईत असणार. म्हणून पक्वान्नाचा बेत नसावा. शेवटची ओवी मनाला स्पर्शून जाणारी आहे. विठ्ठलाला भजी आवडतात, असे तिच्या मनोमनी आहे. म्हणून त्याला गरम भजी वाढण्यासाठी मालन पंगत बसल्यावर भजी तळते आहे. तिचं मन भरून आलं आहे.

आपणही या तिच्या भावनेत सहभागी झाल्याशिवाय राहत नाही. असा जिव्हाळा विठ्ठलाखेरीज इतर दैवतांना लाभलेला नाही. खंडोबा, अंबाबाई यांची नवरात्रे असतात. पण त्यांत जिव्हाळ्यापेक्षा कर्मकांडे आणि उत्सव यांनाच अधिक महत्त्व असते. साधूसंत आणि त्यांच्या बरोबरील स्त्रिया यांना पंढरीचे माहेरच मालनी कसे समजतात, हे लक्षात घेण्यासारखे आहे. तसेच पालखी आली असतानाही त्या उत्सवात घरच्या माणसांचा उल्लेख नाही.

पुढची गाथाही अशीच विठ्ठलस्वरूप संतांच्या, वारकऱ्यांच्या पाहुणचाराची आहे. इथे हा पाहुणा एकटाच आहे. नेहमीच आषाढी-कार्तिकीच्या सुमाराला असे पाहुणे येतात हे गृहीत धरले असल्याने, त्यांच्या पाहुणचारासाठी लागणाऱ्या गव्हा-तांदळाची व्यवस्था मालन आधीच करून ठेवीत असणार. इथे या मालनीने बन्सी गहू मुद्दाम राखून ठेवले आहेत. एखाद्या जुन्या डेऱ्यात, कणगीत, पोत्यात असे नाही. त्यांचे महत्त्व लक्षात यावे म्हणून ते कोऱ्या डेऱ्यात लिंपण घालून ठेवले आहेत. या गव्हाच्या शेवया चांगल्या होतात. त्याही अशा करून वेगळ्या राखून ठेवलेल्या असाव्यात.

✳ गाथा (६)

बन्सी गहू माझंऽ कोऱ्या गऽ डेरीयातऽऽ
इठू गऽ पाव्हनाऽ आखाड महिन्यात

माझ्या घरी गऽ पाव्हना पंढरीचा पांडुरंग
याला बसायला देतेऽ मोत्याचा चवरंगऽऽ

पाची परकराचं ताटऽ गव्हाचं केलं हूतऽऽ
माझं इठूदेवऽ जेवायाऽऽ आलं हुतं

पुरनपोळीवरऽ तूप सडकाऽ शिंपीलंऽऽ
चांदीच्या तांब्यावरऽ भांडं सोन्याचं ठेवीलंऽऽ
चूळ गऽ भरायालाऽ खाली सोन्याचं ताम्हनऽऽ
तोंड पुसायलाऽ जरी रुमाल गऽ दोनऽऽ

पाच पानाचं गऽ ईडंऽ केलं सुपारी कीसूनऽऽ
इठुदेवाला देते मी गऽ सोन्याच्या तबकातूनऽऽ

(१) बन्सी गहू = गव्हाची एक उंची जात. हा मोठा, पिवळा आणि तेजस असतो. (२) हुतं = होते. (४) सडका शिंपीलं = गारासारखे मोठे लबके शिंपिले, मोठी धार धरून वाढले.

मालनीने गव्हाची पाच पक्वान्ने केली होती. पुरणपोळी, शेवया, सांजोऱ्या आणि हुग्गी, सांजा ही ती पाच पक्वान्ने असावीत. या पदार्थांसाठी आणि त्यासाठी काढलेला रवा, रवापिठी या तयारीसाठी श्रम व कौशल्य पणाला लागते. हुग्गीसाठी गहू ओलावून घेऊन कांडणे कौशल्याचे असते— गहू फारसा मोडता कामा नये आणि कोंडा तर निघाला पाहिजे. असे गहू झाले तरच खीर चांगली जमते. गव्हाची रवापिठी काढण्यासाठी दळणेही तसेच नाजूक असते. जावयासारख्या पाहुण्यालाही शेवयांवर भागवतात. पण इथे विठूसाठी पाची पक्वान्ने गव्हाची केली जातात. यात मालनीचा जिव्हाळा दिसून येतो. या मातबर मालनीने इतरही थाट केला आहे. ताट चौरंगावर मांडले आहे. खाली चूळ भरायलाही सोन्याचे ताम्हन आहे. जरीचे दोन रुमाल आहेत. सरदार घराण्यातील हा थाट आहे. पाहुणा आल्यावर त्याला बसायला मोत्याचा चौरंग असतो. इथूनच ही सरदारी दिसून येते. विड्यांना सोन्याचे तबक आहे. पण या मालन सुगरणीने विड्यातील सुपारी किसून घातली आहे. अडकित्त्याने सुपारीच्या किसल्यासारख्या कातळ्या काढण्यात ती कुशल आहे. या पाहुणचारात मालनीने आपले श्रम, कौशल्य, श्रीमंती सगळे भक्तिभावाच्या बासनात गुंडाळून विठूच्या पायांशी ठेवले आहे असे वाटते.

या दोन्ही गाथांतून देव पाहुणा आणि त्याला शोभेसा थाटाचा पाहुणचार असा थाट आहे. प्रत्येकीने आपल्या शक्तीप्रमाणे जिवाभावाने सर्व केले आहे. यात देवाचे कौतुक असले तरी भक्ताचाही थोडा अहंभाव आहे. देवाचा 'मी' थाटाचा पाहुणचार केला, अशा 'मी' पणाचा थोडा स्पर्श आहे. हे मीपण जिव्हाळ्याचे आहे हे मात्र वाचता वाचता समजून येते.

खालील गाथेत हा 'मी' भाव थोडा अंधूक झाला आहे. या मालनीच्या घरी विठ्ठल पाहुणा आला आहे. पहिल्या ओवीपासूनच हिच्या पाहुणचारातील वेगळेपणा दिसून येतो.

✻ गाथा (७)

सकाळी उठूनऽ हात जोडीते अंगनालाऽऽ
सूरव्या डोलतोऽ गंगनाला इठू पाव्हना गऽ आलाऽऽ

याला गऽ बसायालाऽ चंदनाचा पिरती पाटऽऽ
याच्या गऽ अंगूळीलाऽ पानी तापीलं भोगून्यातऽऽ

याला गंध मी लावीतेऽ सळ साखळ अंगणातऽ
याच्या गऽ भोजनालाऽ केला कमोदाचा भातऽऽ

गाय मोगरंचं तूपऽ भातावरतीऽ टाकीलंऽऽ
चंद्रभागाचं गऽ पानीऽ चंबू पीयाला ठेवीलंऽऽ

नागेलीचा गऽ ईडाऽतेला लवंगऽ लावीलीऽऽ
दात गऽ कोरायालाऽ दारी तूळस लवलीऽऽ

इठ्ठल पाव्हनाऽ माझ्या दुबळीच्या घरीऽऽ
दुबळी कशी सयेऽ आली संपदा माझ्या दारीऽऽ

(१) पिरती पाट = देव ठेवतात तो पाट, चौरंग. (२) भोगुणे = मोठे पातेले— धातूचे. (३) सळ साखळ अंगणात = गंधाची मोठी थाटी. तिला आडवे गंध लावायची साखळी जोडलेली असते आणि टोकाशी उभ्या नामाच्या आकृतीची सळी असते. गंधात बुडवून कपाळावर टेकवली की मुद्रा उठते.

ज्या अंगणात पाहुणा येणार आहे, त्या अंगणाला ती सकाळी उठून प्रथम नमस्कार करते. तिचा हा जिव्हाळा आणि भक्ती पाहून आकाशातील सूर्यही आनंदून डोलायला लागला. सूर्याची किरणे झाडावेलींतून अंगणात उतरली होती. त्यांचे कवडसे डुलायला लागले. ते पाहून मालनीने सूर्यालाही आनंद झाला अशी कल्पना केली. ही कल्पना फारच मनोहर वाटली. तिच्या अंतरंगातही असेच आनंदाचे कवडसे डुलत असावेत. या मालनीने चौरंग वगैरे न ठेवता देवघरातील प्रीतिपाट ठेवला हे मनाला फारच आनंद देऊन जाते. पिरतीपाट हा देवघरातील देव ठेवतात तो पाट. हा पाट नेहमीच चांगला रंगीत— पितळेच्या फुल्या मारलेला असा लाभतो. इथे तर हा चंदनाचा आहे. पंढरीच्या देवाला हे आसन निवडण्यात तिची योजकता दिसून येते. तोही देवच ना. घरचे देव दुसऱ्या पाटावर ठेवून तो प्रीतिपाट विठ्ठलासाठीच मांडायला हवा. प्रीतिपाट हा शब्द कोशात नाही. पिढीपाट आहे. साधा पाट या अर्थी. खूप वर्षांपूर्वी एका म्हाताऱ्या गुरविणीने हा शब्द बोलता बोलता

मला सांगितला. आज तो या ओवीत सार्थकी लागला. जेवणाचे पदार्थ साधेच आहेत. तूप घरच्या मोगरा गाईचे आणि भात-दही-दुधाच्या वाट्या असणारच. पाण्यासाठीही चंबूच आहे पण पाणी चंद्रभागेचे आहे. मुद्दाम चार मैलांवरून आणले असेल किंवा तिचे गावच चंद्रभागेच्या काठी असेल. त्याचा गाजावाजा केलेला नाही. विडादेखील ती आपल्या हाताने करून देते. 'लवंग लाविली' या शब्दांनी ते समजते. गंधदेखील तिनेच हाताने लावले आहे. या सर्वांत तिच्या भक्तिभावाच्या जिव्हाळ्याची उत्कटता दिसून येते. ही मालन गरीब आहे, पण तरीही उसने मागायला ती शेजारी गेलेली नाही हेही महत्त्वाचे आहे.

ही मालन फार चतुर आणि श्रद्धाळू आहे. विठ्ठलाचे आनंदविषय तिला माहीत आहेत. साधा चंदनाचा पाट, स्वत: उगाळलेले गंध, तूप-भाताचे साधे जेवण— जे तो जनाबाईच्या घरी आवडीने जेवतो ते— आणि दात कोरायला तुळस, चंद्रभागेचे पाणी त्याला पंढरीत आहोत असे वाटायला लावणारे, त्याचे मन प्रसन्न करणारे, हे सारे काही तिने पाहुणचारात आणले आहे. ज्याच्यावर आपला जीव जडला त्याला जे जे प्रिय, ते ते देऊ करणे यात तिला आनंद आहे. आपण गरीब आहोत हे ती नगण्य समजते. पांडुरंग घरी आला, हीच तिची कुबेराला लाजवील अशी संपदा आहे.

गाथेगाथेतून मालनीचा हा आत्मभावविरहित जिव्हाळा चढत्या क्रमात गहिरा होतो आहे.

खालील गाथा अधिक गहिरी आहे. साक्षात्कारी आहे.

✳ गाथा (८)

माझ्या घराला पाव्हनाऽ पंढरीचा पांडूरंगऽऽ
तेला बसायला देतेऽ आरशाचा चवरंगऽऽ

ईटंवरी ऊभाऽ युगं झाल्याती अठ्ठायीसऽऽ
देवा माझ्या इठ्ठलालाऽ कुनी म्हनंनाऽ खाली बसऽऽ

तेच्या अंगूळीला पानीऽ पानी दोन गऽ गंगाळांतऽऽ
तेला गंध मी लावीतेऽ कस्तुरीचं एक बोटऽऽ

दोन अण्या बरोबरीऽ त्या गऽ साळीचा केला भातऽ
दह्या दुधाच्या गऽ वाट्याऽ धार तुपाची शेवायांतऽऽ

माझ्या अंगनातऽ बाई सांडला जाई बुक्काऽऽ
इठूराया माझाऽ उभा कीरतनाला सखाऽऽ

इट्ठल पाव्हनाऽ मी गऽ झोपेच्या भारामंदीऽऽ
अभीर बुक्क्याचीऽ साक्षा ठेवीली दारामंदीऽऽ

अभीर बुक्क्याचा गऽ वास शेल्याला कूठलाऽऽ
बारा वरसं झालीऽ मला पंढरी गेल्यालाऽऽ

(१) साक्षा = खूण, प्रचिती (२) कीर्तन = इथे नामस्मरण, भजन.

या मालनीला विठूचा जिव्हाळा घनदाट आहे. त्याला बसायला चौरंग देताना ती मनाशी म्हणते, 'हा अठ्ठावीस युगे उभा आहे. याला कुणी बैस कसे म्हणत नाही?' हिला पाहुणचाराचा थाटमाट माहीत नाही. फक्त विठूराया आला आहे एवढेच तिला माहीत आहे. घरात जे काही आहे त्यानेच ती त्याचा पाहुणचार करते, पण भावभक्तीने करते— त्याच्या कपाळाला कस्तूरीचा टिळा आपल्या बोटाने लावते. तिला माहीत आहे. पांडुरंगाला साळीचा भात फार आवडतो. त्यासाठी तो रुक्मिणीचे राजविलासी जेवण सोडून जनाबाईच्या झोपडीत साळीचा भात आणि कपिलेचे दूध असे जेवण घेतो. हिनेही टोके न मोडलेल्या तांदळाचा— साळीच्या तांदळाचा भात केला आहे.

पण या मालनीने एक मोठा अनोखा असा आणखीन काही पाहुणचार केला आहे. त्या पाहुण्या विठूरायाचे गुणगान, कीर्तन-भजन तिने त्याला ऐकविले आहे. विठ्ठलाच्या देवळात विठ्ठल मूर्तीसमोर जसे भजन गातात, नाचतात, तसे भजन ती करते आहे. शेवटच्या दोन ओव्यांमधून एक मोठा अनुभव सूचित केला आहे असे वाटते. भजनासाठी तिने अंगणातील तुळशीकट्ट्याची जागा निवडली आहे. विठू ऐकतो आहे, ती भजनात-नाचण्यात रंगते आहे. रंगली आहे. विठू आपल्यासमोर आपल्याबरोबर नाचतो आहे याचेही तिला भान नाही. वेळेचे भान नाही. ती दमून बसते. गाते आणि श्रमाने जिथे लवंडते, तिथेच तुळशीजवळ झोपी जाते. विठू निघून जातो आणि ती जागा होते. बघते, तर विठू समोर नाही. जमिनीवर बुक्का, जाईची फुले सांडलेली तेवढी दिसतात. दाराकडे पाहते, तो दाराच्या उंबऱ्यावर अभीर-बुक्का साक्ष म्हणून ठेवलेला. 'मी गेलो' याची ती खूण. ती पाहिल्यावर ती तटकन उठते. तिच्या अंगावर शेला पांघरलेला आहे हे तिच्या लक्षात येते. ती चक्रावते. शेल्याला अभीर-बुक्क्याचा सुवास येत असतो.

तिला आठवते— बारा वर्षांपूर्वी आपण पंढरीला गेलो तेव्हा हा शेला आपण पांघरला होता आणि विठूचे चरणदर्शन घेतले होते. त्याचे पाय धरून माथा त्याच्या पायांवर ठेवला होता. तेव्हाचा हा वास या शेल्याला आज कुठून आला? असे काय घडले असेल? त्या ओव्या मनात घोळवताना एक कल्पना आली, आणि ती मनात

भरून राहिली.

मालन भजनात रंगली— संध्याकाळचे वारे सुटले आणि भानावर असलेला विठूराया सहजगती आत जाऊन दोरीवर टाकलेला एक शेला पांघरून पुन्हा ऐकायला बसला. सूर्य मावळायला येतो हे त्याने पाहिले. ती अजून जागी झाली नव्हती. तो उठला आणि आपण पांघरलेला शेला तिच्या अंगावर मायेने घालून, उंबऱ्यात साक्ष ठेवून, नाहीसा झाला.

विठू आपल्याला न सांगता गेला या खंतीपेक्षा विठू भेटून गेला, या आनंदात ती बुडून गेली. सूर्यास्ताच्या केशरी रंगातील शुक्रचांदणीची कळा तिच्यावर झळाळू लागली.

तिने हा साक्षात्कार दोन ओव्यांत सांगितला आहे. ही एक विलक्षण साक्षात्कारी गाथा आहे असे मला वाटते.

बारा वर्षे मालन विठूची वाट पाहत होती. तिची ती तगमग त्याच्या मनाला जाणवल्याखेरीज कशी राहील? पंढरीचा विठूच आला, तिला भेटला. जाताना दोन खुणा ठेवून गेला. उंबऱ्यावर अभीर-बुक्का आणि शेल्याला जाईचा सुगंध... तो विठ्ठलस्वरूपी कुणी पाहुणा नव्हता. तो विठ्ठलच होता.

अशाच जिव्हाळ्याच्या साक्षात्काराची खालील गाथा आहे. ही मालन पंढरीला गेली आहे. विठूवरील भक्तीने तिला तिथून पाऊल काढणे शक्य होत नाही. ती त्याला म्हणते, तू माझ्याबरोबर घरी चल.

❋ **गाथा (९)**

हात मी जोडीते ऽ   *चांदीच्या कमानीतऽऽ*
सावळ्या पांडूरंगाऽ   *माझी इनती गुमानीतऽऽ*

हात मी जोडीतेऽ   *चांदीच्या कवाडाऽऽ*
सावळ्या पांडूरंगाऽ   *हिचा करावा निवाडाऽऽ*

चरणावरी माथाऽ   *ठेवीते येता जाताऽऽ*
सावळ्या पांडूरंगाऽ   *डोळे उघडावे आताऽऽ*

चरणावरी माथाऽ   *ठेवीते रागं रागंऽऽ*
इटेवरल्या पांडूरंगाऽ   *डोळे उघडून बघऽऽ*

चरणावरी माथाऽ   *ठेवीते आणूनीऽऽ*
इटेवरला ह्यो हरीऽ   *भारी कनवाळू म्हणूनीऽऽ*

सावळ्या इठ्ठलाऽ तुझं लागून गेलं याडऽऽ
चला म्हणीते गावाकडंऽऽ

दरशनाला जातेऽ मला राऊळी रात झाली
देवा माझ्या इठ्ठलानंऽ मला गूजाला बसवलीऽऽ
माझी इनतीऽ इसवलीऽऽ

(१) गुमानीत = गुपितशी, दुर्लक्षित. २) निवाडा = निर्णय. (३) इनती = विनंती, मागणी. (४) इसवली = शांत झाली.

ही मालन विठ्ठलाच्या दर्शनाला गेली, पण तिथून तिचा पाय निघेना इतकी विठ्ठलाची तिला भक्ती जडली. पण घरी हे जायला हवेच, तेव्हा मोठ्या धाडसाने त्याच्या चरणभेटीत तिने विठ्ठलाला म्हटले, 'देवा, तुझे मला वेड लागले आहे. घरी चला माझ्याबरोबर.' पण पांडुरंग काही बोलला नाही. तिच्या बोलण्याकडे तो दुर्लक्ष करू लागला. शेवटी तिच्या जाण्याचे तिला ठरवावेच लागले— त्यानंतर ती वारंवार विठूला विनवणी करू लागली. या पार्श्वभूमीवर ही गाथा आहे.

विठ्ठलाचे दुर्लक्ष पाहून ती खजील झाली. चांदीच्या कमानीतूनच त्याला विचारू लागली. आता आत जाऊन त्याचे पाय धरावे असे तिला वाटेना. निरनिराळ्या तऱ्हांनी तिने विनवणी केली. पण तो स्तब्धच.

शेवटी निघताना ती चरणदर्शनाला गेली आणि चमत्कार झाला. पांडुरंगाने तिला थांबवून घेतले. तिच्या हट्टाला त्याने उत्तरे दिली. तिला समजावले. मालनीला तिथून निघताना प्रसन्न वाटले. तिची मागणी तिला आता निरर्थक वाटली. मन शांत शांत झाले आणि ती घरी परतली. ती तुडुंब समाधान घेऊन.

अर्जुनाने लढणार नाही असा हट्ट धरला, तेव्हा श्रीकृष्णाने त्याची समजूत घातली हे आपल्याला माहीत आहे. पण या मालनीची समजूत विठूरायाने कशी घातली असेल? तिची मागणी त्याने ठिणगी विझवून शांत करावे तशी शांत केली असेल? तिला कोणता साक्षात्कार घडला असेल?

मालनींची एक ओवी आहे. 'पंढरीचा विठूरायाऽ न्हायी ऱ्हात देव्हाऱ्यातऽ तो गऽ भक्ताच्या हुरुद्यातऽऽ.' भक्ताच्या मनात देव असतो, तसा देवाच्या मनात भक्त असतोच. मग दुरावा कुठे आहे? अशी त्याने तिची समजूत घातली; आणि मनातील विठूच्या संगती ती घरी परतली. भरल्या संसारात देखील विठूच तिचा सोबती असतो हा विचार तिला उमगला. अद्वैताचा आनंद तिला मिळाला.

मालनीची ही गाथा म्हणजे एक विराणीच आहे. तुकारामाच्या विराणीची

समजूत घालणारी. मालनीचे हे धाडस, की हा तिचा अधिकार, की तिने त्या विराणीला सांगावे... 'बये, संसारातून उठून कशाला जायचे? मनात जर विठू सामावलेला असेल तर आपणच विठूरूप असतो. मग त्या मनात संसाराला जागाच कुठे आहे?'

◆

गाथागंठन : ९

माझी चंद्रभागा

१

माहेरीची भावगंगा

मालनी नदीला सहसा तिच्या नावाने संबोधित नाहीत. लहान-मोठ्या कोणत्याही नदीला त्या गंगा म्हणतात. गोदावरी तर त्यांच्या लेखी गंगाच आहे.

ज्या काही नद्यांची त्या आवर्जून नावे घेतात, त्यांत 'चंद्रभागा' हे नाव पहिले असावे. ती भिवरगिरीत उगम पावली, म्हणून ती भीवरा. त्या डोंगरावरील महादेवाला भीमाशंकर नाव आहे, ती महादेवाची 'लाडी'— लाडकी लेक आहे म्हणून ती भीमा. या मालनींची चंद्रभागा. या चंद्रभागेला मालनींच्या मनात फार जिव्हाळ्याचे स्थान आहे. ही चंद्रभागा त्यांच्या माहेरची आहे. कुंडलीकाची भार्या आहे. म्हणजे मालनींची भावजय आहे. सासुरवाशीण माहेरी आली, की अंगणात परातीत तिचे पाय धुणे हे घरांतील सुनेचे काम असते. त्या अर्थाने ती खरेच मालनींची भावजय आहे. पंढरीत प्रवेश करण्यापूर्वी चंद्रभागेतूनच जावे लागते.

या चंद्रभागा नदीचे मालनींच्या ओव्यांतून जे वर्णन मिळते, ते केवळ स्थलवर्णन त्यांच्या प्रतिभेला हाक घालीत नाही असे दिसते. त्या स्थलानुभवामागे काही अनोखे, अद्भुत, उत्कट असले तरच ते स्थल त्यांना भावते असे मला वाटते. भीमाशंकराच्या डोंगरावर उगम पावलेल्या या नदीचे वर्णन खालील गाथेत मालनीने मोठ्या कौतुकाने केले आहे.

* **गाथा (१)**

निंघाली भीमाबाईऽ भवरगीरीच्या रानातऽऽ
आडवा झाला हीलाऽ साक्ष गांडूळ पान्यातऽऽ

निंघाली भीमाबाईऽ जशी थाळीयाची पाटऽऽ
अवघ्या नदीमंदीऽ एक उसळीती लाटऽऽ

आईबापाची गऽ सेवाऽ कुंडलीकानंऽ केलीऽऽ
अंगूळ कराया गऽ भीवरा मागीतलीऽऽ

आईबापाची गऽ सेवाऽ कुंडलीकानं केलीऽऽ
तेच्या दरशनालाऽ भीमा भागीरथी झालीऽऽ

निंघाली भीमाबाईऽ भीमाशंकरापासूनऽऽ
ईसावा न्हायी घेतऽ गाव पंढरीवाचूनऽऽ

भीमा गऽ हीचं नावऽ भीमाशंकरापासूनऽऽ
चंद्रभागा नावऽ न्हायी पंढरीवाचूनऽऽ

(१) थाळीयाची = मोटेच्या पाण्याच्या थारोळ्याची. (२) पाट = बारीक प्रवाह.

भीमा ही नदी उगमाशी क्षीण आणि बारीक प्रवाहाची असणार. तिच्या या कृशपणाचे मालनीने मोठ्या कौतुकाने वर्णन केले आहे. तिला 'थाळीयाची पाट' म्हटले आहे. मोटेचे पाणी थारोळ्यात पडते, तिथून ते मळ्याला लहानशा पाटाने पुरवतात. तशा पाटासारखी ती वाटते. 'एक उसळती लाट' हे वर्णन गमतीदार आणि सूक्ष्म असे आहे. जशी पाण्याची एकच लाट पुढे पुढे जाते, तशी ही नदी दिसते. लाटा-लहरी फारशा नाहीतच. ही भीमा अशी वाहत असता, तिकडे पंढरपूरजवळ कुंडलीक आईबापांच्या सेवेत मग्न होता. देव त्याच्या सेवेवर प्रसन्न झाले. कुंडलीकाने स्नानपाण्यासाठी नदी जवळ मागितली. देवाच्या सांगण्यावरून भीमा त्याच्या दर्शनाला, सेवेला आली. इथे तिचा प्रवाह रुंद झाला. दोन्ही बाजूंनी वाळवंटाचा विस्तार झाला. मुख्य म्हणजे इथे तिने पंढरी नगरीला चंद्रकोरीसारखा वळसा घातल्याने तिला येथल्या पुरते 'चंद्रभागा' हे नाव मिळाले. पुढे ही नदी त्याच दिमाखात वाहत राहिली. पण भीमा या नावानेच ओळखली गेली.

मालनीने आणखी एक प्रतिमा वा कल्पना नदीच्या बारीकपणाविषयी इथे गायिली आहे. 'आडवा झाला हीलाऽ साक्ष गांडूळ पान्यातऽऽ'. ही भिवरा डोंगराच्या उतरणीवर भिवरगिरीच्या दाट जंगलात शिरली. तिथे तिच्या प्रवाहाला गांडूळ आडवा आला आणि तिचा प्रवाह बदलला, असा याचा अर्थ. तिला अडवायला गांडूळ पुरला हा विनोदाचा भाव. पण मला शंका आहे, आपल्या गंगामाईवर मालन कधी असा विनोद करणार नाही. तिचा श्रद्धाभाव ती असे म्हणेल असे वाटू देत नाही. ते विसंगत दिसेल. दुसरे म्हणजे 'साक्ष' हा शब्द. तिचा प्रवाह फिरला याला गांडूळ साक्षीला आहे, तो अजून पाण्यात आहे, असा होतो. असे जर असेल तर या ओवीमागे काही कथा-समजूत असावी असे मला वाटते.

मी प्रयत्न केला. पण मला माहीत असलेल्या दोन कथांत— 'राजा प्रधान' या भीमाशंकरापुढील वृक्षांची एक आणि दुसरी डोंगरावरील कमळजादेवी महादेवाकडे माहेरपणाला येते— ती. पण या दोन्ही कथांतही गांडुळाचा उल्लेख नाही. तरी पण आज ना उद्या या संदर्भाला सुंदर अर्थ देणारी एखादी कथा मिळेल, अशी मी आशा बाळगून आहे. तिच्यामुळे भीमा नदीच्या वर्णनाला एक वेगळे परिमाण लाभेल— अशी ही भीमाशंकराची 'लाडी' भीमा, भिवरगिरीत उगम पावलेली भिवरा, कुंडलीकाची भीमाभागीरथी, विठ्ठलाची चंद्रभागा आणि या मालनींच्या हृदयातून अखंड वाहणारी— त्यांच्या माहेरची भावगंगा!

मालन पंढरीला जाते, ती विठूला भेटायला. पण त्यात चंद्रभागेचे स्नान हाही महत्त्वाचा हेतू असतो. तिच्यात स्नान केले की पापाच्या राशी धुऊन जातात असे समजले जाते. यामुळे पंढरीला गेल्यावर थंडी असो, पाऊस असो, अंगात आजार असो, मालन चंद्रभागेत एक तरी बुडी मारणारच.

पुढील गाथा या चंद्रभागेतील स्नानाबद्दल आहे. पंढरीच्या अलीकडे तीन-चार कोसांवर 'विसावा' म्हणून एक जागा आहे. येणाऱ्या वारकऱ्यांनी, दिंड्यांनी, पालख्यांनी पंढरीत प्रवेश करण्यापूर्वी इथे थांबायचे असते. इथून विठ्ठलमंदिराचा कळस दिसतो. ते विठ्ठलाचे पहिले दर्शन व जवळून चंद्रभागा वाहते— ती पार करून पुढे जायचे असते. म्हणजे भाविक जन इथे चंद्रभागेत स्नान करूनही नदी उतरून विठ्ठल मंदिरात जाऊ शकतात. या विसाव्याला आले की पंढरीला पोहोचायचा आनंद भक्तांना होतो. एक मालन तर 'मी आले हे सावळ्या विठ्ठलाला सांगा' म्हणून हाकारते. जाणाऱ्या भाविकांना कदाचित त्या विठ्ठलचरणी पोहोचणाऱ्या चंद्रभागेच्या लहरींनाही!

✳ गाथा (२)

पंढरीला जातेऽ संगंऽ आईचं लुगईडंऽऽ
चंद्रभागा तीरीऽ न्हाया धूयाला दगईडऽ

ईसाव्यापासूनऽ आडवी लागती चंद्रभागाऽऽ
हरी सावळ्यालाऽ दरशनाला आले सांगाऽऽ

पंढरीला जातेऽ चंद्रभागातऽ माझं पायऽऽ
इठ्ठल म्हनीत्यातीऽ असं तीरथंऽ कोठं न्हायऽऽ

चंद्रभागा तूझ्याऽ उदकात भिजली नीरीऽऽ
हाती पडदाणीचा पीळाऽ उभा द्वारकेचा हरीऽऽ

पंढरीला जातेऽ न्हायी दूखल्या माझ्या मांड्याऽऽ
अंगूळऽ म्या गऽ केलीऽ चंद्रभागाच्या पहिल्या लोंढ्याऽऽ

पंढरीला जातेऽ मोकळं माझं क्यासऽऽ
इठ्ठलाच्या संगतीनंऽ मला घडली एकादसऽऽ

सया पूशीत्याताऽ पंढरीला काय केलंऽऽ
चंद्रभागाच्या पान्यायातऽ ध्यायी भांडं उजळलंऽऽ

(१) पडदणी = स्नानाच्या वेळेला लावून घ्यायचे जुनेर. (२) ध्यायी = देह.

ही मालन दिंडीबरोबर इसाव्यापर्यंत आली आहे. आल्या आल्या आनंदाने दमलेले पाय चंद्रभागेत ठेवून सुखी झाली आहे. या मालनी नेहमीच, पंढरीला येताना बरोबर आईचे लुगडे आणले— असा उल्लेख करतात. तसा काही नियम नाही. मग या का आणीत असाव्यात? पंढरीचे दर्शन ही अत्यंत पुण्यप्रद गोष्ट. त्या गोष्टीत आपल्या आईला सहभागी करून घेणे मालनींना प्रिय असणारच. पण आईबरोबर असणे नेहमीच साधत नाही. मग तिचे लुगडे बरोबर आणायचे. ते चंद्रभागेत धुवायचे— नेसायचे. ते नेसून विठूचे दर्शन घ्यायचे. म्हणजे एक प्रकारे आईलाच विठ्ठलाची भेट घडली ही समजूत असावी किंवा परिस्थितीने आणायला लागत असावे. घरी एक दांडीला, एक मांडीला अशी अवस्था. तीही दंडाला आलेली सावली. दिंडीत एखादे चांगले लुगडे बरोबर हवेच. ते आईशिवाय दुसरे कोण देणार? म्हणूनही मालन आईचे लुगडे आणीत असावी.

चंद्रभागा बघताच तिची उताविळी एवढी, की ती लगेच पाण्यात शिरू पाहते. तिची सोबतीण कुणा मुलाबरोबर तिचे जुनेर पाठवते. हे समजताच तिला वाटते, जणू विठूनेच पडदणी आणून दिली. विसाव्यापासूनच या मालनी अशा विठूमय होतात! चंद्रभागेचे स्नान, आईचे लुगडे नेसायला, विठूमुळे एकादशी आणि न्हाऊन मोकळे सोडलेले केस. या थाटात एका विमुक्त आल्हादात विठूचे दर्शन इतका पुण्यप्रद क्षण त्या मालनीच्या आयुष्यात दुसरा कोणता?

शेवटची ओवी मला महत्त्वाची वाटते. सख्यांनी विचारल्यावर ती एकच उत्तर देते, 'चंद्रभागेच्या पाण्यात देहाचे भांडे घासून पुसून लख्ख केले!' त्याच्या मलीनपणाची तिची जाणीव प्रखर आहे. शुद्ध असे मन विठूच्या चरणी आहेच. पण हा देह शुद्ध करणे महत्त्वाचे, असे तिला वाटत असावे. तिने हे प्रांजळपणे सांगितले आहे.

पुढील गाथेत एक संवाद आहे. चंद्रभागेच्या काठी तिघी जणी जमल्या आहेत.

एकमेकींची ओळख करून आपली माहिती देत आहेत— असा तो संवाद आहे. संवादाचा विषय सासुरवासातील कटकटी हा नाही. संवाद विठूरायाच्या भक्तांबद्दल आहे. चंद्रभागेच्या प्रभावाबद्दल आहे. दोन ओव्यांत एकेकीचा संवाद आहे.

❊ **गाथा (३)**

पंढरी सासईरऽ धन माझ्या गऽ नशीबाचीऽऽ
अंगूळ मी का केलीऽ चंद्रभागाच्या तासायाचीऽऽ

पंढरी सासईरऽ धन माझ्या गऽ कपाळाचीऽऽ
चंद्रभागंऽला धूनं धूतीऽ वर सावली पिंपळाचीऽऽ

पंढरी मी पाह्यलीऽ वाडवडीलापासूनऽऽ
अंगूळ म्या केलीऽ चंद्रभागंऽत बसूनऽऽ

पंढरी माह्यारऽ माझं वस्तीला हायी दाटऽऽ
सोन्याचा कंदीलऽ गस्त इठूचीऽ सारी रातऽऽ

विठोबा माझा बापऽ रकुमाई माझी आईऽऽ
कुंडलीक माझा बंधूऽ चंद्रभागा भावजयीऽऽ

विठोबा माझा पीताऽ मला माह्याराला नेतोऽऽ
गिनानाची पोथीऽ माझ्या हातामंदी देतोऽऽ

(१) धन = धन्य, भाग्यवान. (२) गिनान = ज्ञान-सुविचार.

वरील संवाद मार्मिक आहेत. थोडक्यात खूप सांगणारे आहेत. त्या मालनींच्या भक्तिभावाबद्दल— स्वभावाबद्दल. हे सासर असलेल्या मालनीने सासुरवास या क्षणी तरी चंद्रभागेत सोडून दिला आहे. त्या व्यतिरिक्त या सासराने जे तिला धन्य वाटणारे दिले— तेच तेवढे ती बोलते आहे. चंद्रभागेत धुणे आणि स्नान या पुण्यप्रद गोष्टी ती सांगते आहे. धुताना त्रास होऊ नये म्हणून डोक्यावर पिंपळ सावली धरतो. ही विठूची कृपाही सांगायला ती विसरत नाही.

दुसऱ्या मालनीला पंढरी आपले माहेर वाटते आणि माहेरचा असावा तसा अभिमान वाटतो. ती पहिलीच्या बोलण्यावर चढाने सांगते— तू सासरी आलीस; पण आमच्या वाडवडलांपासून आम्ही चंद्रभागेत स्नान करतो. विठू माझ्या माहेरचा रक्षक आहे. सोन्याचा कंदिल घेऊन तो रात्री गावात गस्त घालतो!

तिसरी वेगळेच सांगते— दुसरीवरही कडी करणारे सांगते— तुमची दोघींची

सासर-माहेर पंढरीत आहे. पण प्रत्यक्ष विठूरखुमाई माझे आई-बाप आहेत. विठू मला घेऊन येतो. भावजय चंद्रभागा माझे लाड करते— आणि माहेरून जाताना विठू मला पैठणी बोळवण म्हणून देत नाही, तर गिन्यानाची पोथी हातांवर ठेवतो— मला हितप्रद सुविचारांची भेट देतो.

पंढरी-चंद्रभागा-विठ्ठल यांचे आपल्यावर किती प्रेम आहे, हे सांगताना त्याची चढाओढ करतात त्याची गंमत वाटते—

२

भरली चंद्रभागा

मालनींचे आणि चंद्रभागेचे अतिशय जिव्हाळ्याचे असे सख्य आहे. पंढरीच्या विठूरायाला भेटायचे म्हणजे तिला भेटूनच पुढे जावे लागते. मालनी जेव्हा जेव्हा पंढरीला जातात तेव्हा तेव्हा या चंद्रभागेचे वेगवेगळे रूप त्यांच्या मनात साठून राहते. या गाथांतून पावसाळ्यातील चंद्रभागेच्या पुराची चित्रणे आहेत.

पंढरीची आषाढी एकादशीची यात्रा भर पावसातील. आभाळ ढगाळलेले. कुठे झिम झिम, कुठे धो धो पाऊस अंगावर कोसळत असलेला. पायांखालून पाण्याचे लोट वाहताहेत, पाय निसरताहेत— चिखलात रुतून बसताहेत— पण या वारकऱ्यांना त्याची तमा नाही. झुळझुळ वारा वाहावा, इतक्या निवांत समाधानात दिंडी पुढे सरकत असते. भजने, टाळांचे गजर चालू असतात— या पावसाचा त्यांना त्रास होत नाही. कारण पावसात भिजणे तात्पुरते आहे. विठ्ठलाच्या भेटीची ओढ कायमची आहे, भीमा नदी तशी लहान; पण तीही पाण्याने भरत जाते. पाण्याने भरलेली, पूर आलेली नदी मालनीला अतिशय प्रिय— ती तर जीवनदात्री; पण आता पांडुरंगाच्या भेटीच्या आड येते आहे. तरी तिच्याबद्दल राग नाही. तिचे कौतुक आहे.

या गाथांतून काठाला पाणी चढण्याच्या लाटा सळसळू लागल्यापासून पंढरपूरच्या विठ्ठलाच्या मंदिराचा कळस तेवढा पाण्यावर दिसतो, अशा तुफान पातळीवर गेलेल्या अपरंपार पाण्यापर्यंत चंद्रभागेची वर्णने आहेत. या वर्णनातील प्रतिमा अगदी साध्या पण सूक्ष्म दृष्टीने पाहिले, तर तितक्याच अनोख्या आणि शक्तिमान आहेत. साध्या अर्थाच्या शेल्याखाली झाकलेल्या आहेत. त्यांचे सौंदर्य रसिकाला स्तिमित केल्याखेरीज राहत नाही.

खालील गाथा पूर येणाऱ्या चंद्रभागेच्या काठच्या गजबजाटापासून पुढे वाढत्या पाण्याचे वर्णन करते. पण ते एक निसर्गवर्णन नसून, त्या पाण्यावरील काठापासूनच्या

वारकऱ्यांच्या हालचालीतून पातळी चढत गेलेल्या, फुगत चाललेल्या नदीवरील नावांच्या प्रवासातून व्यक्त केले आहे. सुरूच्या झाडीतून पलीकडचा प्रकाश दिसावा तसे या पुराचे दर्शन भावते.

❋ गाथा (४)

भरली चंद्रभागाऽ नाव झालीया नवरीऽऽ
आत उभी ग मालनऽ शेला गोलाचा आवरीऽऽ

भरली चंद्रभागाऽ नाव झाली कळवंतीनऽऽ
बाई कुनी गऽ मालनऽ उतरली बाळंतीनऽऽ

भरली चंद्रभागा डोंगा काढूनऽ आडलाऽऽ
पाठीच्या भावासाठी पुत्र पोटीचा सोडला

भरली चंद्रभागाऽ घोडा नाचतो वरंऽ खालंऽऽ
अहेव पतीवर्ताऽ सोडी शेंडीचा नारयेळऽऽ

भरली चंद्रभागाऽ पानी केंजाळावैनंऽ गेलंऽऽ
आंबी जीवाला न्हायी भेलंऽ तेनी नावंत तंबू देलंऽऽ

भरली चंद्रभागाऽ रस्त्यावऽ आल्या नावाऽऽ
सावळ्या पांडूरंगाऽ काय झोपलासऽ देवाऽऽ

(१) नवरी झाली = पाण्यात ढकलण्यासाठी नावा सजवून, रंगवून आणल्या. पाण्यातही त्या उत्साहाने लगबग हालचाली करू लागल्या. (२) गोलाचा = नक्षीदार, जरी बुट्टे असलेला. (३) कळवंतीण = नाचणारी. (४) डोंगा = लहान अशी दोन माणसांनी बसायची होडी. (५) घोडा = नावेच्या पुढच्या बाजूला घोड्याच्या मानेपासूनच्या आकाराचा लाकडी खांब. (६) केंजाळ = नदीच्या अगदी काठावर वाढणारी झाडे. (७) आंबी = नावाडी (८) तंबू देणे = बसून राहिले, धीराने वल्हवू लागले.

पाणी वेगात धावायला सुरुवात होणार असल्याने काठाशी नाचते आहे, खळबळते आहे. त्यात उभी राहिलेली कोरी रंगीत नावही झोकझोले घेत आहे. सासरी निघालेल्या नवरीचे प्रतीकच, अशी ही होडी वाटते. त्या नावेतही एक जरीबुट्ट्याचा शेला पांघरलेली नववधू शेला सावरीत त्या झोकझोल्यांना साथच देते आहे. नावेतील मंडळी पैलतीरी विठूरायाला भेटायला निघाली आहेत. त्यांना हा शुभशकुनच वाटला असावा. पाणी वाढण्याच्या आत आपण देवळाशी जाऊ अशी

त्यांना खात्री असावी.

दुसरी नाव तीरावरून निघते, तेव्हा परिस्थिती वेगळी आहे. पाणी उसळते आहे आणि नाव चांगलीच डगमगते आहे. पण निघाली आहे. निघण्यापूर्वी या नावेत चढलेली एक बाळंतीण, आता तान्ह्याला घेऊन खाली उतरली आहे. तिला उतरून घेतले आहे. हे अगदी सहज आणि स्वाभाविक वाटते.

तिसरी ओवी जरा अस्पष्ट वाटते— पण ती तशी नाही. काठावरचे दृश्य असे आहे. वाढत्या पाण्यात नाव जरा दूर गेली आहे. तिच्या शेजारीच एक डोंगा थांबला आहे. का थांबला? त्या डोंग्यातून नावेत बसण्यासाठी आलेली एक मालन आपल्या मुलासह नावेत चढते. पण नाव डगमगताना पाहून तिला मुलाला नावेतून नेण्याचा धीर होत नाही. ती मुलाला खाली डोंग्यात उतरवण्याच्या— त्याला समजावण्याच्या प्रयत्नात आहे. त्या मुलाला घेऊन जाण्यासाठी डोंगा अडला आहे. शेवटी डोंगा त्या मुलाला घेऊन निघून जातो. पुढे 'पाठीच्या भावासाठी तिने पुत्र सोडला आहे,' असे मालन म्हणते. या म्हणण्यातच आणखी एक अर्थ दडलेला आहे. ती जर भावाला भेटायला माहेरी निघाली असती, तर मुलाला सोडून गेली नसती. मुलाला घेऊन माहेरी जायचे असते आणि यात तिला तातडीही नव्हती. दोघेही परतून गेले असते. पण ज्या भेटीची तातडी आहे, तो तिचा भाऊ आहे. सखा सावळा पांडुरंग— आषाढीला ती विठ्ठलाच्या भेटीसाठी निघाली आहे. म्हणूनच ती मुलाला घरी पाठवून आपण एकटी त्या डगडगत्या नावेत बसली आहे. हे सर्व जाणले, की विठ्ठलाची या मालनींना किती उत्कट ओढ असते हे दिसून येते.

नंतर पाणी फुगत चालले; केंजाळावरून पसरून गावात चालले— नावाडी स्थिर आहेत. पण वारकरी भ्याले आहेत. उसळ्या घेणाऱ्या पाण्यात कुणी सुवासिनी नारळ सोडीत आहे — गावात पाणी आल्यावर मात्र वारकऱ्यांचाही धीर सुटला— 'पांडुरंगा, देवा, तुला झोप लागली का रे?' असा धावा सुरू झाला. ज्या भक्तांनी साहसाने हे पाणी ओलांडले, त्यांची वाट बघत असलेला विठ्ठलदेव झोपेल कसा? साऱ्या नावा सुखात मंदिराशी गेल्या.

खालील गाथेत चंद्रभागेला पूर आला आहे. असंख्य वारकरी नदी पार करण्याकरता जिथे थोपून राहिले आहेत, तिथेच घरांच्या जोत्यांना पाणी लागले आहे. नावांची ही गर्दी आहे— पण वारकऱ्यांना नदीचे ते रौद्र स्वरूप पाहून नावांतून बसण्याचा धीर होत नाही. एक मालन सारखी विठ्ठलपित्याला हाकारते आहे. 'आम्हाला येऊन घेऊन जा.' किंबहुना त्या असंख्य वारकऱ्यांची इच्छाच त्या मालनीच्या धाव्यातून व्यक्त होत आहे.

* गाथा (५)

भरली चंद्रभागा पानी लागलं जोत्यालाऽऽ
सांगा इट्ठल पित्यालाऽ जत्रा थोपली वाटंलाऽऽ

भरली चंद्रभागाऽ गरदी झालीया नावांचीऽऽ
इट्टला इट्टलाऽ हाक मारीती कवाऽचीऽऽ

इट्टलाऽ इट्टलाऽ हाक मारूऽ येड्यावानीऽऽ
चंद्रभागंचं तंऽ पानीऽ धाव घेतंऽ घोड्यावानीऽऽ

भरली चंद्रभागाऽ तुंबलं वारकरीऽऽ
सावळ्या पांडुरंगाऽ देवा व्हावंऽ आंबेकरीऽऽ

भरली चंद्रभागा कुनीकडंऽ जाती बघाऽऽ
सावळा पांडूरंगऽ सखा नावंमंदी ऊभाऽऽ

भरली चंद्रभागाऽ यात्रा जमली नऊ लाखऽऽ
सावळा पांडूरंगऽ नौंदऽ नावामंदी एकऽऽ

(१) तुंबले = तटून राहिले. (२) आंबेकरी = नावाडी. (३) नौंद = नव्वद. इथे लक्षणेने कित्येक, असंख्य.

या गाथेतही पुराचे प्रत्यक्ष वर्णन एक-दोन प्रतिमांतच आहे. 'पाणी धावा घेतं घोड्यावानी' म्हणजे कसे भीषण दिसत असेल, ते थोपलेल्या वारकऱ्यांच्या हाकांनी— कल्पना देते. पाणी तट्ट फुगले की प्रवाह ओळखता येत नाही— तेही भय नावेत बसलेल्यांच्या 'नाव कुनीकडं जाती, बघा' यातून कळते. आपल्याला पांडुरंग घेऊन जाणार, या श्रद्धेने भारलेली ही गाथा आहे. पांडुरंग आला आहे, नावाडी झाला आहे, ही उभारीची श्रद्धा त्यांचा विठ्ठलावरील विश्वास दाखवते— या विश्वासानेच धावत्या घोड्यासारख्या पुराच्या प्रवाहातून— स्थिर प्रवाहातून नावा पंढरीशी पोहोचल्या. सगळ्या नावांचा नावाडी एकच. त्याचे नाव सखा सावळा पांडुरंग— या श्रद्धेने ही कविता भिजून गेली आहे.

पुढच्या गाथेत कधी नव्हे ते आलेल्या चंद्रभागेच्या अपरंपार पुराचे वर्णन मालनीने गायिले आहे. पुराच्या सुरुवातीपासूनचे चंद्रभागेचे नादघोष यांतून पुराचे दर्शन घडते. 'भाला भाला' उंचीवरून पाण्याचा वाढता वेग समजतो. मालनींच्या प्रतिमाशक्तीचे एक अनोखे दर्शन या गाथेत घडते.

* गाथा (६)

भरली चंद्रभागाऽ पानी करीतऽ सणासणाऽऽ
सख्या बी इठ्ठलाचाऽ भिजतूयाऽ टाळईणाऽऽ

भरली चंद्रभागाऽ पानी उडतंऽ भाला भालाऽऽ
कुंडलीक न्हायी भेलाऽ भीवरंलाऽ डेरा दिलाऽऽ

भरली चंद्रभागाऽ पाणी चाललंऽ अपरंपारूऽऽ
कुंडलीकाचं गऽ माझ्याऽ मंदी शीखर दाणेदारूऽऽ

भरली चंद्रभागा गेलं वाहूनऽ पंढरपूर
सोन्याचा कळईसऽ इठू देवाचा पान्यावरऽऽ

भरली चंद्रभागाऽ पानी उडतंऽ धूरावानीऽऽ
गेनूबा तुकायाचीऽ जोडी दीसती मोरावानीऽऽ

भरली चंद्रभागाऽ भरली आटोकाटऽऽ
सावळ्या पांडुरंगाऽ देशील कधी भेटऽऽ

(१) सणासणा = सणसण आवाज करत— सपकारत. (२) भाला भाला = भालाभर उंच उडते. (३) अपरंपारू = अफाट विस्ताराने पसरलेले. (४) दाणेदारू = दाणा भरलेल्या कणसासारखे— नक्षीदार. (५) आटोकाट = पूर्णपणे प्रचंड.

एका एका प्रतिमेने चित्रवाण केलेले हे चंद्रभागेच्या अपरंपार पुराचे चढत्या श्रेणीचे वर्णन अत्यंत प्रत्ययकारी आहे. वाढत्या पाण्याचे परिणामही तितक्याच तोलामोलाचे आहेत.

सुरुवातीला पाणी वेग घेऊ लागले, सणसण सपकारू लागले, त्याने वाळवंटावरील वारकऱ्यांचे टाळ-वीणा भिजले... पाण्याला वेग चढला, पातळी चढली, पाणी भाल्याइतके उंच उसळत धावू लागले. त्यात पुंडलिकाचे देऊळ सापडले, पण तो तिथून उठला नाही. नंतर पाणी चढत चढत पसरले, अपरंपार पसरले. आता घोष नाही. गजर नाही. फक्त प्रमत्त असे पाण्याचे रूप— त्यात पुंडलिकाचे देऊळ बुडाले— देखणा असा कळस पाण्यावर उरला. असेच पाणी आटोकाट चढले. पंढरीनगरी पाण्यात गेली. विठ्ठल मंदिराचा सोन्याचा कळस मात्र वर दिसू लागला. चित्रपटाची दृश्ये घ्यावीत, तशी या मालनीने ही दृश्ये फक्त एका एका प्रतिमेच्या शक्तिभारावर पेलली आहेत. या प्रतिमांतील एक प्रतिमा मला इतकी सूचक आणि अप्रतिम वाटली— विठ्ठलाच्या मंदिराचा कळस फक्त दिसतो. इतक्या उंचीवर

गेलेले पाणी— पोटात इतर शिखरे वगैरे असल्याने उंचावर पाणी उसळत असणार! वर आभाळाचे ढग— धुरकट अशी हवा आणि पाण्याचे उसळणे यांनी एक मालनीच्या डोळ्यांसमोर नितांत रम्य प्रतिमा उभी राहिली. ती दोन शिखरे म्हणजे ज्ञानेश्वर तुकाराम तर नव्हेत— ती त्यांची मोराची जोडी मला तर वेड लावून गेली.

या गाथेत कमालीचे प्रत्ययकारी निसर्गवर्णन आहे. त्याबरोबरच प्रतिमांचे इंद्रधनुष्यही महापुरावर कमान धरून आहे; आणि हे सर्व वर्णन गायिले ते कशासाठी? अशा या अपरंपार महापुराकडे पाहून मालन म्हणते, 'सावळ्या पांडुरंगा, आता तुझी भेट होणार तरी कधी?'

पुढील गाथेत चंद्रभागेच्या पुराचेच वर्णन आहे. पण या वेळी मालनीने या वर्णनातून एक अत्यंत मनोज्ञ असे चंद्रभागेचे भावदर्शन घडविले आहे. वाचून मी स्तिमित झाले, इतके ते माझ्या मनाला स्पर्शून गेले! मालनीची चंद्रभागा ही सखी आहे. विठूरायाबद्दलचा जो जिव्हाळ्याचा भक्तिभाव, तोच या चंद्रभागेबद्दल मालनीला वाटतो. मालनीला चंद्रभागा आपली थोरली बहीण वाटते. मालन जशी पंढरीला माहेरी येते, तशी चंद्रभागाही विठूरायाच्या माहेरी निघाली आहे— अशा गोड जिव्हाळ्याने मालन या चंद्रभागेच्या पुराकडे पाहत आहे. चंद्रभागा माहेरी निघाली आहे— तिच्या सहज स्वभावाने निघाली आहे. कबीराची धर्मशाळा, प्रचंड वटवृक्ष, पुंडलिकाचे देऊळ, पंढरीतील रस्ते सर्व पोटात घेत घेत विठूच्या घरी आली आहे. मालनीने 'पाण्यात विठूचं घर उभं राह्यलं' असे म्हटले आहे. मंदिराने माहेरची आठवण दिली नसती म्हणून तर तिने 'घर' असे म्हटले नाही? पांडुरंग नेहमी कीर्तन ऐकायला वाळवंटात येतो— वाळवंटातच रुसून बसलेल्या रुक्मिणीला समजावतो— जनाबरोबर गवऱ्या वेचतो— धुणी धुतो. चंद्रभागेने विठूची अनेक रूपे पाहिली— पण इतकी विठ्ठलाच्या जिवाभावाची ती विठूरायाकडे माहेरी मात्र अशा पुराच्या रूपानेच जाते— जाते, भेटते— पुढे निघते— धारावाहिनी ती. पण पांडुरंग तिला बोळवण करून 'पुन्हा ये ग लेकी' म्हणून पाठवतो. बोळवणीला तो तिच्या पायांत साखळ्या घालतो. ती निघाली, की दोन्ही बाजूंना ह्या साखळ्या तिच्या लाटांच्या उफाळ्यात दिसतात.

माहेरून निघते, ती पित्याच्या भेटीने मन भरून स्निग्ध झालेले— त्याच्या मायेच्या अनंत आठवणींनी कोमल होऊन गेलेले— मालन म्हणते— एक वाटसरू तो प्रवाह पाहतच राहतो— तो प्रवाह त्याला वाहत्या दाट पांढूर अशा तुपासारखा दिसतो. एक अत्यंत प्रत्ययकारी अशी ही प्रतिमा— चंद्रभागेला पुढे जाववत नाही. माहेरचे पाऊल उचलत नाही— तिचा प्रवाह वाहताना दिसतच नाही— ही तिची अवस्था— मालनीने चंद्रभागेचे मोठे जिव्हाळ्याचे भावदर्शन घडविले आहे ते असे.

हे सगळे समजून घेतल्याशिवाय त्या सुभग चंद्रभागेचे दर्शन होणार नाही.

✳ गाथा (७)

चंद्रभागाला आला पूरऽ भरून रानऽ माळऽऽ
बाई कबीराचीऽ बूडली धरमसाळऽऽ

चंद्रभागाला आला पूर पानी भिडलं वडालाऽऽ
कुंडलीक बाईऽऽ उभा गऽ बुडालाऽऽ

चंद्रभागाला आला पूरऽ वाहीलं पंढरपूरऽऽ
पान्यात राह्यलं गऽ उभं इठ्ठलाचं घरऽऽ

चंद्रभागाला आला पूरऽ पानी मारीत उफाळ्याऽऽ
कुनी घातल्या गऽ चंद्रभागंऽला साखळ्याऽऽ

चंद्रभागाला आला पूरऽ वाह्ये पानी तूपावानीऽऽ
वाटंचा चालनकारऽ पाह्यते का येड्यावानीऽऽ

चंद्रभागाला आला पूरऽ गंगाबाई गऽ हालंऽ नाऽऽ
जातीया कुनीकडंऽ तिचा उगम लागंऽनाऽऽ

(१) उफाळ्या मारणे = मोठ्या लाटा येणे. (२) चालनकार = चालणारा, वाटसरू. (३) उगम लागेना = पाण्याच्या फुगवटीमुळे प्रवाहाची दिशा कळेना. स्थिरतेचा भास झाला.

गाथा वाचून झाल्यावर माझ्या मनात आले, 'साखळ्या' ही काय विठ्ठलाने द्यायची वस्तू? त्याने चंद्रहार, बाजूबंद, पैठणी असे काही का दिले नाही? साखळ्या सोन्याच्या असतील, पण साखळ्याच त्या. मग मनात आले, साखळ्या पायांत घातल्या की पाय भारावतात. पावले सावकाश पडतात. चंद्रभागा जशी पुढे निघेल तसा तिचा वेग मंदावेल— आणि 'सावळ्या पांडुरंगा तुझी भेट कधी होणार?' म्हणून वाट पाहणाऱ्या आपल्या भक्तांना आपल्याला भेटायला मिळणार. मालनीचे हे 'साखळ्यांचे' देणे त्याच्या चतुरपणाचा कळसच म्हणायचा!

पुढील गाथेत चंद्रभागेला आलेला पूर आहेच. पण या पुराचे वर्णन नसून, त्या पुरातून नावेत बसून विठूच्या चरणदर्शनासाठी निघालेल्या मालनीचा हा प्रवास आहे. नदीला पूर आला आहे. गावातील रस्त्यांतून पाणी वाहते आहे— पूर अधिक मोठा येण्याची लक्षणे दिसताहेत. तरी विठ्ठलाचे भक्त नावेतून विठ्ठलदर्शनाला निघाले

आहेत. त्यांत ही मालनही आहे. वाढत्या पुराबरोबर मालनीच्या मनीच्या भावलाटाही उफाळू लागलेल्या आहेत. या लाटांना फक्त विठ्ठलाच्या चरणांपर्यंत पोहोचायचे आहे.

❋ गाथा (८)

भरली चंद्रभागाऽ भरली दोनी थडंऽऽ
सावळा पांडूरंगऽ सखा माझा पलीकडंऽऽ

पहीला नमस्कारूऽ चंद्रभागाऽ तुझ्या नावाऽऽ
इठ्ठलाच्या भेटीसाठीऽ मला पलीकडंऽ नेवाऽऽ

दूसरा नमस्कारूऽ मी गऽ बसले नावातऽऽ
देवा इठ्ठलाचीऽ दिंडी मीरवंऽ गावातऽऽ

तिसरा नमस्कारूऽ कसा लाटांच्या वरूनऽऽ
राहीले ग उभीऽ कशी नावाला धरूनऽऽ

चवथा नमस्कारूऽ उभी राहिलेऽ लाटांशीऽऽ
देवा इठ्ठलाचीऽ चरनं धरीन पोटाशीऽऽ

पाचवा नमस्कारूऽ उतरले नावाखालीऽऽ
देवा इठ्ठलानंऽ मला अवचीत भेट दीलीऽऽ

'मला विठ्ठलाच्या चरणांपर्यंत घेऊन जा' असे नावेला सांगून, तिला नमस्कार करून मालन नावेत चढते. गावात पाणी आलेले असते. ही नावांची दिंडीच विठूच्या दर्शनाला निघालेली असते. ती श्रद्धेने मन भरून येऊन त्या दिंडीला नमस्कार करते. तोच पाण्याच्या लाटा उसळू लागतात. पूर वाढत जातो. लाटा नावांना सपकारून जातात. त्या लाटांना नमस्कार करून ती विनवते, 'बायांनू, मला विठ्ठलापर्यंत जाऊ द्या!' उंच उफाळणाऱ्या लाटांनी मनात अस्वस्थ होऊन ती नावेला धरून उभी राहते. अंगावर येणाऱ्या लाटांना नमस्कार करते— कधी एकदा विठ्ठलाचे पाय दिसतील असे तिला होते— तोच लाटांच्या धडाक्याने ती नावेखाली उतरते— उतरते कसली, निसटतेच. भानावर येते तो ती आनंदाने निथळत असते. समाधानाच्या लाटांनी मोहरून येते— ज्याला त्याला सांगते, 'मला अवचित विठ्ठलाने भेट दिली.' हा भाव— पाण्यात निसटलेल्या मालनीला वाटते, विठ्ठलाने वर काढले. विठ्ठलच तिला असा भेटला— ती 'चरण' शोधीत होती. विठ्ठल भेटला. हा या मालनीचा उसळत राहणारा श्रद्धाभाव त्या चंद्रभागेच्या महापुरासारखाच.

चंद्रभागेच्या महापुराची मला मिळालेली ही रंगरूपे. मालनींनी आपल्या सूक्ष्म

संवेदनांनी निर्मिलेल्या प्रतिमांनी— कल्पनांनी— आणि श्रद्धाभावाने भारावलेली अशी ही रूपे.

◆

३

चंद्रभागेच्या वाळवंटी

भीमा एक लहानशी नदी. पुण्याजवळ भीमाशंकराच्या डोंगरात उगम पावून पंढरपुरापर्यंत सरळ आलेली. पंढरपुरापाशी येताना तिने पंढरीभोवती गळ्यातील सरीसारखे वळण घेतले. ते वळण चंद्रकोरीच्या आकाराचे म्हणून या वाकणापुरतेच तिला चंद्रभागा हे नाव लाभले. या वळणाने तिचे वाळवंटही विस्तारले. हे चंद्रभागेचे वाळवंट मराठी मनातील एक पुण्यमय असे श्रद्धास्थान होऊन राहिले. इथे येईपर्यंत ती भीमा होती— नंतरही भीमाच राहिली. पंढरपुरात मात्र ती 'चंद्रभागा' आणि तिचे वाळवंट 'चंद्रभागेचे वाळवंट' म्हणून ओळखले जाऊ लागले.

आपल्या मनात देवरूप पावलेली अशी वाळवंटे दोन. एक यमुनेचे. श्रीकृष्णाच्या बाळलीला, त्याचे गोधन, त्याचे सवंगडी आणि त्याच्या मुरलीच्या रवाने भारून गेलेले ते यमुनेचे वाळवंट. त्याच श्रीकृष्णाच्या— गोपाळाच्या रूपाने इथे प्रकट झालेल्या विठ्ठलाच्या भक्तांचे माहेर असे हे चंद्रभागेचे वाळवंट. विठ्ठलाचे भक्तजन या वाळवंटात जमून, अगणित संख्येने जमून— इथे त्याची आनंद-आराधना करतात. वीणेचा झंकार, पखवाजाचा हुंकार, टाळांचा निनाद आणि संगतीला भजन-गायन आणि विठूच्या नामाचा गजर, देहभान हरपून ते नाचणे. या आनंदसोहळ्याने हे चंद्रभागेचे वाळवंट भारून गेल्यासारखे होते. हे विठ्ठलाचे भक्त नसतात— तर विठूसावळ्याचा हा गोतावळा त्याला भेटायला जमलेला असतो.

असे हे चंद्रभागेचे वाळवंट मालनींना पुण्यक्षेत्र वाटते— आपल्या माहेरचे अंगण वाटते. मालनींनी आपल्या ओव्यांतून या वाळवंटाला जपले आहे. साध्या-सोप्या शब्दांनी आणि सुंदर प्रतिमांनी त्याची वाळू चमकती आणि रसरशीत ठेवलेली आहे. मालनीच्या भावगंगेच्या लाटा नि लहरी या वाळवंटाला हेलावे देत आहेत.

आषाढी आणि कार्तिकी एकादशीला वारकरी वृंद दुरून दुरून दिंड्या घेऊन येथे जमतात. हा गोतावळा विठ्ठलाला भेटायला येतो. त्यांचा सखा पांडुरंग त्यांच्या येण्याची वाट पाहतो. त्यांचे स्वागत करतो. हा एक जिव्हाळ्याच्या भेटीचा सोहळा असतो. पालख्या-पताकांसह दिंड्या वाळवंटावर जमतात. मालनीने त्याला 'सावळ्या विठ्ठलाचं तिथं वैकुंठ उतरलं' अशा शब्दांत गायिले आहे.

पुढील गाथेत या वाळवंटातील जमलेल्या भक्तजनांचे वर्णन आहे.

✻ गाथा (९)

चंद्रभागंच्या वाळवंटीऽ वाळू उडती खंडी खंडीऽऽ
काय सांगू बाईऽ पुढं पालखी मागं दिंडीऽऽ

चंद्रभागंच्या कडंऽलाऽ सारी पताका झाली गोळाऽऽ
बाई वाळवंटावरऽ आला विठूचा गोतावळाऽऽ

चंद्रभागंच्या वाळवंटीऽ समई जळती मोरायाचीऽऽ
ग्यानूबा तुकारामऽ दिंडी आळंदकरायाचीऽऽ

चंद्रभागंच्या वाळवंटीऽ विठ्ठल नामाची घोकनीऽऽ
सख्या गऽ विठ्ठलाचंऽ टाळ वाजती सपनीऽऽ

चंद्रभागंऽच्या वाळवंटीऽ मोतीपवळं हातरलंऽऽ
सावळ्या विठ्ठलाचंऽ तिथं वैकुंठ उतरलंऽऽ

चंद्रभागेच्या वाळवंटीऽ मोत्यापवळ्याची खाणऽऽ
इठूरायाचं गऽ पायऽ मला सापडलं धनऽऽ

(१) घोकनी = घोष— गजर.

पताकांचे, गजरांचे लोटच्या लोट यावे, तशा या दिंड्या नाचत-गात येतात. त्याचे वर्णन मालनीने 'वाळू उडती खंडीऽऽ खंडीऽऽ' असे केले आहे. ही एकूण गाथाच हृदयंगम अशी वाटते. सर्वांचे लक्ष अगोदर जाते ते ग्यानूबा तुकाराम या संतांच्या दिंड्यांवर— देवाप्रमाणे त्या वारकऱ्यांना पूजनीय वाटतात. त्यांच्या पालख्यांच्या समोर मोराच्या समया तेज ढाळत असतात. त्यांच्या पताका जरीच्या असतात. पण यात श्रेष्ठ-कनिष्ठ असा भाव नाही. विठ्ठलाला सगळे भक्त सारखेच. मालनीने मात्र भक्तिभावाने त्या श्रेष्ठ संतांच्या दिंडीला नमन केले आहे.

त्या वाळवंटात चाललेल्या भजनातील टाळ्यांच्या गजरासाठी मालनीला एक सुंदर कल्पना सुचते. तो टाळांचा नादघोष अखंड चालू असलेल्या आपल्या स्वप्नातही हे टाळ वाजत राहतील असे तिला वाटते. 'टाळ वाजव सपनी' याला आणखी एक संवेदन आहे. टाळांना थोडी विश्रांती मिळाली. वीणा-पखवाजाबरोबर ते विसावले तर त्यांना स्वप्ने पडतील, ती आपण वाजतच आहोत अशी. ही कल्पना मला आवडली. नादनादी अशी वाटली.

वीणांचे झंकार— टाळांचा गजर— भजनाचे नामस्मरणाचे स्वर यांचा आकाशाला पोहोचणारा स्वरसंभार, त्या मोराच्या समया, जरीच्या पताका आणि तो भावभोळा गोतावळा आणि त्याचा विठूविषयी जिव्हाळा या सर्वांना मिळून मालनीने एक अतिशय सुंदर भाववाही शब्द दिला आहे : 'वैकुंठ'. 'सावळ्या विठ्ठलाचं तिथं वैकुंठ उतरलंऽऽ' वैकुंठ हा शब्द इथे आकाशाइतका व्यापक आणि वीणेच्या झंकारबिंदूएवढा कोमल वाटतो. रसिकाला निवांत समाधान देतो.

या वैकुंठाचे स्वागत करायला मालनीने चंद्रभागेला उणी पडू दिले नाही. चंद्रभागेने जणू या वाळवंटाच्या रूपानं आपला मोतीपोवळी जडवलेला पदरच पसरला आहे— आणि ही जाईची फुले त्यात झेलली आहेत. अशा गोतावळ्याला मोतीपोवळ्याचा गालिचाच अंथरायला हवा. वाळूच्या चमचमत्या रंगाला ही कल्पना कशी चित्रवाण करते!

शेवटची ओवी फार सूचक आहे. या वैकुंठाबरोबरच मालन आहे. पण ती त्यात रमत नाही. या मोतीपोवळ्याच्या खाणीत तिला जे विठ्ठलाचे पाय सापडले, त्यांना ती भेटायला आली आहे. तेवढ्यासाठीच तर ती आली आहे!

पुढील गाथेतील मालन दिंडीबरोबर या वाळवंटावरच मुक्काम करून आहे. तिथे तिथे जे पाहिले, ऐकले त्याचे वर्णन ती या गाथेत करते आहे.

✻ गाथा (१०)

चंद्रभागाच्या वाळवंटीऽ डेरं दिल्यात खुतनीचंऽऽ
ग्यानूबा तुकारामऽ साधू आल्यात मानायाचंऽऽ

चंद्रभागाचं वाळवंटऽ बाई नाचून झालं मातीऽऽ
इठूरायाच्या भजनालाऽ दिंडी कवाची ऊभी होतीऽऽ

चंद्रभागाच्या वाळवंटीऽ कथा करीती चांभारीनऽऽ
तिच्या बी कीरतनालाऽ लब्ध झालं गऽ नारायेनऽऽ

चंद्रभागाच्या वाळवंटीऽ कथा करी इठूरायाऽऽ
भरल्या घागरी उभ्या बायाऽ देव तानेले पानी देयाऽऽ

हौस मला मोठीऽ वाळवंटी गऽ राहायचीऽऽ
चंद्रभागंऽत नाहायचीऽ कथा गऽ कीरतनाचीऽऽ

चंद्रभागाच्या वाळवंटीऽ   मी गऽ चालती भारायानंऽऽ
तुळस मंजीरीचंऽ   मज्या वटीला तोरयीनऽऽ

(१) खुतनीचे कापड = रंगीत पट्टे असलेले उंची, गर्भरेशमी कापड. (२) लब्ध = लुब्ध (३) भारायानं = भाराने, सावकाश.

या वाळवंटाचे माहात्म्य काय वर्णावे! ज्ञानेश्वराच्या-तुकारामाच्या दिंड्या आहेत. त्यांच्या राहुट्या उंची खुतनीच्या कापडाच्या आहेत— चंद्रभागेची एका ठिकाणची वाळू तर अगदी मातीसारखी उखीरवाखीर दिसते आहे— साहजिकच आहे— एक दिंडी किती वेळ तिथे भजनात रंगली होती! एकीकडे कीर्तन चालले आहे. एक चांभारीण कीर्तन करते आहे— वारकरी तर जमलेतच, पण प्रत्यक्ष पांडुरंग कीर्तन ऐकायला उभा आहे. असा हा समभाव— असे हे सौहार्द फक्त विठू सावळ्याच्या परिसरातच दिसते— त्या नवलाईने गदगदून आलेल्या मालनीने मुद्दाम ही ओवी त्यामुळे गायिली असावी. एकीकडे तर प्रत्यक्ष विठ्ठलच कथा सांगतो आहे— अशी कथा-कीर्तने चालतात, ती ऐकायला गावातील बायका पाणी घरी न्यायचे सोडून कडेवर, माथ्यावर घागर घेऊन ऐकण्यात दंग झाल्या आहेत. तहानलेल्या पाणी द्यावे हाही सेवाभाव त्यात आहे!

अशा या विठ्ठलमय झालेल्या वाळवंटावर राहावे ही मालनीची हौस आहे. वाळवंटात राहणे, चंद्रभागेत नाहणे आणि विठूचे दर्शन घेणे यासाठीच तर ती आली आहे. आता ती विठ्ठलाच्या देवळात निघाली आहे. ही ओवी सुंदर आहे. पोटाशी तुळसमंजऱ्यांची माळ तोरणासारखी अलगद धरली आहे. तिला धक्का पोहोचू नये म्हणून सावकाश पावलं टाकीत ती निघाली आहे. भक्तिभाव, समभाव आणि सेवाभाव हे सर्व या गाथेत तुळसमंजऱ्यांसारखे ओवले आहेत.

◆

www.ingramcontent.com/pod-product-compliance
Lightning Source LLC
LaVergne TN
LVHW031610060526
838201LV00065B/4797
* 9 7 8 8 1 7 1 6 1 5 0 1 8 *